AF288831

अलेक्झांडर मॅक्काल स्मिथ यांच्या 'द नंबर वन लेडीज डिटेक्टिव्ह एजन्सी' या प्रसिद्ध बोटस्वानन मालिकेतील हे दुसरे पुस्तक. प्रेश्यस रामोत्स्व एका अमेरिकन माणसाचा, त्याच्या विधवा आईच्या विनंतीवरून माग काढते. या दरम्यान तिच्या होणाऱ्या पतीच्या घरी काम करणाऱ्या मोलकरणीमुळे तिच्या जिवाला धोका निर्माण होतो.

— पब्लिशर्स वीकली

बुद्धिमान आणि जिवंत...

प्रेश्यसच्या प्रगतीचा आलेख सांगणारे उतारे कधी रंजक कधी विस्मयकारक तर कधी काळजाला हात घालणारे आहेत. कधी तर त्यात या तीनही गोष्टी एकत्र असतात, इतकी क्षमता त्यांमध्ये आहे!

— लॉस एन्जेलीस टाइम्स

इतका निखळ आनंद देणारे पुस्तक मी कित्येक दिवसांत वाचले नव्हते.

— ॲन्थनी डॅनियल्स, द सन्डे टेलीग्राफ

आपल्या स्नेहीजनांना पुस्तके भेट द्या

टिअर्स ऑफ द जिराफ

मूळ लेखक

अलेक्झांडर मॅक्काल स्मिथ

अनुवाद

नीला चांदोरकर

मेहता पब्लिशिंग हाऊस

Contact :+91 020-24476924 / 24460313

Email : info@mehtapublishinghouse.com
production@mehtapublishinghouse.com
sales@mehtapublishinghouse.com

Website : www.mehtapublishinghouse.com

◆ *या पुस्तकातील लेखकाची मते, घटना, वर्णने ही त्या लेखकाची असून त्याच्याशी प्रकाशक सहमत असतीलच असे नाही.*

TEARS OF THE GIRAFFE by ALEXANDER McCALL SMITH

© Alexander McCall Smith, 2000

Translated in Marathi Language by Neela Chandorkar

टिअर्स ऑफ द जिराफ / अनुवादित कादंबरी

अनुवाद : नीला चांदोरकर
जी-२०४, हृषीकेश, अपना घर हौ. सो., स्वामी समर्थ नगर,
अंधेरी - पश्चिम, मुंबई - ४०००५३.

मराठी अनुवादाचे व प्रकाशनाचे सर्व हक्क मेहता पब्लिशिंग हाऊस, पुणे.

प्रकाशक : सुनील अनिल मेहता, मेहता पब्लिशिंग हाऊस,
१९४१, सदाशिव पेठ, माडीवाले कॉलनी, पुणे - ३०.

अक्षरजुळणी : इफेक्ट्स, २१/६ब, आयडिअल कॉलनी, कोथरूड, पुणे - ३८.

मुखपृष्ठ : चंद्रमोहन कुलकर्णी

प्रथमावृत्ती : नोव्हेंबर, २०१२

ISBN 978-81-8498-412-5

सर्वस्वी गुणसंपन्न आणि सर्वथैव गुणहीन काहीच नसते.

हे पुस्तक रिचर्ड लॅचम यांच्यासाठी...

वेगळ्या वाटेवरच्या वाचकांसाठी

'नंबर वन लेडीज डिटेक्टिव्ह एजन्सी' असं वेगळं नाव असलेल्या पुस्तकापासून सुरू झालेल्या मालिकेतील 'टिअर्स ऑफ द जिराफ' हे दुसरं पुस्तक वाचकांसमोर सादर करताना मला आनंद होत आहे.

श्री. अॅलेक्झांडर मॅक्काल स्मिथ या स्कॉटिश लेखकाची ही अत्यंत लोकप्रिय मालिका. आफ्रिकेतील झिंबाब्वेत जन्मलेले, तेथेच शिक्षण घेतलेले हे गृहस्थ एडिनबर्ग येथे 'वैद्यकीय कायदा' या विषयाचे प्राध्यापक आहेत. जगभरातील चाळीस भाषांमध्ये अनुवादित झालेली ही मालिका आपल्याला आफ्रिका खंडातील बोट्स्वाना या जगावेगळ्या देशात नेते आणि तेथील जीवनाचं दर्शन घडवते.

ह्या मालिकेची नायिका प्रेश्यस रामोत्स्वे ही बोट्स्वानातील एकमेव खासगी गुप्तहेर.

गुप्तहेर म्हटलं की, सर्वप्रथम आपल्या डोळ्यांसमोर येते, ती शेरलॉक होम्स आणि त्यांचा साहाय्यक डॉ. वॉट्सन ही जोडगोळी आणि त्यांनी सोडवलेल्या खुनासारख्या संशयकथा. आपल्याकडे श्री. बाबूराव अर्नाळकर व मधुकर अर्नाळकर यांनी गुप्तहेरांवर आधारित कथामालिका लिहिल्या व त्या लोकप्रियही झाल्या.

'नंबर वन लेडीज डिटेक्टिव्ह एजन्सी' माझ्या वाचनात आली आणि तिच्यातील वेगळ्या देशातील वेगळ्या प्रकारच्या पात्रांमुळे आणि विषयवैविध्यामुळे मला ती आवडली. वाटलं की, ही मालिका मराठी वाचकांपर्यंत आणावी. माझ्या या कल्पनेला उत्साहानं उचलून धरल्याबद्दल 'मेहता पब्लिशिंग हाऊस'चे श्री. सुनील मेहता यांचे मी मन:पूर्वक आभार मानते.

'केल्याने देशाटन...' या सुभाषिताचा प्रत्यय गेल्या सात-आठ वर्षांत मला अनेकदा आला. ऑस्ट्रेलिया, कॅनडा, अमेरिका या देशांना वारंवार भेटी दिल्यामुळे, तिथल्या दीर्घ वास्तव्यामुळे तेथील समाजजीवनाचं, लोकांचं दर्शन जवळून घडलं. वेगळे, पण मनाला प्रभावित करणारे स्वभावविशेष जाणवले. तेथील विविध विषयांवरील पुस्तकांच्या वाचनानं पंडितमैत्री झाली, असं मी म्हणू शकते. या तीनही देशांतील सार्वजनिक वाचनालयं म्हणजे पुस्तकप्रेमींसाठी अलिबाबाची गुहा आहे असं म्हटलं, तर ती अतिशयोक्ती ठरू नये.

ही मालिका आफ्रिकेतील लोकांविषयी. प्रामाणिकपणे सांगायचं, तर बोट्स्वाना या देशाचं नावही मी पूर्वी ऐकलेलं नव्हतं. ते गुगलमधून शोधून काढल्यानंतर मालिकेतला रस अधिक वाढला, कारण आफ्रिकेतील हा देश सर्वच दृष्टींनी अपवादात्मक म्हणावा असा आहे. द. आफ्रिका ह्या देशाला भौगोलिकदृष्ट्या जोडलेला बोट्स्वाना आर्थिक बाबतीतही जवळजवळ तितकाच समृद्ध आहे, कारण इथेही सोन्याच्या व हिऱ्यांच्या खाणी आहेत. सर सेरेत्से खामा या आफ्रिकन वंशाच्या उच्चविद्याविभूषित, सुसंस्कृत अशा पहिल्या राष्ट्राध्यक्षांमुळे या देशानं अल्पावधीतच नेत्रदीपक प्रगती केली. कलहारीसारखं मोठं वाळवंट आणि इतर अनेक नैसर्गिक प्रतिकूलता असूनही या देशानं आर्थिक प्रगती केली ती या प्रभावी, लोकविलक्षण नेतृत्वामुळेच. प्रेश्यस रामोत्स्वे अनेकदा आदरानं त्यांचा उल्लेख करते.

गुप्तहेरगिरीविषयी काहीही व्यावसायिक ज्ञान नसलेली प्रेश्यस रामोत्स्वे अंगभूत हुशारीच्या जोरावर गुंतागुंतीच्या केसेस सोडवते. त्यामध्ये तिच्यातील स्त्रीसुलभ गुणांचा लोभस प्रत्यय अनेकदा येतो (उदा. अंत:प्रेरणा, लोकांना बोलतं करण्याची कला आणि त्यांच्यावर मनापासून प्रेम करण्याची वृत्ती). तिच्या आयुष्यात वारंवार येणाऱ्या व्यक्ती म्हणजे 'त्लॉक्वेंग रोड स्पीडी मोटर्स' या गॅरेजचे मालक श्री. जे. एल. बी. मातेकोनी (त्यांच्याशी तिचं लग्न ठरलं आहे.) हा एक मध्यमवयीन सडाफटिंग माणूस, पण सदैव मदतीला तत्पर. इतका की, अनाथाश्रमातील दोन मुलांना सांभाळण्याची जबाबदारी घेण्यासही तयार! मॅडम पोतोक्वाने ह्या अनाथाश्रमाच्या

संचालिका आणि इतरही महत्त्वाच्या व्यक्ती ह्या सज्जन, परोपकारी आणि आदर्श वृत्तीच्या आहेत. त्यामुळे हे पुस्तक मनावर दीर्घकाल परिणाम करेल असे आहे.

आणखी एक गोष्ट आवर्जून सांगावीशी वाटते. वेगळा देश, वेगळा वेश, वेगळा वंश, वेगळा रंग असं असूनही काही वेळा 'पळसाला पानं तीनच' या म्हणीचाही प्रत्यय येतो, कारण शेवटी जगाच्या पाठीवर कुठेही गेलं, तरी मनुष्य-स्वभावातले मूलभूत गुणदोष– प्रेमळपणा, दयाबुद्धी आणि राग-लोभ-स्वार्थ वगैरे– सगळीकडे आढळतातच. म्हणूनही असेल– पुस्तकातील वेगळी नावं, वेगळी गावं वगैरे भिंती आपोआपच गळून पडतात.

'टिअर्स ऑफ द जिराफ' हे वेगळंच शीर्षक देण्यामागेही एक कारण आहेच. त्याचा अर्थ हाही एक गूढ भाग...

वाचकांनी माझ्या इतर पुस्तकांचं मनापासून स्वागत केलं आहे. मला आवडलेलं हे पुस्तक त्यांच्यापर्यंत आणण्याचा माझा हा लेखन (अनुवाद) प्रपंच त्यांनी गोड मानावा, अशी इच्छा व्यक्त करते.

— नीला चांदोरकर

श्री. जे. एल. बी. मातेकोनींचे घर

श्री. जे. एल. बी. मातेकोनी यांनी प्रेश्यस रामोत्स्वेला विवाहाची मागणी घातली अन् तिनं त्यांना होकार दिला, तेव्हा मातेकोनी यांचा आपल्या कानांवर काही वेळ विश्वासच बसला नाही. अन् कसा बसावा? प्रेश्यस काही कुणी सर्वसामान्य स्त्री नव्हती. बोट्स्वाना देशातली 'एकमेव स्त्री गुप्तहेर' अशी तिची ख्याती होती. तिच्या गुप्तहेर संस्थेचं नावही किती योग्य होतं! 'नं. वन लेडीज डिटेक्टिव्ह एजन्सी' अन् त्या नावाला साजेसं कर्तृत्वही तिनं गेल्या काही वर्षांत दाखवलं होतं. अशा स्त्रीनं आपल्यासारख्या सामान्य पुरुषाला होकार द्यावा, याचं त्यांना फार अप्रूप वाटत असलं, तरी त्यात काही नवल नव्हतं. अर्थात स्वत:ला सामान्य समजणं, हा मातेकोनींचा विनम्रपणा होता. त्यांनीही आयुष्यात काही तरी कमावलेलं होतंच. 'त्लॉक्वेंग रोड स्पीडी मोटर्स' असं नाव असलेल्या एका कार दुरुस्ती गॅरेजचे मालक होते ते. आपल्या क्षेत्रात त्यांचाही पुष्कळ दबदबा होता. याला कारण होते ते त्यांच्या अंगातील गुण– आपल्या कामातील त्यांचं कौशल्य तर वाखाणण्यासारखं होतंच, पण त्याहून महत्त्वाचं म्हणजे ते अत्यंत प्रामाणिक होते.

मातेकोनींना मात्र स्वत:च्या भाग्याचा हेवा वाटला, कारण लग्नाची मागणी घालताना ते काहीसे साशंक होते. यापूर्वीही एकदा त्यांनी प्रेश्यसला 'माझ्याशी लग्न करशील का' असं विचारलं होतं, तेव्हा तिनं त्यांना नकार दिला होता. अर्थात,

अगदी नम्रपणे आणि खेदपूर्वकही. पण शेवटी नकार तो नकारच! त्यानंतर काही काळ त्यांनी आपल्या मनाला आवर घातला होता. मादाम रामोत्स्वे आपल्या पहिल्या लग्नाच्या धक्क्यातून अजून सावरलेली नाही, असं त्यांना वाटलं होतं. तिच्या पहिल्या लग्नाबद्दल त्यांनी ऐकलेलं होतंच. अगदी तरुण वयात प्रेश्यसनं नोते मोकोती नावाच्या एका जॅझ संगीतकाराबरोबर प्रेमविवाह केला होता. तिचा नवरा ट्रंपेट वाजवायचा म्हणे! हे लग्न फार काळ टिकलं नाही, हेही त्यांच्या कानावर आलेलं असल्यामुळे पुन्हा तिला त्याच सापळ्यात अडकायचं नसावं, असा निष्कर्ष त्यांनी काढला होता. लग्न करायचं म्हणजे एका दुःखमालिकेला निमंत्रण द्यायचं, असा विचार तिनं केला असला, तर त्यात तिची काही चूकही नव्हती. सध्याच्या तिच्या परिस्थितीत नावं ठेवण्यासारखंही काही नव्हतं– तिचा स्वतःच्या मालकीचा व्यवसाय होता, झेब्रा ड्राइव्हवर आपल्या मालकीचं छान घर होतं आणि मुख्य म्हणजे प्रेश्यस एक स्वतंत्र विचारसरणीची व धडाडीची बाई होती. अशा स्त्रीला एकटीनंच मजेत आयुष्य जगावंसं वाटलं, तर त्यात गैर ते काय? लग्नाची बेडी तिनं पायात अडकवून घ्यावीच कशाला, असा विचार मातेकोनींनीही केला. लग्नाच्या वेळी घेतलेल्या सगळ्या आणाभाका हे पुरुष विसरतात आणि आपल्या बायकोवर फार लवकर अरेरावी करायला लागतात. तिच्याच घरात राहतात, तरी तिच्यावर हुकमत गाजवू पाहतात. 'छे! मी प्रेश्यसच्या जागी असतो, तर मीदेखील लग्नाला नकारच दिला असता– अगदी माझ्यासारख्या समजूतदार अन् सभ्य पुरुषानं मागणी घातली असती तरी!' मातेकोनींनी स्वतःची समजूत काढण्यासाठी स्वतःलाच म्हटलं.

पण एक दिवस अगदी अनपेक्षितपणे ती गोष्ट घडली खरी! संध्याकाळची वेळ होती. दोघं जण प्रेश्यसच्या घरासमोरच्या व्हरांड्यात बसले होते. सबंध दुपारभर मातेकोनी तिच्या चिमुकल्या पांढऱ्या व्हॅनची दुरुस्ती करत होते. ते काम संपल्यानंतर दोघं आरामात बसले असताना त्यांना वाटलं होतं, हीच वेळ आहे आपलं मन मोकळं करण्याची. त्यांनी तिला लग्नाविषयी विचारलं होतं अन् किती सहजपणे तिनं होकार दिला होता! प्रेश्यसच्या होकारानं मातेकोनींना तर आनंद झालाच; पण त्याहून जास्त आनंद त्यांना झाला, तो तिच्या साध्या-सरळ उत्तरानं. अगदी मोजक्याच पण प्रेमळ शब्दांतून तिनं आपली संमती दर्शवली. तिचा होकार ऐकल्यावर त्यांच्या मनात विचार आला– खरंच, अख्ख्या बोट्स्वानात हिच्याइतकी गुणी स्त्री शोधूनही सापडणार नाही.

काही वेळानं ते आपल्या घरी परतले. जुन्या 'डिफेन्स फोर्स क्लब'च्या शेजारी त्यांचं घर होतं. तेव्हाही त्यांच्या मनात तिच्याचविषयी विचार येत होते अन् त्यांना स्वतःच्या भाग्याचा हेवाही वाटत होता. नाही म्हटलं, तरी त्यांची चाळिशी उलटूनही

काही वर्षं होऊन गेली होती. इतक्या वर्षांत त्यांना योग्य अशी बायको मिळालेली नव्हती. अन् आता अचानक नशिबानं हा छान कौल दिला होता! हा आनंद उपभोगतानासुद्धा मधूनच त्यांच्या मनात विचार यायचा, खरंच घडलंय ना हे? जागेपणी पडलेलं हे स्वप्न तर नसेल ना?

पण ते सत्यच होतं. दुसऱ्या दिवशी सकाळी उठल्या उठल्या त्यांनी सवयीनं रेडिओ सुरू केला, तेव्हा गाईंच्या गळ्यातील घंटांचा मंजूळ नाद त्यांच्या कानांवर पडला. 'रेडिओ बोट्स्वाना'वरचे सकाळचे कार्यक्रम याच सुमधूर आवाजानं सुरू व्हायचे. त्यांच्या मनात कालच्या गोड घटनेची उजळणी झाली अन् त्यांचं मन एकदम ताजंतवानं झालं. 'रात्रभरात प्रेश्यसनं लग्नाचा विचार बदलला नसला, तर आपलं लग्न ठरलंय, असं म्हणायला हरकत नाही,' ते स्वत:शीच पुटपुटले.

त्यांचं लक्ष हातातल्या घड्याळाकडे गेलं. फक्त सहाच वाजले होते. सकाळच्या कोवळ्या उन्हात त्यांच्या खोलीबाहेरच्या काटेरी झाडांची पानं छान चमकत होती. आता लवकरच बायका चुली पेटवतील, न्याहारीसाठी काहीबाही बनवतील, त्या धुराच्या वासानंही लोकांच्या भुका चाळवल्या जातील. मग काही वेळानं लोक कामावर जायला निघाले की, मातेकोनींना त्यांच्या घराजवळच्या रस्त्यावर त्यांच्या पावलांचे आवाज ऐकू यायचे. शाळेला जाणाऱ्या मुलांच्या बोलण्याचे, हसण्याखिदळण्याचे आवाजही त्यांच्या कानावर पडायचे. पुरुषमंडळी बऱ्याचदा पेंगुळल्या डोळ्यांनीच कामावर जाताना त्यांना दिसायची. बायका एकमेकींशी मोठ्या आवाजात बोलत असायच्या. अशा प्रकारे आफ्रिका हळूहळू जागी होत असायची, तिचा दिवस सुरू व्हायचा. सर्वसाधारणपणे पाहिलं, तर इथले लोक सकाळी लवकरच उठतात; तरीपण 'इतक्या लवकर प्रेश्यसला फोन करणं बरं दिसणार नाही,' मातेकोनींनी आपल्या मनाला समजावलं. आणखी तासभर तरी जाऊ द्यावा. तेवढ्या वेळात ती उठेल, स्वत:साठी तिचा आवडता बुश टी बनवेल. अर्धा तास तरी चहाचे घुटके घेत व्हरांड्यात बसायचं, समोरच्या हिरवळीवर दाणे टिपणाऱ्या पक्ष्यांना न्याहाळायचं, हा तिचा सकाळचा आवडता छंद होता अन् ते मातेकोनींना माहीत होतं. अनेक प्रकारचे पक्षी तिच्या अंगणात वर्णी लावायचे. त्यामध्ये काळ्या-पांढऱ्या पिसांचे हुप्पो होते. गवतातले किडे टिपणाऱ्या हुप्पोंच्या हालचाली बघताना तिचं मन रमायचं. सतत एकमेकांच्या चोचीत चोच घालून बसलेले पारवेही तिच्या अंगणात बागडताना दिसत. प्रेश्यस रामोत्स्वेला पक्ष्यांबद्दल प्रेम वाटतं, ही गोष्ट मातेकोनींच्या लक्षात आलेली होती. लग्नानंतर तिच्यासाठी आपण एखादं पक्षीघर बनवू, अर्थात तिची इच्छा असेल तर. काही पारवे पाळता येतील; नाही तर इतर लोक पाळतात, तसे बझर्ड नावाचे मोठे पक्षीही पाळता येतील. पण असल्या मोठ्या पक्ष्यांचं नंतर करायचं काय, हादेखील एक प्रश्नच होता! त्यांना आठवलं, बझर्ड

पक्षी सापांची शिकार करण्यात तरबेज असतात. पण मग त्याऐवजी एखादा कुत्राच पाळणं अधिक ठीक, त्यांनी विचार केला.

त्यांना आपलं बालपण आठवलं. तेव्हा ते मोलेपोलोले या गावी राहायचे. त्यांच्यापाशी एक कुत्रा होता. सापाला पकडून त्याचा खातमा करण्यात हा कुत्रा अतिशय तरबेज होता. अंगावर एक-दोन पांढरे ठिपके असलेला, तपकिरी रंगाचा हा बारीकसा कुत्रा त्यांना आपल्या गावाच्या वेशीवर सापडला होता, त्या वेळी त्या बिचाऱ्याची अवस्था अतिशय दयनीय होती. कुणी तरी त्याला असंच सोडून दिलं होतं. शेपटी तुटलेल्या या अर्धपोटी कुत्र्याची मातेकोनींना दया आली अन् ते त्याला आपल्या आजीच्या घरी घेऊन गेले. त्याला ठेवून घ्यायला आजी तयारच नव्हती. उगीच एक खाणारं तोंड वाढतं, असा तिचा हिशोब होता. पण नातवानं आजीची समजूत पटवली अन् कुत्रा त्यांच्या घरी राहू लागला. काही दिवसांतच या कुत्र्यानं आपलं कसब दाखवलं. आजीच्या अंगणातले तीन साप पकडून त्यानं ठार मारले अन् एकदा तर शेजाऱ्यांच्या कलिंगडाच्या शेतात दिसलेल्या सापालाही या कुत्र्यानं मारलं होतं. त्या वेळेपासून सगळ्यांना त्या कुत्र्याची उपयुक्तता पटली होती. एखाद्याच्या अंगणात सापाचा उपद्रव आढळला की, लोक मातेकोनींना आपला कुत्रा आणायला सांगायचे.

मातेकोनींचा हा कुत्रा कमालीचा चपळ होता. काय गंमत होती देव जाणे; पण त्याला आपल्या दिशेनं येताना पाहिलं की, सापदेखील घाबरायचे. अंगावरले केस फिस्कारलेत, डोळ्यांत शिकार सापडल्याची चमक दिसतेय, असा तो कुत्रा सापाच्या दिशेनं दबक्या पावलांनी पुढे सरकायचा; तेव्हा वाटायचं, हा फक्त आपल्या चवड्यांवरच चालतोय. मग काही वेळानं साप त्याच्या आवाक्यात आला की, तो अगदी हळू आवाजात गुरगुरायचा. सापाला वाटायचं की, जमिनीतूनच काही तरी आवाज येतोय. भांबावलेला साप सरपटत निघून जायचा प्रयत्न करत असतानाच, कुत्रा त्याच्यावर झडप घालायचा अन् त्याच्या मानेचा चावा घ्यायचा. तेवढ्यानंच सापाची पाठ मोडायची अन् त्याचा प्रतिकारही संपून जायचा.

अशी कुत्री फार वर्षं जगू शकत नाहीत, हे मातेकोनींना ठाऊक होतं. ती सात-आठ वर्षांची झाल्यानंतर त्यांच्या हालचाली मंदावतात, मग सापांवर झडप घालणं त्यांना जमत नाही. अशा परिस्थितीत सापाची सरशी होते. मातेकोनींचा कुत्राही एका चट्टेरी-पट्टेरी नागाची शिकार बनला अन् काही मिनिटांच्या आतच बिचाऱ्याचा खेळ संपला... त्यानंतर त्याच्यासारखा दुसरा कुत्रा त्यांना मिळाला नाही, पण आता... आता कुत्रा पाळण्याची संधी पुन्हा एकदा आलीय. एखादा छानसा कुत्रा त्या दोघांनी विकत घेतला, तर त्याचं नावही ते दोघं मिळून ठेवू शकले असते. 'त्यापेक्षा असं करू या,' ते स्वत:शीच म्हणाले, 'कोणता कुत्रा घ्यायचा अन् त्याचं नाव काय

ठेवायचं, हे तिलाच ठरवू दे. नाही तर तिला वाटेल, आपणच सगळे निर्णय घेतोय.' अगदी आपल्या मनातलं सांगायचं ना; तर तिनंच सगळे निर्णय घेतले, तर मला बरंच वाटेल. किती हुशार अन् कर्तबगार स्त्री आहे ती! त्यांना तिच्याविषयी पूर्ण खात्री होती– लग्नानंतर ती एकटीनं सगळं काही छान निभावून नेईल. त्यांची एकच इच्छा होती– तिच्या हेरगिरीच्या कामात तिनं आपल्याला गुंतवू नये, कारण त्यांना एक गोष्ट ठामपणे माहीत होती : प्रेश्यस रामोत्स्वे गुप्तहेर होती, तर ते आपले एक साधेसुधे तंत्रज्ञ होते. ही विभागणी तशीच राहावी, एवढीच त्यांची अपेक्षा होती.

सात वाजले असतील-नसतील, एवढ्यातच त्यांनी प्रेश्यसला फोन केला. त्यांच्या आवाजाला प्रतिसाद देताना तिचा आवाज उल्हसित वाटतोय, असं त्यांना वाटलं. बोट्स्वानात बोलल्या जाणाऱ्या सेत्स्वाना भाषेत तिनं त्यांना विचारलं, "रात्री झोप लागली ना छान?"(हा एक त्या देशातला सभ्य रिवाज!)

"हो, मस्त झोप लागली मला काल." ते म्हणाले. मग चेष्टेच्या सुरात ते पुढे म्हणाले, "काल रात्रभर एका हुशार आणि सुंदर स्त्रीचीच स्वप्नं पाहिली मी, जिनं माझ्याशी लग्न करायला संमती दिलीय."

मग क्षणभर ते काही बोलले नाहीत. काल रात्रीत तिनं आपला विचार बदलला असला तर? कदाचित आत्ताच ती त्याबद्दल बोलेल.

मादाम रामोत्स्वे त्यांच्या वक्तव्यावर हसली अन् म्हणाली, "मला काय स्वप्नं पडतात, ती मला सकाळी उठल्यावर कधीच आठवत नाहीत. पण जर मला माझं स्वप्न आठवलंच, तर ते नक्कीच एका फर्स्ट क्लास मेकॅनिकविषयी असणार, जो एक दिवस माझ्याबरोबर लग्न करणार आहे."

तिच्या शब्दांनी मातेकोनींना केवढा धीर आला! त्यांनी एक सुखाचा निःश्वास टाकला. म्हणजे, बाईसाहेबांनी आपला विचार बदललेला नाही तर! याचाच अर्थ, त्यांचं ठरलेलं लग्न अबाधित होतं.

"आज दुपारी आपण 'प्रेसिडेंट हॉटेल'मध्ये जेवायला गेलं पाहिजे. एवढी आनंदाची घटना साजरी करायला नको का?" ते उत्साहानं म्हणाले.

तिनंही तितक्याच उत्साहानं त्यांना प्रतिसाद दिला. "अवश्य. दुपारी बारा वाजता मी तयार राहते आणि तुमची हरकत नसेल, तर मग जेवण झाल्यावर आपण तुमच्या घरीही एक चक्कर टाकू." तिनं सुचवलं. खरं म्हणजे, तिचं स्वतःचंही घर होतंच. त्यामुळे लग्नानंतर कुठे राहायचं, तेही त्यांना ठरवायला हवं होतं. झेब्रा ड्राइव्हवरचं तिचं घरही छानच होतं; पण ते गावापासून जरा जास्तच जवळ होतं. त्यामानानं त्यांचं घर गावापासून लांब अंतरावर होतं. त्यांच्या घरापुढलं

अंगणही छान अन् मोठं होतं आणि आणखी एक महत्त्वाची गोष्ट म्हणजे, त्यांचं घर जुन्या विमानतळानजीक होतं. शिवाय तिथे गावातल्यासारखा गजबजाटही नव्हता. पण फायद्याबरोबरच त्या घराचे दोन महत्त्वाचे तोटेही होते– एक तर ते तुरुंगापासून जवळ होतं अन् दुसरं म्हणजे, गावातली दफनभूमीही त्या घरापासून खूप जवळ होती. रामोत्स्वे तशी भित्री वगैरे नव्हती, तरीदेखील रात्रीच्या वेळी कधी एकटीनंच राहायची वेळ तिच्यावर आली, तर ते काही ठीक झालं नसतं. देवाधर्माविषयीचे तिचे विचार सर्वसाधारण सुशिक्षित माणसासारखेच होते, त्यामुळे तिच्या मनात भूत-प्रेतांना काही थारा नव्हता. 'तरी पण... नकोच ते!'... तिचं मन म्हणालं.

या जगात देव – मोदिमो – आहे, याबद्दल प्रेश्यस रामोत्स्वेच्या मनात काही शंका नव्हती. तो उंच आकाशात, आफ्रिकेच्या वरतीच कुठे तरी राहतो; सर्वशक्तिमान देव दयाळू असतो; निदान तिच्यासारख्या लोकांच्या बाबतीत तरी, अशी तिची श्रद्धा होती. अर्थात त्यानं घालून दिलेले नियम मोडले, तर (अन् आजकाल बरेच जण ते करतात) तो कोपणारच. चांगले, सज्जन लोक– उदाहरणार्थ, ओबेद रामोत्स्वेसारखे (प्रेश्यसचे वडील) लोक– मेल्यानंतर निश्चितपणे देवाकडेच जात असणार; तो त्यांचं स्वागतही मनापासून करत असणार. इतर लोकांचं काय होतं, कुणास ठाऊक? त्यांची रवानगी कुठल्या तरी भयानक जागी होत असली पाहिजे. नायजेरियासारख्या प्रदेशात असेल बहुतेक. आपल्या पापांची कबुली दिली की, मग देव त्यांनाही माफ करत असेल.

प्रेश्यसच्या बाबतीत तरी त्यांचा देव दयाळूच होता, असं तिला वाटत असे. ती अगदी लहान असतानाच तिची आई वारली होती, तरीदेखील तिचं बालपण सुखातच गेलं होतं. तिच्या वडिलांनी आणि तिच्या एका दूरच्या बहिणीनं खूप प्रेमानं तिचा सांभाळ केला होता. आपल्या वागण्यातूनच त्या दोघांनी प्रेश्यसला प्रेमळपणे वागण्याची शिकवण दिली होती. जेव्हा तिच्यावर ती वेळ आली, ती आई झाली; तेव्हा तिनंही आपल्या चिमण्या बाळीवर प्रेमाचा वर्षाव केला होता. नुकत्याच जगात आलेल्या त्या चिमुकल्या जिवानं फार लवकर या जगाचा निरोप घेतला, तेव्हा तिच्या मनात विचार आला होता– देवानं तिला जन्माला तरी का घातलं होतं? मग तिनं आपलीच समजूत घालायचा एक फोल प्रयत्न केला होता. आता पुन्हा एकदा देवाच्या दयाळू वृत्तीचा प्रत्यय तिला आला होता– मातेकोनींसारख्या सज्जन, प्रेमळ स्वभावाच्या माणसाची अन् तिची गाठभेट देवानंच तर घालून दिली होती. देवानंच तिला एक चांगला नवरा मिळवून दिला होता.

'प्रेसिडेंट हॉटेल'मध्ये जेवताना मातेकोनींनी दोन मोठ्या स्टेकवर ताव मारला, तर प्रेश्यसनं नेहमीपेक्षा जास्तच आइस्क्रीम खाल्लं. गोड पदार्थांची तिला मनापासून

आवड होतीच. त्या दिवशीचा प्रसंगही तसाच होता. आपल्या नुकत्याच ठरलेल्या लग्नाच्या आनंदाचा क्षण दोघांना साजरा करायचा होता. मनसोक्त जेवणानंतर दोघं जण त्यांच्या मोठ्या पिक-अप ट्रकमधून मातेकोनींचं घर पाहायला गेले.

हा प्रसंग मातेकोनींच्या दृष्टीनं तरी तेवढा सुखाचा नव्हता. त्यांची संन्याशाची मठी नाही म्हटलं, तरी तेवढी नीटनेटकी ठेवलेली नसे. "फार व्यवस्थित नाही हं माझं घर," काहीशा ओशाळल्या स्वरात ते म्हणाले. "म्हणजे जमेल तितकं नीट ठेवण्याचा प्रयत्न करतो मी, पण हे काही पुरुषमाणसाचं काम नाही. एक बाई येते कामाला, पण घर आवरण्याऐवजी ती आणखीन पसाराच घालते, असं मला वाटतं कधी कधी. मुलखाची अव्यवस्थित आहे ती."

"मग आपण माझी बाईच ठेवू." प्रेश्यसनं सुचवलं. "सगळी कामं ती कशी अगदी चोखपणे करते– इस्त्री करणं, साफसफाई करणं, जमीन चकचकीत पुसणं– नावं ठेवायला जागाच सापडणार नाही. माझ्या मते तर अख्ख्या बोट्स्वानात तिच्यासारखी हुशार बाई शोधूनही सापडणार नाही. तुमच्या बाईसाठी, हवं तर आपण दुसरं काम शोधू."

"माझ्या घरातल्या काही खोल्यांमध्ये तुला पसारा दिसेल. गाड्यांसाठी लागणारे सुटे भाग ठेवलेत मी तिथे." ते घाईघाईनं म्हणाले. "काही वेळा माझ्या गॅरेजमध्ये पुरेशी मोकळी जागाच नसते. मग सुटे भाग घरीच ठेवावे लागतात. काही वेगळ्या प्रकारची इंजिनंही ठेवली आहेत मी माझ्या घरी– पुढे-मागे लागतील म्हणून."

प्रेश्यस रामोत्स्वेनं त्यावर काही मत व्यक्त केलं नाही. इतके दिवस त्यांनी तिला कधीच आपल्या घरी का बोलावलं नव्हतं, त्यामागचं कारण आता तिच्या लक्षात येत होतं. त्लॉक्वेंग मार्गावरलं त्यांचं 'स्पीडी मोटर्स'चं ऑफिसही अव्यवस्थितच असायचं. जिथे पाहावं, तिथे वंगणाचे चिकट डाग पडलेले दिसायचे अन् भिंतींवर कुठेही पाहावं, तिथे कॅलेंडर्स टांगलेली असायची. गाड्यांना लागणारे सुटे भाग तयार करणाऱ्या कंपन्यांचे मालक ही कॅलेंडर्स त्यांना देत असावेत. प्रेश्यसच्या मते, अगदी हास्यास्पद असत ती कॅलेंडर्स. एकजात सगळ्या कॅलेंडर्सवरची चित्रं कसली, तर हडकलेल्या बायकांची. दुष्काळी प्रदेशातून आलेल्या असतात की काय, देव जाणे! असल्या बायका काय कामाच्या? तिच्या मते, पोरांना जन्म देण्याच्या बाबतीत, तर त्या अगदीच कुचकामी ठरल्या असत्या. अन् एकीच्याही चेहऱ्यावर हुशारीची चमक दिसत नसे. सहावी-सातवीपर्यंत तरी शिकतात, की मध्येच सोडतात शाळा, हे त्यांचं त्यांनाच ठाऊक! असल्या पोरी चार-दोन घटका मजा करण्यापुरत्याच योग्य. पुरुषांना नादी लावणं, एवढंच त्यांना जमतं. त्यांचा उपयोग म्हणावा, तर शून्य! पण पुरुषांना ही गोष्ट समजेल तर ना? या मुली त्यांना नादी लावतात, त्यांचं आयुष्य बरबाद करतात; पण हे शहाणपण त्यांच्या गळी

उतरवायचं कुणी, हादेखील एक गहन प्रश्नच असतो.

ते दोघं मातेकोनींच्या घरापाशी आले, तेव्हा प्रेश्यस गाडीतच बसून राहिली. मातेकोनी गाडीतून खाली उतरले आणि रुपेरी रंगानं रंगवलेलं फाटक त्यांनी उघडलं. जवळच कचऱ्याचा डबा उपडा पडला होता. 'हे कुत्र्यांचं काम असणार बहुतेक!' तिनं अंदाज बांधला. पण त्यामुळे डब्यातले कागदाचे कपटे आणि इतरही कचरा इतस्तत: विखुरलेला होता. 'आपण इथे राहायला येऊ तेव्हा– जर आपण इथे राहायला यायचं ठरवलं तरची गोष्ट– हे सगळं थांबवावं लागेल पहिल्यांदा.' बोट्स्वानातील कुठल्याही सर्वसाधारण घरासमोरचं अंगण कसं स्वच्छ असतं, अन् ती जबाबदारी घरातल्या गृहिणीचीच असते. प्रेश्यसचीही या असल्या घरात राहण्याची मुळीच तयारी नव्हती.

मातेकोनींनी फाटकातून गाडी आत आणली आणि घरासमोरच्या पोर्चमध्ये उभी केली. साध्याशा जाळीदार कापडापासून त्यांनी हे पोर्च बनवलं असावं, असं प्रेश्यसला वाटलं. त्यांचं घर पुष्कळच प्रशस्त होतं, निदान आजकालच्या घरांच्या मानानं तरी. जेव्हा मालकानं हे घर बांधलं असेल, तेव्हा त्याला जागा वाचवण्याचा विचार करण्याची जरुरी वाटली नसेल. त्या काळी लोक तसा विचार कधी करतच नसावेत. आफ्रिका खंड केवढा प्रचंड, अन् फारशी काही सुधारणाही झालेली नव्हती त्या दिवसांत. त्यामुळे हवी तेवढी जागा वापरा, असा एकूण खाक्या होता. आता दिवस बदलले होते. शहरातली गर्दी वाढायला लागल्यापासून लोकांच्या मनातली काळजीही वाढायला लागली होती. आता त्यांची नजर शहरांबाहेरच्या कुरणांवर पडू लागली होती. मातेकोनींचं घर म्हणजे एक जुन्या पद्धतीचा बैठा, काहीसा अंधारा बंगला होता. त्याचं छप्पर पन्हाळीच्या पत्र्यांचं बनवलेलं होतं. हे घर बहुधा ब्रिटिश अमदानीत बांधलेलं असावं. त्या वेळी हा प्रदेश 'प्रोटेक्टोरेट' या नावानं ओळखला जायचा. तेव्हाच्या एखाद्या गोऱ्या साहेबानं बांधलं असावं हे घर. म्हणूनच इतकं ऐसपैस होतं. घराच्या दर्शनी भिंतींना गिलावा केला होता अन् बऱ्यापैकी रंगरंगोटीही केलेली होती. सगळ्या खोल्यांमध्ये सिमेंटच्या लाल रंगाच्या चौकोनी लाद्या बसवलेल्या होत्या. 'कडक उन्हाळ्यात त्यांचा थंडगार स्पर्श पायांना खूप छान वाटतो, हे खरं असलं, तरी एरवी जुन्या पद्धतीच्या मातीच्या किंवा गाईच्या शेणानं सारवलेल्या जमिनीच बऱ्या असतात,' असं प्रेश्यसच्या मनात आलं.

मादाम रामोत्स्वेंनी चौफेर नजर टाकली. आता ते दोघं मातेकोनींच्या बैठकीच्या खोलीत उभे होते. घरात शिरल्यावर लगेचच ही खोली होती. इथलं सामान– कोच वगैरे एके काळी बरेच महागातले असावेत, पण आता ते जुनाटच वाटत होते. कोचांवरील कापड लाल रंगाचं होतं. मध्यभागी एक मोठं काळ्या लाकडाचं टेबल होतं अन् त्याच्यावर एक बिअरचा रिकामा ग्लास आणि एक रक्षापात्र होतं. एका

भिंतीवर गडद रंगाच्या मखमली कापडावर कुठल्या तरी पर्वताचं चित्र रंगवलेलं होतं, लाकडात कोरलेलं एक कोडू मस्तक होतं अन् आणखी एका भिंतीवर नेल्सन मंडेलांचा फोटो होता. ह्या खोलीतली सजावट तिला चांगली वाटली; पण संपूर्ण खोलीवरच एक प्रकारची अवकळा पसरलीय, असा तिला भास झाला. 'साधारणपणे एखाद्या अविवाहित पुरुषाच्या घरात अशाच प्रकारचं वातावरण आढळतं,' असा विचार तिच्या मनात आला.

"छान आहे ही खोली," ती उत्साहानं म्हणाली.

तिच्या कौतुकोद्गारांनी मातेकोनींचं मन प्रफुल्लित झालं. "ही एक खोली मी अगदी नीटनेटकी ठेवायचा प्रयत्न करतो," ते म्हणाले. "ह्या घरात येणाऱ्या खास पाहुण्यांसाठी आहे ही खोली."

"बऱ्याचदा येतात का खास पाहुणे तुमच्याकडे?" प्रेश्यसनं चौकशीदाखल विचारलं.

मातेकोनींच्या चेहऱ्यावर एक सूक्ष्मशी आठी उमटली. "आजपर्यंत तरी कुणीच आलेले नाहीत, पण तशी शक्यता असतेच ना?"

"खरं आहे तुमचं म्हणणं. ती शक्यता नेहमीच असते."

मग तिनं मागच्या बाजूला असलेल्या दाराकडे नजर वळवली. घरातल्या इतर खोल्या त्या दारापलीकडे असाव्यात, असा अंदाज तिनं बांधला. "त्या दारातून आत गेल्यानंतर बाकीच्या खोल्या आहेत का?" तिनं सभ्यपणानं विचारलं.

"हो. पण तो भाग तितका व्यवस्थित ठेवलेला नाही. पुन्हा कधी तरी पाहिला तर?" काहीशा अनुत्साही सुरात त्यांनी विचारलं.

प्रेश्यसनं नकारार्थी मान हलवली, तेव्हा आता दुसरा काही मार्ग नाही, हे मातेकोनींना कळून चुकलं. 'आलिया भोगासी असावे सादर' या विचारानं ते पुढल्या सत्त्वपरीक्षेला तयार झाले. एकदा लग्नबंधनात अडकायचं ठरवल्यावर या गोष्टी ओघानंच येणार, असा विचार त्यांनी केला असावा. अन् तेही बरोबरच आहे म्हणा. पती-पत्नीच्या नात्यात कसलीच गुप्तता नसावी. त्यांचं नातं पारदर्शी असलं, तरच ते बरं असतं.

"ये तर इकडे–" एक दार उघडत ते म्हणाले. "आता मला वाटतंय, मी एखादी चांगली बाई ठेवायला हवी. सध्याची बाई कसं तरीच काम करते; झालं."

मधल्या मार्गिकेतून प्रेश्यस त्यांच्यामागून चालू लागली. पहिल्याच खोलीचं दार अर्धवट उघडं होतं. तिनं दारातून आत नजर टाकली. पूर्वी तिचा वापर झोपण्यासाठी केला जात असावा, पण आता मात्र जमिनीवर सगळीकडे वृत्तपत्रं पसरलेली दिसली. जणू काही तिथं एखादा गालिचाच अंथरलेला होता. खोलीच्या मध्यभागी एक मोठंथोरलं इंजिन ठेवलेलं होतं. त्याचे बरेचसे भाग उघडे दिसत होते

अन् जे भाग सुटे केलेले होते, ते जमिनीवर विखुरलेल्या स्थितीत होते.

''माझ्या दृष्टीनं हे एक खास इंजिन आहे,'' काहीशा बावरल्या नजरेनं प्रेश्यसकडे पाहत ते म्हणाले. ''उभ्या बोट्स्वानात इतकं सुरेख इंजिन तुला शोधूनही सापडणार नाही. केव्हा तरी वेळ मिळेल, तेव्हा मी ते पुन्हा एकदा नीट जोडणार आहे.'' त्यांच्या शब्दाशब्दांमधून त्यांचं इंजिनांविषयीचं प्रेम तिला जाणवलं.

यानंतर ते पुढची खोली पाहायला निघाले. ते एक न्हाणीघर होतं. एका छोट्या नॅपकिनवर ठेवलेला एक कारबॉलिक साबणाचा मोठा तुकडाच तेवढा प्रेश्यसच्या नजरेला दिसला. बाकी संपूर्ण न्हाणीघरात दुसरं कुठलंही सौंदर्यप्रसाधन नव्हतं. 'निदान स्वच्छ तरी आहे!' ती मनातल्या मनात म्हणाली.

''हा साबण आरोग्याच्या दृष्टीनं फार चांगला असतो, म्हणून मी नेहमी हाच वापरतो.'' मातेकोनींनी खुलासा केला.

प्रेश्यसनं फक्त मान हलवून आपली प्रतिक्रिया दाखवली. तिला स्वत:ला पाम तेलापासून बनवलेला साबण आवडत असे. त्यामुळे त्वचा चांगली राहते, असं तिला वाटायचं. पण तिला हेही ठाऊक होतं की, पुरुषांना साधारणपणे जरा कडक प्रकारचे साबणच आवडतात. 'या न्हाणीघरात काहीच ठेवलेलं दिसत नाही... किती ओकंबोकं वाटतंय. नशीब, निदान स्वच्छ तरी ठेवलंय!' ती परत एकदा स्वत:शीच म्हणाली.

राहण्याच्या दृष्टीनं तिला बाकीच्या खोल्यांपैकी एकच खोली योग्य वाटली. तिथे मध्यभागी जेवणाचं एक टेबल ठेवलेलं होतं अन् केवळ एकच खुर्ची होती. या खोलीतली जमीन मात्र प्रेश्यसला फार घाणेरडी वाटली. टेबलाखाली, तसंच खोलीतल्या कोपऱ्यांमध्येदेखील भरपूर धूळ साठलेली दिसली. कित्येक महिन्यांत तिथे कुणाचा हात फिरला नसावा, असं तिला वाटलं. त्यांची काम करणारी बाई काय काम करायची, देव जाणे! बहुतेक वेळ ती फाटकापाशी उभी राहून आपल्या मित्रमैत्रिणींबरोबर गप्पा मारत असणार. नीट लक्ष नाही ठेवलं, तर ही नोकरमाणसं असाच चुकारपणा करतात. ही बाईपण मातेकोनींच्या चांगुलपणाचा फार गैरफायदा घेत असली पाहिजे, हे प्रेश्यसच्या लक्षात आलं. गरीब स्वभावाचे मातेकोनी तिची चालढकलीची वृत्ती चालवून घेत होते, हे उघड होतं.

बाकीच्या खोल्यांमध्ये पलंग होते, ह्याचा अर्थ त्या 'बेडरूम्स' असाव्यात; पण नावालाच! कारण जिकडे बघावं, तिकडे वेगवेगळ्या आकाराची खोकी दिसत होती. काहींमध्ये गाड्यांत वापरले जाणारे स्पार्क प्लग होते, तर काही खोक्यांमधून आणखी कसले तरी चित्रविचित्र आकाराचे सुटे भाग डोकावत होते. तिथून त्यांनी आपला मोर्चा स्वयंपाकघराकडे वळवला. ते पाहून तर प्रेश्यसची निराशाच झाली. तसं स्वयंपाकघर स्वच्छ होतं, पण किती कमी भांडीकुंडी होती तिथे! दोन पातेली,

बऱ्याचशा इनॅमलच्या थाळ्या आणि काही काटेचमचे अन् सुऱ्या– बस्स!

"माझी ही बाई माझ्यासाठी जेवणही बनवते. एक वेळचं जेवण बनवते, पण नेहमी आपले तेच-ते पदार्थ असतात– मक्याच्या पिठापासून काही तरी पदार्थ बनवते आणि एक कसला तरी रस्सा असतो. क्वचित कधी तरी भोपळ्यापासून एखादा पदार्थही बनवते, पण फारच थोड्या वेळा. तरीही सामान आणण्यासाठी ती माझ्याकडे सारखे पैसे मागत असते. मला काही कळतच नाही." असे ते म्हणाले तेव्हा त्यांचा सूर तिला नाराजीचा वाटला.

"काही नाही हो– ही तुमची बाई फार आळशी बाई आहे, हे माझ्या ध्यानात आलंय. खरं म्हणजे, तिला याची लाज वाटायला हवी. आपल्या बोट्स्वानातल्या सगळ्या बायका तिच्यासारख्या आळशी असत्या, तर आपल्या देशातले पुरुष केव्हाच मेले असते!" मनातला वैताग उघडपणे बोलून दाखवत प्रेश्यस म्हणाली.

तिच्या बोलण्यावर मातेकोनी नुसतेच हसले. त्यांच्या कामवाल्या बाईनं त्यांना गेली कित्येक वर्षं आपल्या धाकात ठेवलं होतं. तिच्याविरुद्ध काही बोलण्याची, तिला काही सांगण्याची हिंमतच त्यांच्यात नव्हती. आता मात्र तिचे दिवस भरत आले होते, हेच खरं. यापुढे तिची गाठ प्रेश्यससारख्या खंबीर स्वभावाच्या बाईबरोबर पडणार होती. बहुतेक लवकरच ती मातेकोनींसारखा दुसरा एखादा गरीब बकरा शोधायला लागेल, असा त्यांचा अंदाज होता.

"आहे कुठे तुमची ही बाई? मला तिच्याशी एकदा बोलायलाच हवं." प्रेश्यस म्हणाली.

मातेकोनींनी आपल्या घड्याळात पाहिलं. "येईलच एवढ्यात–" ते म्हणाले. "रोज बहुतेक याच सुमाराला येतात बाईसाहेब."

ते दोघं बैठकीच्या खोलीत बसलेले होते, तेव्हाच स्वयंपाकघराचं दार धाड्कन बंद झाल्याचा आवाज आला.

"आल्या बाईसाहेब! ही तिची नेहमीचीच पद्धत. गेली कित्येक वर्षं मी बघतोय, एकदाही तिनं दार हळू बंद केलेलं नाही. नेहमी हे असं धाड्दिशीच आपटायचं दार!" मातेकोनींनी तिच्या वागण्याचं अगदी योग्य शब्दांत वर्णन केलं.

"चला तर– भेटू या तुमच्या ह्या बाईंना. तुमची इतकी छान काळजी घेणाऱ्या बाईला भेटायची मला केव्हाची उत्सुकता लागलीय!" काहीशा उपरोधानं प्रेश्यस म्हणाली.

मातेकोनी तिला स्वयंपाकघराकडे घेऊन गेले. सिंकसमोर उभी राहून त्यांची बाई एका किटलीत पाणी भरत होती. तिशी-पस्तिशीची ही बाई चांगली ताडमाड उंच होती– अगदी तिच्या मालकाहून अन् प्रेश्यसहूनदेखील. तिची अंगलट प्रेश्यसपेक्षा बारीक होती, पण एकूण शरीर चांगलं कमावलेलं होतं, हे तिच्या पीळदार

हातापायांकडे पाहिल्यावर लक्षात येत होतं. डोक्यावर भलीमोठी जुनीशी हॅट, अंगात निळ्या रंगाचा सैलसा कोट आणि पायात विचित्र वाटणारे चमकदार बूट– असा एकूण अवतार असलेली ही बाई एक मजेशीर नमुना असणार, असा अंदाज बांधला प्रेश्यसनं.

तिचं लक्ष वेधून घेण्यासाठी मातेकोनींनी घसा खाकरल्यासारखं केलं, तेव्हा संथपणे तिनं आपला मोहरा त्यांच्याकडे वळवला.

''मी कामात आहे हं,'' असं ती म्हणाली, पण प्रेश्यसला पाहताच तिचे शब्द खुंटल्यासारखे झाले.

नेहमीच्या पद्धतीनं तिची चौकशी केल्यानंतर ते म्हणाले, ''या मॅडम रामोत्स्वे.'' त्यांनी आपल्या वाग्दत्त वधूची ओळख करून देत म्हटलं.

तिनं प्रेश्यसकडे एक ओझरता कटाक्ष टाकला. तिची विशेष दखल घेण्याइतकं सौजन्य तिच्यात नसावं.

''आपली भेट झाली ह्याचा मला आनंद वाटतोय.'' प्रेश्यसनं बोलायला सुरुवात केली, ''तुमचे साहेब तुमच्याविषयी बरंच काही सांगत होते मला.''

बाईंनी आपल्या मालकाकडे एकवार बघितल्यासारखं केलं अन् म्हणाल्या, ''खरं की काय? माझ्याविषयी त्यांना बोलावंसं वाटलं, यात मला आनंदच वाटायला हवा. आपल्याविषयी कुणाला काही बोलावंसं वाटत नाही, ही गोष्ट काही चांगली नाही; नाही का?''

''अगदी खरं बोललात तुम्ही.'' प्रेश्यस म्हणाली. ''अनुल्लेखापेक्षा उल्लेख केव्हाही चांगलाच. अर्थात काही वेळा आपल्याबद्दल न बोललेलंही बरंच असतं.''

बाईंच्या कपाळावर आता आठ्या उमटल्या. एव्हाना किटलीही भरून झाली होती. ''आता मला वेळ नाही बोलायला; खूप कामं आहेत.''

''अगदी खरं. पुष्कळच काम करायला हवंय तुम्हाला. विशेषत: घर इतकं गलिच्छ असेल, तेव्हा बरंच काम करायलाच लागणार.''

ते ऐकताच ती बाई एखाद्या चिडलेल्या मांजरीसारखी ताठ झाली. ''हे घर घाणेरडं आहे, असं म्हणायला तुम्ही कोण लागून गेलात हो?''

''त्या...'' मातेकोनींनी बोलायला तोंड उघडलं, पण तिच्या एका रागीट कटाक्षानं त्यांची बोलतीच बंद झाली.

''मी असं म्हणाले, कारण मी सगळं घर हिंडून पाहिलं आहे.'' प्रेश्यसनं तिला उत्तर दिलं. ''जेवणाच्या खोलीतली धूळ अन् बागेतला कचरा मी माझ्या डोळ्यांनी बघितलाय. तुमचे मालक एक पुरुषमाणूस आहेत. घर साफ ठेवण्याचं काम ते करू शकत नाहीत.''

या घरात आत्तापर्यंत तिला कुणी एका शब्दानं काही सांगितलं नव्हतं, त्यामुळे

कुणाचं काही ऐकून घ्यायची तिला सवयच नव्हती. आश्चर्यानं तिचे डोळे विस्फारले. ती प्रेश्यसकडे अगदी उघडपणे खुनशी नजरेने पाहू लागली. नाकपुड्या फुललेल्या, ओठ संतापानं कापत आहेत– अशा अवस्थेत ती फूत्कारू लागली, ''या घरात मी गेली कित्येक वर्षं काम केलंय... राब-राब राबतेय मी यांच्यासाठी. त्यांच्यासाठी मी जेवण बनवते, जमीन चकाचक ठेवते. साहेबांची केवढी काळजी घेते मी!''

रामोत्स्वे अगदी शांतपणे म्हणाली, ''माझा नाही विश्वास बसत तुझ्या सांगण्यावर. तू त्यांच्यासाठी चांगलं-चुंगलं खाणं बनवतेस, तर मग त्यांची तब्येत का अशी? किती बारीक दिसताहेत तुझे साहेब. या बाबतीत गुरांमध्ये अन् माणसांमध्ये काही फरक नसतो, बरं? अन् मी काही नवी गोष्ट सांगत नाहीये, हेही लक्षात ठेव.''

आता त्या बाईनं आपला मोहरा तिच्या मालकाकडे वळवला. ''कोण, आहे कोण ही बाई?'' तिनं फणकाऱ्यानं प्रश्न केला. ''इथे माझ्या स्वयंपाकघरात शिरून मलाच वाटेल तसं बोलणारी ही कोण? ज्या कुठल्या बारमधून तिला घेऊन आला असाल ना, तिथे पाठवून द्या साहेब तुम्ही तिला.''

मातेकोनींनी एक मोठा आवंढा गिळला. तिच्या वाक्ताडनानं तेही गारद झाले. ''ह्या बाईंना मी लग्नाची मागणी घातलीय. आम्ही दोघं लग्न करणार आहोत.''

आता मात्र ती बाई एकदम ढेपाळली. ''अरे देवा! ह्या बाईबरोबर तुम्ही लग्न करणार? नका हो असा वेडेपणा करू– केव्हाच खातमा करेल ती तुमचा! ह्याहून वाईट गोष्ट काय असणार तुमच्या आयुष्यात?''

सौम्य स्वभावाच्या मातेकोनींना तिची दया आली. साहेबांनी लग्न केलं की, आपल्या पोटावर पाय येणार, अशी भीती तिला वाटत होती, हे त्यांच्या लक्षात आलं. ते पुढे आले आणि त्यांनी प्रेमळपणे तिच्या पाठीवर हात ठेवला. ''हे बघ, फ्लॉरेन्स, माझी काळजी तू करू नकोस. मी एका चांगल्या स्वभावाच्या बाईबरोबर लग्न करतोय. अन् तुझ्या कामाबद्दल म्हणायचं झालं, तर मी तुला दुसरं एखादं काम मिळवून देण्याची व्यवस्था नक्की करेन. माझ्या एका दूरच्या भावाचं एक हॉटेल बस-स्टेशनजवळ आहे. त्याला नेहमीच नोकरबायांची गरज असते. मी तुझ्यासाठी शब्द टाकला, तर तो नक्की तुला कामावर ठेवेल.''

तरीदेखील तिचा पारा खाली उतरला नाही. फणफणतच ती उद्गारली, ''मला नाही हॉटेलाबिटेलात काम करायचं. गुलामासारखं राबवून घेतात तिथे. मी काही असली-तसली बाई नाही– माझ्यावर कुणी हे कर अन् ते कर, असे हुकूम सोडायला. मलाही काही दर्जा आहे. मी फक्त खासगी ठिकाणीच काम करते. पण तुम्ही मात्र माझा सत्यानाश केलात. अन् तुमचंही वाटोळंच होणार या असल्या जाड्या बाईबरोबर लग्न करून. काही सुख लागू देणार नाही तुम्हाला ही. वाट लागणार तुमची आता– लक्षात ठेवा माझे शब्द!''

आपण आता इथून निघावं हे उत्तम, अशा अर्थी मातेकोनींनी प्रेश्यसकडे पाहिलं आणि दोघांनी तिथून काढता पाय घेतला. 'बिचारीला खूप मोठा धक्का बसलाय, तेव्हा तिला एकटीनंच बसू द्यावं थोडा वेळ,' असा त्यांनी विचार केला. आपण लग्न करणार आहोत, ह्या विचारानं तिला आनंद होणार नाही, ह्याची त्यांना कल्पना होतीच; नाही असं नाही. पण ती प्रेश्यसबद्दल इतके वाईट शब्द उच्चारेल, अनुदार उद्गार काढेल, अशी त्यांना स्वप्नातही कल्पना आली नसती. किती अभद्र शब्द काढले होते तिनं त्या दोघांच्या भविष्याविषयी! 'लवकरच आपण तिची व्यवस्था आपल्या भावाकडे करावी, म्हणजे सर्वांच्याच दृष्टीनं ते ठीक होईल,' असा विचार त्यांच्या मनात आला.

दोघांनी बैठकीच्या खोलीत प्रवेश केला आणि दार लावून घेतलं.

''खरंच, फार भयंकर बाई आहे तुमची ही कामवाली!'' प्रेश्यस म्हणाली.

''एरवी इतकी वाईट नाही वागत ती,'' मातेकोनींनी सारवासारव करण्याचा प्रयत्न केला. ''पण आता तिला निरोप देण्यावाचून गत्यंतरच नाही आपल्याला. तिला ते दुसरं काम पत्करावंच लागेल.''

प्रेश्यसनं संमतीदाखल मान हलवली. 'त्या बाईला जावंच लागणार होतं अन् ते दोघेही या जागेत राहणार नव्हतेच– भले, या घरासमोरचं अंगण खूप मोठं असलं, तरी. इथे एखादा भाडेकरू ठेवायचा अन् तिच्या झेब्रा ड्राइव्हवरच्या घरी दोघांनी राहायचं, हाच योग्य पर्याय होता. या बयेपेक्षा तिची कामवाली बाई शतपटीनं चांगली होती. त्या दोघांचं घर ती अगदी व्यवस्थित सांभाळेल याची तिला खात्री होती. लग्नानंतर लवकरच मातेकोनींचं वजन वाढेल अन् ते एक यशस्वी गॅरेजमालक म्हणून शोभून दिसतील.' विचारांच्या तंद्रीतच तिनं त्या खोलीवरून एक नजर फिरवली. 'इथल्या कोणत्या वस्तू घेऊन जाव्यात?' तिनं स्वत:लाच प्रश्न विचारला अन् मनातल्या मनात लगेच निर्णयही घेतला– 'आपल्या घरी आवश्यक ते सगळं सामान आहे. मातेकोनींनी आपले कपडे आणावेत की काम भागेल... अन् त्यांचा तो कारबॉलिक साबण!'

नव्या अशिलाचं आगमन

यापुढील सगळ्या हालचाली, बेत थोड्या कौशल्यानं आखले पाहिजेत, हे मॅडम रामोत्स्वेच्या लक्षात आलं. झेब्रा ड्राइव्हवरच्या तिच्या घरी राहायला जाण्यासाठी मातेकोनी काही हरकत घेणार नाहीत; इतकंच नव्हे, त्यांना त्यात आनंदच वाटेल, ही गोष्ट तिला चांगली ठाऊक होती. तरी पण हेही खरं होतं की, पुरुषांचा अहंभाव ही एक मोठी बाब असते. तेव्हा आपल्या मनातला विचार त्यांच्या कानावर घालण्यापूर्वी त्यांचा रागरंग जोखायलाच हवा. 'तुमचं घर फार अव्यवस्थित आहे बाई! जिकडे पाहावं, तिकडे इंजिन्स नाही तर गाड्यांचे भाग दिसतात,' असं स्पष्टपणे म्हणणं म्हणजे संकटाला आमंत्रण देण्याचाच प्रकार. 'मी नाही हं त्या दफनभूमीजवळ राहू शकणार,' असं रोखठोकपणे सांगणंही बरं दिसलं नसतं. त्याऐवजी असं म्हणावं, 'तुमचं घर छानच आहे. केवढं प्रशस्त आहे. घरात जुनी इंजिन्स असली, तरी मला काही फरक पडत नाही. पण मला आपलं वाटतं, झेब्रा ड्राइव्हवरचं घर गावापासून जवळ आहे, त्यामुळे अधिक सोईचं आहे. तुम्हालाही तसंच वाटतं ना?' हं, हे ठीक वाटतं, तेव्हा अशीच सुरुवात करावी, म्हणजे बरं.

आपल्या घरी मातेकोनी राहायला येणार, हे गृहीत धरून प्रेश्यसनं विचार करायला सुरुवात केलेलीच होती. आता तिचं झेब्रा ड्राइव्हवरचं घर त्यांच्या घराइतकं मोठं नव्हतं; ही गोष्ट खरी असली; तरी तिच्या घरात पसारा नसल्यामुळे ते नक्कीच

मोठं वाटायचं, कारण वावरायला तिथे भरपूर रिकामी जागा होती. घरात एकूण तीन बेडरूम्स होत्या. सगळ्यात मोठी खोली त्या दोघांना बेडरूम म्हणून वापरता आली असती. ती थोडी मागच्या बाजूला असल्यामुळे इतर खोल्यांच्या मानानं तिथे रस्त्यावरच्या आवाजाचा त्रासही कमी होता. सध्या ती इतर दोन खोल्या शिवणकामासाठी अन् अनावश्यक सामान ठेवण्यासाठी वापरायची; पण तिथलं सगळं सामान गॅरेजमध्ये ठेवलं, तरी चालणार होतं. त्यामुळे मातेकोनींना त्या खोल्या त्यांच्या कामासाठी वापरता आल्या असत्या. तिथे त्यांनी जुनी इंजिनं ठेवावीत, नाही तर गाड्यांचे सुटे भाग ठेवावेत. अर्थात, इंजिनं शक्यतो घराबाहेरच ठेवलेली बरी, अशी सूचना करावी, असाही विचार तिनं केला.

बैठकीच्या खोलीत काही फेरबदल करण्याची आवश्यकता नव्हती. त्यांच्या घरातल्या खुर्च्यांपेक्षा तिच्या घरातल्या खुर्च्या किती तरी पटीनं चांगल्या होत्या. मखमलीच्या कापडावरचं ते डोंगराचं चित्र आणि एखाद-दुसरी शोभेची वस्तू त्यांना कदाचित आणावीशी वाटली, तर त्याला तिची काही हरकत असणार नव्हती. त्यांच्यामुळे तिच्या खोलीची शोभा वाढलीच असती. तिच्या बैठकीच्या खोलीत ज्या काही मोजक्या वस्तू होत्या, त्यातली सर्वांत महत्त्वाची गोष्ट म्हणजे तिच्या 'डॅडीं'चा फोटो. काहीशा चमकदार कापडाचा सूट परिधान केलेले तिचे डॅडी– ओबेद रामोत्स्वे– हे तिच्या आयुष्यातलं एकमेव दैवत होतं. अनेकदा ती त्यांच्या फोटोसमोर उभी राहून त्यांना मनोमन वंदन करत असे, त्यांच्या आयुष्यक्रमाचा विचार करत असे. तिच्या डॅडींना जावई म्हणून मातेकोनी नक्कीच आवडले असते, ह्याची तिला खात्री होती. नोते मोकोतीच्या बाबतीत त्यांनी तिला सावध केलेलं होतं, पण तिला लग्नापासून परावृत्त मात्र केलं नव्हतं. त्यांच्या जागी दुसरे कुणी आई-वडील असते, तर त्यांनी हे लग्न होऊच दिलं नसतं. तशी तिलादेखील वडिलांच्या विरोधाची, त्यांच्या नाखुशीची जाणीव होती, पण त्या वेळी नोतेवरच्या प्रेमानं जणू काही ती आंधळी झाली होती. तिच्या दृष्टीनं ट्रंपेट वाजवणारा नोते एक सर्वगुणसंपन्न तरुण होता, त्यामुळे वडिलांचा उपदेश तिच्या कानांत शिरलाच नव्हता. लवकरच तिच्या संसाराचे तीनतेरा वाजले आणि ती परत वडिलांकडे राहायला आली, तेव्हा ओबेद रामोत्स्वेंनी तिला एका शब्दानंही म्हटलं नाही; फक्त इतकंच म्हणाले, "पोरी, मी तुला आधीच सांगितलं होतं की, हा माणूस चांगला नाही." त्यांना एकाच गोष्टीची चिंता वाटायची– आपल्या लाडक्या लेकीला काही अपाय होऊ नये अन् तिला सुखात आयुष्य जगता यावं. खरंच, किती प्रेम होतं त्यांचं प्रेश्यसवर! आपल्याला त्यांच्यासारखे वडील लाभले, हे आपलं भाग्य, असं तिला नेहमीच वाटत असे. हल्ली बापाविना किती मुलं वाढताना दिसतात. कुणाला त्यांची आई, तर कुणाला आजी वाढवताना दिसते. आपले वडील कोण ह्याचादेखील त्यांना पत्ता

नसतो. त्यांच्याकडे पाहिलं, तर त्यांना काही दु:ख किंवा त्रास आहे, असं वाटत नाही, पण तेही तितकंसं खरं नसावं. वडिलांची उणीव आत कुठे तरी जाणवत असणारच त्यांना. कदाचित असंही शक्य आहे की, पित्याचं छत्र म्हणजे काय ह्याचा अनुभवच नसेल, तर त्याची उणीवही भासणार नाही. जमिनीवर सरपटणाऱ्या किड्याला थोडंच वाटणार, 'मला का नाही देवानं आकाशात भरारी घेणाऱ्या पक्ष्याप्रमाणे पंख दिले?'

प्रेश्यस रामोत्स्वेला अशा प्रकारे चिंतन करायला आवडत असे, पण कधी कधीच अन् तेही एका विशिष्ट मर्यादेपर्यंतच. मनात येणारे असे प्रश्न तुमच्या बुद्धीला एक प्रकारचं आव्हान देतात, तुम्हाला विचारप्रवृत्तही करतात. पण काही वेळा मनात उठणाऱ्या प्रश्नांचा इतका गुंता होतो की त्यांची उत्तरंच सापडत नाहीत! शेवटी आपण असा निष्कर्ष काढतो की, जे काही आहे; ते जसंच्या तसं स्वीकारावं, हे उत्तम! उगीच फार विचार करून डोक्याला शिणवायचंच कशाला? आता हेच उदाहरण घ्या– आपल्याकडे सगळे जण असं म्हणतात की, मुलाचा जन्म होत असेल, तेव्हा पुरुषमाणसानं जवळपास थांबू नये. आता ह्याबद्दल दुमत असण्याचं काही कारणच नाही, कारण ही गोष्ट अगदी सर्वमान्य आहे. पण या जगात असे काही देश आहेत, जिथे– असं म्हणतात की– मुलाच्या जन्माच्या वेळी त्याच्या बापानं हजर असणं चांगलं. प्रेश्यस रामोत्स्वेनं एका मासिकात त्याविषयी वाचलं, तेव्हा ती तर चाटच पडली होती. पण मग काही वेळानं, थोडा विचार केल्यानंतर तिलाही असं वाटलं– काय हरकत आहे या गोष्टीला? आपल्या अपत्याच्या जन्माचा सोहळा त्यानं अनुभवला, त्याचा आनंद घेतला; तर बिघडलं कुठे? तिला तरी त्यात काहीच गैर वाटलं नाही. अर्थात, हे काही बरोबर नाही, असंही तिला आत कुठे तरी वाटतच राहिलं. मग काय, अशा प्रसंगी हजर राहायला त्याला बंदी असावी? योग्य किंवा अयोग्य हे ठरवायचं कसं आणि कुणी? शेवटी असं म्हणता येईल– आपल्या बोट्स्वाना देशातली परंपरा ह्या गोष्टीला मान्यता देत नाही ना; मग ते अयोग्यच. कारण काहीही झालं, तरी आपल्या परंपरांमध्ये खोट काढताच येणार नाही.

एक गोष्टही तितकीच खरी– हल्ली किती तरी लोक नीतिनियम अजिबात पाळत नाहीत. शाळकरी पोरंदेखील वाट्टेल तशी वागताना दिसतात. काय फुकटचा रुबाब करतात! त्यांच्या वागण्या-बोलण्यात वडिलधाऱ्यांविषयी किंचितही आदरभावना दिसत नाही. ती शाळेत शिकत होती, त्या काळी मुलं मोठ्यांचा आदर करायची; त्यांच्याशी बोलताना नजरेला नजर द्यायची नाहीत. आता बघावं, तर मुलं थेट तुमच्या डोळ्याला डोळा तर भिडवतातच, पण उलट उत्तर द्यायलाही ती अजिबात कचरत नाहीत. अगदी अलीकडचीच गोष्ट. एका बारा तेरा वर्षांच्या मुलाला तिनं

एकदा ज्यूसचा रिकामा झालेला डबा मॉलमध्ये भिरकावून देताना पाहिलं, तेव्हा तिनं त्याला तो उचलून कचऱ्याच्या डब्यात टाकायला सांगितला. त्यावर त्यानं तिच्याकडे अशा काही नजरेनं पाहिलं की, ती अवाक्‌च झाली. प्रथम त्यानं 'ही कोण मला सांगणार?' अशा नजरेनं तिच्याकडे पाहिलं अन् त्यानंतर तो उर्मटपणे तिला म्हणाला, ''मी काही हे काम करणार नाही. तुम्हाला हवं असेल, तर तुम्हीच उचला अन् टाका कचराकुंडीत.'' त्याच्या उद्धटपणानं ती इतकी चाट पडली की, खरमरीतपणे काही तरी बोलून त्याला ताळ्यावर आणणं तिला जमलंच नाही. तेवढ्यात ते राजेश्री तिथून निघूनही गेले. तिच्या लहानपणी असला उद्धटपणा करणाऱ्या पोराला एखाद्या बाईनं तिथल्यातिथं दोन फटके लगावले असते. पण आजकाल दुसऱ्यांच्या मुलांना रस्त्यात फटके लगावण्याची हिंमतच तुम्ही करू शकणार नाही. तुम्ही त्याला बोट लावायचा अवकाश, की लोकांनी गहजब केलाच म्हणून समजा. अर्थात ती स्वत: एक आधुनिक विचारांची स्त्री असल्यामुळे ती मुलांना मारण्याच्या विरोधातच होती. तरीदेखील काही वेळा तिला वाटायचंच, ह्यात काही अर्थ नाही. काही वेळा मुलांशी कडकपणेच वागावं लागतं, त्यांच्या मनात जरब निर्माण करावीच लागते. आता त्या मुलाच्या मनात अशी जरब असती, तर त्यानं रिकामा डबा फेकलाच नसता. खरं की नाही?

बराच वेळ प्रेश्यस रामोत्स्वे अशा प्रकारे आपल्याच विचारात दंग होती. लग्न, त्यानंतर घर बदलणं, मग अलीकडची वाह्यात मुलं... अशा अनेक विषयांनी तिच्या मनात हजेरी लावली. थोड्या वेळानं ती भानावर आली. विचारांच्या नादात मन काय भरकटत जातंच, पण पोटापाण्याच्या उद्योगाकडे पण लक्ष द्यायला हवंच ना? नित्यनेमानं तिला आपली 'नं. वन लेडीज डिटेक्टिव्ह एजन्सी' ही संस्था उघडायला लागायचीच. रोज सकाळी कुणी अशील त्यांच्या दारी वर्णी लावायचं नाही किंवा फोनवरही काही चौकशी करायचं नाही. पण ऑफिसच्या दर्शनी दारावर कामाची वेळ– सकाळी ९ ते संध्याकाळी ५ अशी लिहिलेली होती, तेव्हा ही वेळ संस्थेच्या चालकानं तरी पाळायलाच हवी. प्रेश्यसचा आजवरचा अनुभव असा होता की, अगदी सकाळी-सकाळी क्वचितच कुणी अशील तिच्याकडे काम घेऊन यायचं. सर्वसाधारणपणे दुपार उलटून गेल्यावरच लोक तिच्याकडे येत असत. 'असं का?' याचं उत्तर तिच्याजवळ नव्हतं. कदाचित असं असेल की, आपले जगावेगळे प्रश्न घेऊन एखाद्या गुप्तहेराकडे जायचं, तर त्यासाठी जे मनोधैर्य लागतं, ते एकवटेपर्यंतच सकाळ उलटून जात असेल.

त्यामुळे व्हायचं काय की, मॅडम रामोत्स्वे आणि त्यांची सेक्रेटरी मॅडम माकुत्सी या दोघी जणी प्रेश्यसच्या आवडीचा बुश टी पिण्यात सकाळचा वेळ

घालवत. ऑफिसमध्ये आल्यावर मॅडम माकुत्सीचं पहिलं काम दोघींसाठी चहा बनवणं, हेच असे. तसं पाहिलं, तर रामोत्स्वे मॅडमना सेक्रेटरीची गरजच नव्हती (अजून तितकी कामंच मिळत नव्हती!); पण एकदा व्यवसाय सुरू केल्यावर फोन घेणं, तिच्या गैरहजेरीत आलेल्या अशिलांना भेटणं, त्यांच्याबरोबर बोलणं, ही कामं करण्यासाठी कुणी तरी माणूस हवंच. तशी मॅडम माकुत्सी एक अतिशय कुशल टंकलेखिका होती. आपल्या सेक्रेटरियल कॉलेजमधून चांगले ९७ टक्के गुण मिळवून ती उत्तीर्ण झाली होती. 'नं. वन'सारख्या छोट्या संस्थेत तिच्या हुशारीचं पुरेसं चीज होत नव्हतं, पण मॅडम रामोत्स्वेंना आपली ही सेक्रेटरी मनापासून आवडायची. एक तर ती अत्यंत एकनिष्ठ होती अन् त्याहून महत्त्वाची गोष्ट म्हणजे, तिला तारतम्य होतं. कुठे काय बोलावं अन् केव्हा तोंड बंद ठेवावं, हे तिला अचूक कळायचं.

अगदी पहिल्याच दिवशी मॅडम रामोत्स्वेंनी तिला पहिला महत्त्वाचा पाठ सांगितला होता– 'आपल्या कानावर इथे जे काही पडतं, त्याची वाच्यता बाहेर कुठेही करायची नाही, हे लक्षात ठेवायचं.' अन् मॅडम माकुत्सीनं अतिशय गंभीरपणे त्यावर होकारार्थी मान हलवली होती. विश्वासार्हता म्हणजे नक्की काय, हे ह्या नवशिक्या सेक्रेटरीला समजणार नाही, याची जाणीव प्रेश्यसला होती. एकूणच पाहिलं, तर बोट्स्वानातल्या लोकांना बोलायची, दुसऱ्याच्या भानगडीत रस घेण्याची आवड असते, हे प्रेश्यसला अनुभवानं ठाऊक होतं. पण मॅडम माकुत्सीनं मात्र विश्वासार्हता या शब्दाचा अर्थ बरोब्बर जाणला; एवढंच नव्हे, तर तो आपल्या आचरणातून सिद्धही केला, ह्या गोष्टीचं प्रेश्यसला आश्चर्य वाटल्यावाचून राहिलं नाही. आणखी एक गोष्टही प्रेश्यसच्या लक्षात आली होती– तिच्या सेक्रेटरीनं आपण कुठे काम करतो, याचा सुगावाही लोकांना लागू दिला नव्हता. अगदी मोघमपणे 'कगाले हिलजवळ कुठे तरी ऑफिस आहे,' असंच ती सगळ्यांना सांगत असे. खरं म्हणजे, इतकी गुप्तता बाळगायचंही काही कारण नव्हतं; पण त्यावरून एक गोष्ट तरी सिद्ध झाली होती– तिच्या अशिलांची गुपितं मॅडम माकुत्सीमुळे चव्हाट्यावर येण्याची भीती नव्हती.

सकाळी दोघींनी एकत्र बसून चहा प्यायचा कार्यक्रम मात्र त्यांना मनापासून आवडायचा. थोड्याफार इकडच्या-तिकडच्या गप्पा व्हायच्या. पण त्याहून महत्त्वाचं म्हणजे, कामाच्या दृष्टीनंही हा वेळ महत्त्वाचा ठरायचा. मॅडम माकुत्सीची निरीक्षणशक्ती वाखाणण्यासारखी होती. कानांवर पडणाऱ्या बारीकसारीक बातम्यापण ती अगदी लक्षपूर्वक ऐकायची. एकदा तिनंच एक महत्त्वाची बातमी प्रेश्यसला सांगितली होती. बोट्स्वाना सरकारच्या नियोजन विभागातला एक निम्न दर्जाचा अधिकारी ज्या स्त्रीशी लग्न करणार होता, तिच्या बहिणीची एक लाँड्री होती. तिचं नाव होतं– रेडी

नाऊ ड्रायक्लीनर्स. आता या माहितीमध्ये लक्षात ठेवण्यासारखं काही नव्हतं. पण काही काळानं एका सुपरमार्केटच्या मालकानं प्रेश्यसला एक चौकशीचं काम दिलं, त्याचा जवळचा संबंध या माहितीशी आहे, हे प्रेश्यसच्या लक्षात आलं. त्याला आपल्या सुपरमार्केटशेजारी एक ड्रायक्लीनिंग एजन्सी काढायची इच्छा होती, पण त्यासाठी लागणारा परवाना त्याला मिळत नव्हता. यातली ग्यानबाची मेख ही होती की, जो अधिकारी परवाना देत नव्हता, त्याला स्वत:ला किंवा त्याच्या संबंधिताला या नव्या लाँड्रीमुळे स्पर्धक निर्माण झाला असता! या एवढ्या माहितीच्या आधारावर प्रेश्यस आपल्या अशिलाची अडचण निवारू शकली. तिनं त्या अधिकाऱ्याची भेट घेतली अन् त्याला म्हणाली, ''आपल्या ओळखीच्या लोकांचे हितसंबंध जपण्यासाठी तुम्ही कर्तव्यनिष्ठेला सोडचिठ्ठी देता, असं लोक तुमच्याविषयी बोलतात. माझ्याजवळ त्या माणसानं या गोष्टीचा उल्लेख केला, तेव्हा मी त्याचं म्हणणं साफ खोडून काढलं. मी त्यालाच विचारलं, समजा, ह्या अधिकाऱ्याच्या ओळखीच्या माणसाची लाँड्री असेलही; म्हणून काय झालं? तेवढ्यासाठी दुसऱ्या कुणाला तो परवाना देणार नाही, यावर माझा विश्वास बसत नाही. त्याच्यावर असा आरोप करणंच चुकीचं आहे.'' त्यानंतर लवकरच त्या सुपरमार्केटच्या मालकाला नव्या लाँड्रीसाठी परवाना मिळाला, तेव्हा त्याला आश्चर्य वाटलं; पण प्रेश्यसनं त्यामागचं कारण त्याला सांगितलं नाही.

त्या दिवशी सकाळी चहा पिताना मॅडम माकुत्सीपाशी सांगण्यासारखी महत्त्वाची बातमी नव्हती, त्यामुळे ती आपल्या रविवारच्या सुट्टीविषयीच प्रेश्यसबरोबर बोलू लागली. ''काल-परवाची सुट्टी मी माझ्या बहिणीबरोबर मजेत घालवली. ती 'प्रिन्सेस मरीना' हॉस्पिटलमध्ये परिचारिका आहे. मग तिच्या मुलीसाठी मी कापड आणलं अन् एक फ्रॉक शिवला. रविवारी चर्चला गेलो. तिथं प्रार्थनेच्या वेळी एक बाई चक्कर येऊन खाली कोसळली. माझ्या बहिणीनंच तिला मदत केली. चर्चच्या मागे असलेल्या खोलीत तिच्यासाठी चहा बनवला. केवढी लठ्ठ होती ती बाई म्हणून सांगू तुम्हाला! अन् कोण उकडतही होतं. सुदैवानं ती लवकरच शुद्धीवर आली आणि मग चांगला चार कप चहा ढोसला तिनं. मूळची उत्तरेकडची आहे म्हणे. आता फ्रान्सिसटाऊनमध्ये राहते. 'थोडीथोडकी नाही, बारा पोरं आहेत तिला,' असं सांगत होती!''

''हे म्हणजे अतीच झालं.'' प्रेश्यसनं आपलं मत व्यक्त केलं. ''आजकालच्या दिवसांत इतकी मुलं असणं चांगलं नव्हे. आपल्या सरकारनं लोकांना सांगितलं पाहिजे, 'सहा मुलांनंतर पाळणा थांबवा' म्हणून. सहा मुलं पुष्कळ झाली. आई-वडिलांना आणखी खर्च करणं शक्य असेल, तर सात किंवा आठ मुलं होऊ द्यावीत; पण बारा-बारा मुलं म्हणजे...''

"अगदी खरं आहे तुमचं म्हणणं." मॅडम माकुत्सीला चार भाऊ अन् दोन बहिणी होत्या. इतक्या मुलांना पुरेसं शिक्षण देणं तिच्या आई-वडिलांना जमलं नव्हतं. "मलासुद्धा ९७ टक्के गुण कसे पडले, याचं मला कधी कधी आश्चर्यच वाटतं." ती म्हणाली.

"तुम्ही फक्त तीनच भावंडं असतात ना, तर तुला १०० टक्क्यांहूनही अधिक गुण मिळाले असते!" प्रेश्यसनं चेष्टेच्या सुरात म्हटलं, पण ते मॅडम माकुत्सीच्या लक्षात आलं नसावं.

"अशक्य!" ती ठासून म्हणाली. "बोट्स्वाना कॉलेजच्या इतिहासात कुणाला १०० टक्क्यांहून जास्त गुण मिळालेले नाहीत... ते शक्यच नाही हो!"

त्या दिवशी सकाळी कुणीच अशील त्यांच्या ऑफिसात डोकावलं नाही. रिकाम्या वेळेचा उपयोग करावा, या हेतूनं मॅडम माकुत्सीनं आपला टाइपरायटर साफ केला, तर मॅडम रामोत्स्वेंनी लोबात्सेत राहणाऱ्या आपल्या दूरच्या बहिणीला एक पत्र लिहिलं. काम नसल्यामुळे सकाळ तशी रेंगाळतच होती. शेवटी बारा वाजता प्रेश्यसनं विचार केला– आता जेवून घ्यावं, हे बरं. मनातला विचार ती आपल्या सेक्रेटरीला बोलून दाखवणार, इतक्यात मॅडम माकुत्सी एकदम सावरून बसली. तिनं टेबलाचा खण घाईघाईनं बंद केला, टाइपरायटरमध्ये कागद चढवला आणि ती जोराजोरात काही तरी टाइप करू लागली. ह्याचा अर्थ, दारातून कुणी तरी अशील आत शिरत असावं! मॅडम रामोत्स्वेनं बाहेर नजर टाकली. एक मोठी गाडी दारापाशी येऊन थांबली होती. बोट्स्वानात सगळीकडे आढळतो, त्या धुळीचा हलकासा थर तिच्यावर बसलेला होता. सडपातळ बांध्याची एक गौरवर्णीय स्त्री चालकाच्या शेजारच्या स्थानावरून खाली उतरली. खाकी रंगाची पँट अन् त्याच रंगाचा ब्लाऊज घातलेल्या त्या स्त्रीनं दारावरल्या पाटीकडे क्षणभर पाहिलं, डोळ्यांवरचा गॉगल काढला अन् अर्धवट लोटलेल्या दारावर बोटांनी टक्टक् असा आवाज केला.

मॅडम माकुत्सीनं तिला आत येण्याची विनंती केली अन् त्याच वेळी मॅडम रामोत्स्वे तिच्या स्वागतासाठी उठून उभी राहिली.

"आधी वेळ ठरवून न आल्याबद्दल माफ करा... तुम्ही ऑफिसमध्ये भेटाल, अशी मला आशा होती." ती स्त्री म्हणाली.

हस्तांदोलनासाठी हात पुढे करत प्रेश्यस रामोत्स्वे म्हणाली, "तशी नेहमीच गरज नसते. तुम्ही केव्हाही आलात, तरी तुमचं स्वागतच होईल."

बोट्स्वानातले लोक ज्या प्रकारे हस्तांदोलन करतात, अगदी तसाच तिनं प्रेश्यसचा हात धरला– उजव्या हातानं हस्तांदोलन करताना आपला डावा हात तिनं

प्रेश्यसच्या उजव्या मनगटावर ठेवला. बहुतेक सगळे गोरे लोक हा प्रकार अतिशय उद्धटपणे करत– ते फक्त उजवा हात पुढे करत अन् त्यांचा डावा हात अशा वेळी काहीही वेडे चाळे करत असे. या बाईला बोट्स्वानातले रीती-रिवाज माहीत होते, ह्याचं प्रेश्यसला समाधान वाटलं.

अशिलांसाठी ठेवलेल्या खुर्चीत बसण्याची विनंती रामोत्स्वेनं त्या स्त्रीला केली, तेव्हा मॅडम माकुत्सीनं किटलीत चहासाठी आधण ठेवलं.

''माझं नाव आंद्रिया कर्टिन. दूतावासातल्या एकानं मला सांगितलं की, तुम्ही गुप्तहेर आहात अन् मला मदत करू शकाल.''

''दूतावास?'' एक भुवई उंचावत प्रेश्यसनं प्रश्न केला.

''अमेरिकन दूतावासाविषयी बोलतेय मी. एखाद्या गुप्तहेर संस्थेचं नाव मी त्यांना विचारलं, त्या वेळी तुमचं नाव सुचवलं गेलं.''

''माझं नाव सुचवलं त्यांनी, याचा मला आनंद वाटतो.'' प्रेश्यस हसून म्हणाली. ''काय अपेक्षा आहे तुमची?''

आपले हात एकावर एक ठेवून ती बसली होती. तिनं आपल्या हातांकडे नजर वळवली. प्रेश्यसनंही तिच्या हातांकडे पाहिलं. तिच्या हातांवर बारीक ठिपके उमटलेले होते. गोऱ्या लोकांच्या बाबतीत हा प्रकार घडतो, हे तिला माहीत होतं. फार काळ उन्हात राहिल्यामुळे त्यांची त्वचा सुरकुतते, काळवंडते. ही अमेरिकन स्त्री कदाचित खूप वर्षं आफ्रिकेत राहिली असावी. तिच्यासारखे अनेक जण प्रेश्यसला माहीत होते. हे लोक आफ्रिकेच्या प्रेमात पडत असावेत. काही जण तर आयुष्याच्या अखेरपर्यंत इथेच राहत असत. मॅडम रामोत्स्वेला या गोष्टीचं मुळीच आश्चर्य वाटायचं नाही. उलट, लोक दुसऱ्या कुठल्या देशात कसे राहू शकतात, याचंच तिला नवल वाटत असे. विशेषत: उत्तरेकडल्या थंडीतही ते कसे राहू शकतात, हे तिच्या आकलनापलीकडचं होतं. तिथला बर्फ, पाऊस आणि अंधार तिनं कधी अनुभवला नव्हता; तरीही तिला त्याविषयी एक प्रकारची भीती वाटत असे.

''मला असं म्हणायचंय, मी कुणाला तरी शोधतेय...'' प्रेश्यसच्या नजरेला नजर देत ती म्हणाली. ''पण मग तुम्हाला वाटेल की, माझ्या माहितीतलं कुणी तरी हरवलंय; तर तेही खरं नाहीये. खरं सांगायचं, तर त्या व्यक्तीचं काय झालं, हे मला जाणून घ्यायचंय. ही घटना होऊन गेल्याला आता पुष्कळ वर्षं झाली आहेत. त्यामुळे ती व्यक्ती जिवंत असण्याची शक्यता जवळजवळ नाहीच. नव्हे, माझी तशी खात्रीच आहे. नक्की काय घडलं, एवढंच मला जाणून घ्यायचं आहे.''

मॅडम रामोत्स्वेनं समजल्यासारखी मान हलवली. ''माझ्या लक्षात येतंय तुम्हाला काय म्हणायचंय ते. मनातल्या शंकेचं समाधान व्हावं, असं वाटतं आपल्याला. तुम्ही कुणाला तरी गमावलं आहे, ह्याचं मला फार वाईट वाटतं.''

म्लानसं हसून ती म्हणाली, ''खरंच, तुम्ही फार चांगल्या स्वभावाच्या आहात. तुमचा अंदाज योग्य आहे. मी कुणाला तरी गमावलं आहे.''

''कधी घडली ही गोष्ट?'' प्रेश्यसनं विचारलं.

''दहा वर्षांपूर्वी. माझा मुलगा हरवला, त्या गोष्टीला आता दहा वर्षं उलटून गेलीयत.''

काही क्षण कुणीच काही बोललं नाही. प्रेश्यसनं मॅडम माकुत्सीकडे पाहिलं. सिंकपाशी उभी असलेली तिची सेक्रेटरी एकटकपणे मि. कर्टिनला न्याहाळत होती. त्या दोघींची नजरानजर होताच तिनं किटली भरायचं काम अपराधीपणे सुरू केलं.

प्रेश्यसनं शांततेचा भंग करत म्हटलं, ''मला फार वाईट वाटतं तुमच्याबद्दल. आपलं लाडकं मूल गमावण्याचं दुःख काय असतं, ते मला ठाऊक आहे.''

''खरंच ठाऊक आहे तुम्हाला?'' असं तिनं विचारलं, तेव्हा तिच्या आवाजात एक प्रकारची धार आहे, असं प्रेश्यसला जाणवलं की, ती आपल्याला एक प्रकारचं आव्हान देते आहे, असा प्रश्नही तिच्या मनात उमटला. पण त्याकडे लक्ष न देता तिनं मृदूपणे म्हटलं, ''मी माझ्या तान्ह्या बाळाला गमावलं. तो जगलाच नाही फार.''

''मग तुम्हाला माझ्या दुःखाची कल्पना येऊ शकेल.'' नजर खाली वळवत ती म्हणाली.

एका इनॅमलच्या टवके उडालेल्या ट्रेमध्ये दोन मगमधून मॅडम माकुत्सीनं त्यांच्यासाठी चहा आणला. मिसेस कर्टिननं आभार मानत लाल, गरम चहाचे घुटके घ्यायला सुरुवात केली.

''तुम्हाला मी माझ्याविषयी थोडी माहिती देते, म्हणजे तुमच्या लक्षात येईल मी तुमच्यापाशी का आलेय अन् तुम्हीच माझं काम करावं, असं मला का वाटतं ते. तुम्ही माझी मदत केलीत, तर मला खूप आनंद होईल; पण तुम्ही नाही म्हणालात तरी मी समजू शकेन.''

''मी पण तुम्हाला काही सांगू इच्छिते. सगळ्याच अशिलांना मी मदत नाही करू शकत. त्यामुळे तुमचे पैसे किंवा माझा वेळ नाहक फुकट घालवणार नाही. तुमची बाजू ऐकल्यावर मी तुम्हाला माझं मत सांगेन.''

मिसेस कर्टिननं चहाचा मग खाली ठेवला अन् आपल्या खाकी पँटलाच आपला हात पुसला.

''माझ्यासारखी एक अमेरिकन बाई तुमच्या बोट्स्वानातल्या ऑफिसमध्ये का बसलीय, हे मी तुम्हाला आधी सांगते. माझं बोलणं झाल्यावर तुम्ही फक्त एकाच शब्दात उत्तर दिलंत तरी चालेल. हो म्हणा किंवा नाही; निर्णय तुम्ही घ्या.''

आफ्रिकन मनाचा मायकेल

मी आफ्रिकेला पहिल्यांदा बारा वर्षांपूर्वी आले, तेव्हा मी त्रेचाळीस वर्षांची होते. या देशाविषयी मला फार काही माहिती नव्हती. जे काही जुजबी ज्ञान होतं, ते इकडून-तिकडून ऐकलेलं आणि वृत्तपत्रांतून वा मासिकांतून मिळवलेलं होतं. मनामध्ये अनेक प्रतिमांची गोधडी तयार झालेली होती, इतकंच मी म्हणू शकेन. या प्रतिमा कशा प्रकारच्या होत्या? तर सॅव्हानासारखे गवताळ प्रदेश, तिथे आढळणारे वाघसिंहांसारखे हिंस्र प्राणी, ढगांच्या थरांतून सुळक्यासारखा डोकं वर काढणारा किलिमांजारो पर्वत यांसारख्या त्या प्रतिमा होत्या. इथल्या दुष्काळाबाबत, यादवी युद्धांबाबतीतही मी बरंच ऐकलेलं होतं. भकास नजरेनं कॅमऱ्याकडे पाहणाऱ्या भुकेल्या अन् तरीही नगाऱ्यासारखी पोटं असलेल्या अर्धनग्न मुलांचे फोटोही मी अनेक वेळा पाहिलेले होते. मला चांगलं माहीत होतं की, आफ्रिकेची ही केवळ एक बाजू– जगाला कायम दिसलेली वा दाखवलेली– आहे; खरी आफ्रिका याहून खूप वेगळी असणार. पण तेव्हा तरी मला इतकंच ठाऊक होतं.

माझा नवरा एक अर्थशास्त्रज्ञ होता. आम्ही कॉलेजमध्ये शिकत असतानाच आमची ओळख झाली. पदवी परीक्षेनंतर लगेचच आम्ही लग्न केलं. अगदी तरुण होतो आम्ही तेव्हा, पण सुदैवानं आमचं लग्न टिकलं. त्यानं राजधानीच्या ठिकाणी, वॉशिंग्टनमध्ये नोकरी मिळवली अन् काही काळानंतर त्याला 'जागतिक बँके'त

नोकरी मिळाली. अंगच्या हुशारीवर त्यानं तिथे बरीच प्रगती केली, पुष्कळ वरची जागाही मिळवली. इतक्या प्रगतीनंतर राजधानीतच आणखी वर चढत जाऊन शेवटी निवृत्त होणं त्याला अशक्य नव्हतं; पण मग त्याला तिथल्या कामात रस वाटेनासा झाला. काही आव्हानच उरलेलं नाहीये आपल्याला, ही भावना त्याला छळू लागली. झालं, एक दिवस त्यानं मला सांगितलं, ''मला दोन वर्षांसाठी विभागीय व्यवस्थापक म्हणून बोट्स्वानाला पाठवायचा विचार करतेय 'जागतिक बँक.' तिथल्या वेगवेगळ्या प्रकल्पांसंदर्भात आहे हे काम.'' मलाही बरंच वाटलं ते ऐकून. त्याच्या दृष्टीनं ही बढती होती ही एक गोष्ट. मी असाही विचार केला की, जर या कामाच्या निमित्तानं ह्याचा अस्वस्थपणाही दूर होणार असेल, तर चांगलंच आहे. नाही तर असे पुरुष मनातल्या बेचैनीवर काही तरी वेगळाच उपाय शोधतात. तुम्हाला माहीत असेलच, मॅडम पुरुषांच्या बाबतीत काय होतं ते– त्यांच्या तारुण्याला ओहोटी लागली की ते भयंकर घाबरतात. अशा वेळी ते काय वेडेपणा करतील, काही सांगता येत नाही. बहुतेक वेळा ते तरुण पोरींच्या प्रेमात पडतात. त्या पोरींना पण असं कुणी तरी सावज हवंच असतं, की जे त्यांच्या जाळ्यात सापडेल अन् त्यांच्यावर पैशाची उधळण करेल. आपला स्वार्थ साधण्यासाठी त्या पोरी या पुरुषांच्या पुढे-पुढे करतात. त्याला सांगतात, तो अजून कसा आकर्षक दिसतो वगैरे. मग आपले नवरेही पाघळतात असल्या स्तुतीला.

मला माझ्या नवऱ्याच्या बाबतीत असं काही व्हायला नको होतं, म्हणून त्याच्याबरोबर इथे यायला मी तयार झाले. आमचा अठरा वर्षांचा मुलगा मायकेलही आमच्याबरोबर आला. खरं म्हणजे, त्याच वर्षी तो कॉलेजमध्ये प्रवेश घेणार होता. पण आम्ही दोघांनी विचार केला– त्यानं एक वर्ष सुट्टी घेतली, हा वेळ आमच्याबरोबर घालवला, तरी काही बिघडणार नाही. पुढल्या वर्षी तो डार्टमाऊथला कॉलेजशिक्षणासाठी जाणार, हे पक्कं झालेलं होतं. मॅडम, हे अमेरिकेतील एक अत्यंत नावाजलेलं कॉलेज आहे. तशी बरीचशी कॉलेजं यथातथाच आहेत, पण हे कॉलेज त्यांच्याहून फार वेगळं आहे. अशा कॉलेजात त्याला प्रवेश मिळाला, याचा आम्हा दोघांनाही अभिमान वाटला होता.

बोट्स्वानाला जायच्या कल्पनेनं मायकेल इतका उत्तेजित झाला की, आफ्रिकेबद्दल जी मिळेल, ती माहिती वाचून काढायचा त्यानं सपाटा लावला. आम्ही इथे आलो, तोपर्यंत त्याच्याजवळ आमच्यापेक्षा किती तरी पटीनं जास्त माहिती होती. व्हॅन डर पोस्टनं आफ्रिकेबद्दल जे-जे लिहिलं होतं, ते सगळं ह्या मुलानं वाचून काढलं. त्यातला बराचसा भाग म्हणजे अवास्तव कौतुकाचाच भाग होता. पण मायकेल तेवढ्यावरच थांबला नाही. आफ्रिकेबद्दलची त्याच्या मनाची भूक एवढी वाढली की, आता त्यानं अधिक मोठे, विद्वत्तापूर्ण लेखक वाचायला सुरुवात केली. मानववंशशास्त्रज्ञांनी

'सान'वर केलेलं लिखाण; इतकंच नव्हे, तर त्यानं 'मोफॅट जर्नल्स'ही वाचून काढली. मला वाटतं, इतकं सगळं ज्ञान मिळवल्यामुळेच त्याला आफ्रिकेविषयी खूप प्रेम वाटू लागलं असावं. इथे येण्याआधीच तो या खंडाच्या प्रेमात अगदी आकंठ बुडाला, असं मी म्हटलं, तर ती अतिशयोक्ती होणार नाही.

बँकेनं आमच्यासाठी 'गॅबरोन'मध्ये घराची व्यवस्था केलेली होती. ज्या स्टेट हाऊस विभागात सगळ्या देशांचे दूतावास आहेत, त्याच्या मागच्या बाजूलाच हे घर होतं. बघताक्षणीच मीदेखील या घराच्या प्रेमात पडले. त्या वर्षी पाऊस छान झाला होता अन् घरासमोरची बागही मस्त जोपासलेली होती. कॅना आणि अॅरम लिली फुलांचे ताटवेच्या ताटवे बहरले होते त्या वेळी; बोगन व्हिलाची रंगीबेरंगी फुलं बघूनही माझ्या डोळ्यांचं पारणं फिटलं. इथल्या दाट हिरवळीबद्दल तर काय सांगू तुम्हाला? घराभोवती असलेल्या उंच, पांढऱ्या भिंतीच्या आत जणू स्वर्गाचं दर्शन घडलं आम्हाला.

मायकेलच्या बाबतीत तर काय झालं; माहीत आहे? एखाद्या लहान मुलाला खाऊच्या खजिन्याचा पत्ता लागावा अन् त्यानं हुरळून जावं, तसं वाटलं आम्हा दोघांना त्याचं वागणं पाहून. रोज सकाळी लवकर उठून तो जॅकचा ट्रक घेऊन बाहेर पडायचा आणि मोलेपोलोलेच्या रस्त्याला लागायचा. तिथून तो तासभर आजूबाजूच्या गवताळ प्रदेशात भटकायचा अन् न्याहारीच्या वेळेपर्यंत घरी परतायचा. एक-दोनदा मीही गेले त्याच्याबरोबर. खरं तर सकाळी लवकर उठायची मला मुळीच आवड नाही, पण एक अनुभव घ्यावा म्हणून मी गेले. वाटेत दिसलेल्या सगळ्या पक्ष्यांबद्दलच नव्हे, तर मातीतून सरपटणाऱ्या पाली-सरड्यांबद्दलही त्यानं मला बरीच माहिती सांगितली. काही दिवसांच्या आतच त्याला या सगळ्या पक्ष्यांची अन् प्राण्यांची नावं माहीत झाली होती. मजेत भटकत असताना पाठीवर उगवत्या सूर्याची उबदार किरणं जाणवायची, तेव्हा इतकं छान वाटायचं, मॅडम! तुम्हाला हा सगळा अनुभव असेलच... 'कलहारी' वाळवंटाच्या सीमारेषेवरला तो प्रदेश तुम्ही पाहिला असेलच? त्या सकाळच्या प्रहरी आकाशाचा रंग भुरकट पांढरा असतो; आकाश निरभ्र असतं अन् हवेत कसले कसले उग्र दर्प भरून राहिलेले असतात. ती स्वच्छ हवा छातीत अगदी भरून घ्यावीशी वाटते.

जॅक आपल्या कामात मग्न असायचा. त्याला अनेक प्रकारच्या लोकांना भेटावं लागायचं– सरकारी अधिकारी, मदत देणारे अमेरिकन लोक, अर्थ खात्याचे लोक– एक ना दोन. मला त्या कशातच रस नव्हता, त्यामुळे मी आपली घरकामात माझं मन रमवू लागले. जोडीला वाचन असायचं. माझं ज्यांच्याशी चांगलं जमायचं, अशा लोकांबरोबर कधी मी सकाळच्या वेळी कॉफी प्यायचे. त्याव्यतिरिक्त मी एका मेथॉडिस्ट दवाखान्यात काही वेळ काम करायचे. गावच्या लोकांना गरज असेल,

तेव्हा त्यांच्या घरून त्यांना दवाखान्यात आणणं, पोहोचवणं अशी कामं मी करत असे. या कामामुळे मला इथल्या लोकांविषयी समजू लागलं, आजूबाजूचा परिसर पाहता आला; एरवी ही गोष्ट शक्य झाली नसती. मॅडम, तुम्हा लोकांविषयी मी बरंच काही जाणू शकले, ते या कामातूनच.

मागे वळून पाहता, मला असं म्हणावंसं वाटतं की, त्या काळी मी जितकी आनंदात होते, तितका आनंद मी यापूर्वी कधीच अनुभवला नव्हता. पहिल्यांदाच आमची अशा एका देशाची ओळख झाली होती, जिथले लोक एकमेकांना इतक्या समभावानं, प्रेमानं आणि आनंदानं वागवत होते. त्याउलट, आमच्या देशातल्या लोकांना मिळेल तितकं लुबाडण्याची जणू हावच सुटलीय, असं वाटतं. इथं आल्यावर मला एक प्रकारच्या विनम्रतेचा अनुभव आला. इथल्या तुलनेत मला माझ्या देशातली प्रत्येक गोष्ट खोटी, फसवी अन् उथळ वाटू लागली. इथल्या लोकांनाही त्रास होता, विवंचना होत्या, कित्येक जण कमालीचे गरीब होते; पण त्यांच्यामध्ये मला एक विलक्षण बंधुभाव दिसून आला. मी आफ्रिकन लोकांना एकमेकांशी बोलताना पाहिलं तेव्हा माझ्या लक्षात आलं की, ते परस्परांना 'भाऊ' किंवा 'ताई' असं संबोधतात– अगदी अनोळखी माणसंदेखील याच पद्धतीनं बोलतात. सुरुवातीला माझ्या कानाला ते फार विचित्र वाटलं, पण काही काळानं मला त्यामागची भावना समजली अन् मी त्यांना समजू शकले. मग काही दिवसांनी एका स्त्रीनं मला 'ताई' म्हणून हाक मारली अन् मला तर रडूच कोसळलं. तिला बिचारीला कळेचना, मला काय झालं होतं ते! माझ्या अशा वागण्यानं बिचारी पार बावचळून गेली. मग मी तिला म्हटलं, ''काही नाही गं, मला असंच रडू आलं. तुझी काही चूक वगैरे नाही.'' त्या क्षणी मला वाटलं, मला माझ्या मैत्रिणींना अशा प्रकारे 'ताई' वगैरे म्हणता आलं, तर किती छान होईल! पण नाही, तिथे ते खूप कृत्रिम वाटेल. मला तसं वागताच येणार नाही. पण असा काही तरी अनुभव मला आला, हे मात्र खरं. हळूहळू मी शिकत होते. इथं आल्यावर इथल्या वेगळ्या रीतीभाती मी शिकत होते अन् त्या मला आवडत होत्या.

मायकेलनं इथली 'सेत्स्वाना' भाषा शिकायला सुरुवात केली आणि लवकरच त्याच्यात छान प्रगतीही दिसू लागली. त्याला या भाषेचे पाठ द्यायला आठवड्यातून चार दिवस नोगाना नावाचे एक गृहस्थ आमच्या घरीच येत असत. साठी उलटून गेलेले हे गृहस्थ एक निवृत्त शिक्षक होते. स्वत:चा आब राखून राहणाऱ्या या माणसाबद्दल कुणालाही आदर वाटावा, असं त्यांचं व्यक्तिमत्त्व होतं. ते छोट्या गोल भिंगांचा चष्मा वापरत असत अन् त्याची एक काच तडकलेली होती. त्यांची आर्थिक स्थिती बेताचीच असावी, म्हणून मीच त्यांना म्हटलं, ''तुमची हरकत नसेल, तर मी तुमच्या चष्म्याची काच बदलून आणते.'' पण त्यांनी नकारार्थी मान

हलवली अन् शांतपणे म्हणाले, “त्याची काही जरुरी नाही– या चष्म्यानंदेखील मला व्यवस्थित दिसतं.” मी त्यांना मदत करण्याची इच्छा दाखवल्याबद्दल त्यांनी माझे आभारही मानले. शिकवणीच्या वेळी ते दोघं जण व्हरांड्यात बसायचे. नोगाना त्याला मुख्यत्वेकरून व्याकरण शिकवायचे, पण हे करत असताना ते त्याच्या शब्दसंग्रहातही पुष्कळ भर घालत राहायचे. कुठलीही नवी वस्तू दिसली की, ते त्यासाठी असलेला शब्द मायकेलला सांगायचे : बागेतील झाडंझुडपं, आकाशात विहार करणारे ढग, पक्षी– एक ना दोन.

“तुमचा मुलगा भराभर प्रगती करतोय. त्याच्या आत एक आफ्रिकन हृदय आहे, त्या हृदयालाच मी आमची भाषा बोलायला शिकवतोय!” ते मला म्हणाले.

मायकेलनं लवकरच मित्रही जमवले. तसं पाहिलं, तर गॅबोरोनमध्ये त्याच्या वयाची अनेक अमेरिकन मुलं होती, पण त्यांच्याशी मैत्री करण्यात मायकेलनं रस दाखवला नाही. इथं काही मुलं अशीही होती, ज्यांचे आई-वडील दूतावासात नोकरी करत होते; पण मायकेलला त्यांच्याबरोबरही मैत्री करायची नव्हती. त्याला आवडू लागले ते इथले रहिवासी किंवा असे लोक, ज्यांना आफ्रिकेविषयी काही माहिती होती. दक्षिण आफ्रिकेतून हद्दपार केल्या गेलेल्या एका तरुणाबरोबर तो खूप वेळ घालवू लागला. आणखी एक माणूस होता, जो इथे येण्यापूर्वी मोझँबिकमध्ये वैद्यकक्षेत्रात सेवाभावी काम करत असे. हे दोघंही तरुण गंभीर स्वभावाचे होते अन् मलाही ते आवडले.

असेच काही महिने गेले. आता तो बराच काळ अशा लोकांबरोबर घालवू लागला, जे मोलेपोलोलेच्या पलीकडील एका जुन्या घरात राहत होते. हे घर एका शेतात होतं. जोहान्सबर्गहून आलेली एक मुलगीही त्यांच्या गटात होती. ह्या मुलीनं कसल्या तरी राजकीय चळवळीत भाग घेतला होता आणि त्यामुळे होणारा त्रास टाळण्यासाठी ती इकडे आली होती. आणखी एक तरुण होता, तो नामिबियातून आलेला, पण मूळचा जर्मन होता. किरकोळ अंगयष्टीचा, दाढी राखणारा हा तरुण ध्येयवादी होता. त्याला कृषिक्षेत्रात काही तरी सुधारणा घडवून आणायच्या होत्या. आणखी बरेच लोक होते, ते मोचुडीतल्या ब्रिगेड मूव्हमेंटमध्ये काम करत होते. समविचारी असे हे लोक एक प्रकारची वसाहत करून एकत्र राहायचे. मला वाटतं, वसाहत ह्या शब्दातून कदाचित योग्य तो अर्थ व्यक्त होणार नाही. या शब्दामुळे बऱ्याच जणांच्या मनात, एकत्र बसून चरस-गांजासारख्या अमली पदार्थांचं सेवन करणाऱ्या हिप्पी लोकांचं चित्र डोळ्यांसमोर उभं राहतं. पण ही वसाहत त्यापेक्षा एकदमच वेगळी होती. इथे राहणारे सगळे तरुण आदर्शवादी होते; काही तरी करून दाखवण्याची जिद्द त्यांच्या मनात धगधगत होती. इथल्या रेताड जमिनीत त्यांना भाज्या पिकवायच्या होत्या.

त्या जर्मन तरुणाच्या डोक्यातून ही सुपीक कल्पना आलेली होती. त्याचं नाव होतं बर्कहार्ट. सावली धरू शकेल, अशा प्रकारचं जाळीचं कापड वापरलं आणि ठिबकसिंचन पद्धतीचा वापर केला, तर बोट्स्वाना आणि नामिबियासारख्या देशांतली शेती या देशात आमूलाग्र बदल घडवू शकेल, असं त्याला वाटत होतं. काही ठिकाणी तुम्ही ही पद्धत वापरलेली पाहिलीही असेल, मॅडम. एका बारीकश्या तोटीच्या आत एक दोरी ओवलेली असते. त्या दोरीतून एका वेळी एक थेंब, अशा धीम्या गतीनं झाडांच्या मुळापाशी पाणी ठिबकत राहतं. तेवढंच पाणी त्या झाडाला पुरेसं असतं. मी माझ्या डोळ्यांनी पाहिलंय, म्हणूनच खात्रीपूर्वक सांगू शकतेय.

त्या फार्महाऊसवर बर्कहार्टला एक सहकारी संस्था काढायची होती. त्यानं कुठून-कुठून थोडे पैसे जमवले. मग या लोकांनी तिथली थोडी जमीन साफ केली आणि एक कूपनलिकाही खणली. आसपासच्या अनेक स्थानिक लोकांना त्यांनी आपल्या सहकारी चळवळीत सामील करून घेतलं. भोपळे, काकड्या वगैरे भाज्या पिकवण्यात लवकरच त्यांना बरंच यश मिळालं. पहिल्यांदा मी मायकेलबरोबर तिकडे गेले होते, तेव्हा मी त्यांचे प्रयोग पाहिले. या शेतमालातला काही भाग ते गॅबोरोनमधल्या हॉटेलांना, तर काही हिस्सा ते हॉस्पिटलच्या भटारखान्यालाही विकत असत.

ह्याच लोकांबरोबर मायकेल आपला बराच वेळ घालवू लागला आणि मग एक दिवस त्यानं आम्हाला सांगितलं, ''मला त्यांच्याबरोबरच राहायचंय.'' सुरुवातीला मला जरा काळजीच वाटायची. कुठल्या आईला वाटणार नाही? पण जेव्हा आमच्या दोघांच्या हे लक्षात आलं की आफ्रिकेसाठी काही तरी करणं, ही त्याच्यासाठी फार महत्त्वाची गोष्ट होती; तेव्हा एका रविवारी दुपारी मी स्वत: त्याला गाडीतून तिथे सोडून आले. ''पुढच्या आठवड्यात मी शहरात येईन आणि तुम्हाला भेटेन.'' निरोप घेताना मायकेल म्हणाला अन् त्यानं आपला शब्द पाळला. फार खूश दिसली स्वारी तेव्हा. नव्या मित्रांबरोबर राहण्यात त्याला खूप आनंद, समाधान वाटत होतं, हे आम्हाला जाणवलं.

बऱ्याच वेळा आमची भेट होत असे. शहरापासून तासाभराच्याच अंतरावर होती ही जागा. जवळपास रोजच त्यांची गावात फेरी व्हायची– कधी जवळचा माल विकण्यासाठी, तर कधी गरजेच्या वस्तू खरेदी करण्यासाठी. त्यांच्यापैकी काही जण बोट्स्वानातील होते. त्यातला एक जण प्रशिक्षित परिचारक होता. त्यानं तिथं एक छोटासा दवाखाना काढला. बारीकसारीक आजारांवर तो इलाज करू शकत असे. आसपासच्या गावांतील मुलांना जंत व्हायचे, त्यांना ह्यानं बरं केलं. साध्या, किरकोळ त्वचारोगांपासून त्यांना मुक्ती दिली. मग सरकारनं काही औषधांचा साठा दिला, तर बर्कहार्टनं काही औषध कंपन्यांकडून अशी औषधं मिळवली, जी

कालबाह्य झाली असल्यामुळे ती दुकानात विकणं शक्य नव्हतं, पण जी रुग्णाला देण्यायोग्य होती. त्या वेळी लिव्हिंगस्टोन हॉस्पिटलमध्ये डॉ. मेरीवेदर म्हणून एक जण होते, तेदेखील अधूनमधून तिकडे चक्कर मारायचे, सगळं सुरळीत चाललं आहे ना, ह्याची खबरदारी घ्यायचे. 'तिथला परिचारक कुठल्याही चांगल्या डॉक्टरच्या योग्यतेचा आहे,' असं त्यांनीच मला एकदा सांगितलं.

आता मायकेलची अमेरिकेला जायची वेळ जवळ येऊन ठेपली. ऑगस्ट महिन्याच्या तिसऱ्या आठवड्यात त्याला डार्टमाऊथमध्ये दाखल होणं गरजेचं होतं. पण जुलैच्या अखेरीस तो आम्हाला म्हणाला, "इतक्यात नाही जायचं मला अमेरिकेला. आणखी एक वर्षतरी मी बोट्स्वानातच राहायचा विचार करतोय."

"अन् तुझ्या कॉलेजशिक्षणाचं काय? आपण प्रवेश घेतलाय तुझ्यासाठी."

"माहीत आहे मला," त्यानं उत्तर दिलं. "मी डार्टमाउथला पत्र पाठवलं होतं माझ्या इथल्या कामाविषयी अन् त्यांना विनंती केली होती की, मला एक वर्षाची सवलत द्यावी." ह्यातलं आम्हा दोघांना काहीच ठाऊक नव्हतं.

"मग?" आम्ही दोघांनी जणू एका सुरात विचारलं.

"त्यांनी माझी विनंती मान्य केलीय." शांत सुरात मायकेल म्हणाला.

पण त्याच्या शांतपणानं माझी काळजी दूर झाली नाही. तुम्हाला ते समजू शकेलच. अमेरिकेत कॉलेज शिक्षण घेणं किती गरजेचं असतं, हे सगळ्यांनाच ठाऊक असतं. असं शिक्षण नसेल, तर चांगली नोकरी मिळणं शक्यच नसतं. मायकेलनं शिक्षण सोडलंय, आपलं सगळं आयुष्य तो एखाद्या वसाहतीत घालवतोय, असली चित्रं माझ्या डोळ्यांसमोर तरळू लागली. ध्येयवादानं पछाडलेली मुलं वेगळ्याच मार्गानं जायचं ठरवतात, तेव्हा त्यांच्या आई-वडिलांना जी भीती वाटत असेल, तीच आम्हालाही वाटली त्यावेळी.

जॅक आणि मी याच विषयावर तास न् तास चर्चा करायचो. शेवटी जॅक अशा निष्कर्षाप्रत पोहोचला की, आम्ही दोघांनी मायकेलला त्याच्या मनासारखं वागू द्यावं. त्याला आम्ही विरोध केला, तर त्याची प्रतिक्रिया म्हणून तो अट्टहासानं आपलं तेच खरं तर करेल; पण कदाचित तो कायमचाच त्या मार्गानं जाईल, आम्हाला पूर्णपणे दुरावेल. उलट, आत्ता आम्ही त्याला त्याच्या मनाप्रमाणे वागू दिलं, तर कदाचित आणखी एका वर्षानं तो स्वखुशीनं हे काम सोडेल अन् पुन्हा कॉलेजशिक्षण घ्यायला सुरुवात करेल.

"तो जे काही करतोय, ते काम चांगलंच आहे." जॅकनं आपलं मत सांगितलं. "त्याच्या वयाची बहुतेक मुलं किती स्वार्थी अन् अप्पलपोटी असतात, ते आपण पाहिलंय ना?"

"पटतंय मला तुझं म्हणणं." मी त्याच्या मताला दुजोरा दिला. मलाही

दिसतच होतं की, मायकेल अगदी योग्य तेच काम करत होता. बोट्स्वानासारख्या देशात अशा प्रकारच्या कामाची खरी गरज आहे, ह्यावर लोकांचा विश्वास होता. आणि मलाही हे जाणवत होतं की, दक्षिण आफ्रिकेत त्या काळी जे काही घडत होतं, त्याला चांगला विधायक पर्याय आहे, हे सिद्ध करण्यासाठी तरी लोकांनी असली काम करणं आवश्यकच होतं. खरोखरच सांगते, त्या दिवसात तरी बोट्स्वाना देश इतरांना एखाद्या दीपस्तंभासारखा मार्गदर्शक ठरत होता.

तात्पर्य, मायकेल तिथेच राहिला. मग आमची अमेरिकेला जायची वेळ येऊन ठेपली, तेव्हाही त्यानं परत जायला नकार दिला. तो म्हणाला, ''माझ्यासाठी इथं करण्यासारखं पुष्कळ काम आहे अजून. आणखी काही वर्षं तरी मला इथंच राहायचंय. आमचा मळा आता बहरू लागलाय, आम्ही अनेक कूपनलिका खोदल्या आहेत; वीस कुटुंबांना रोजगार मिळवून दिलाय आम्ही. या प्रकारचं काम अर्धवट नाही सोडायचं मला.''

मी या सगळ्याची कल्पना केलेलीच होती– खरं तर जॅकनंदेखील. अर्थात, आम्ही त्याला समजावयाचा पुष्कळ प्रयत्न केला, पण त्याचा काही उपयोग झाला नाही. शिवाय आता त्याला त्या दक्षिण आफ्रिकन मुलीविषयी आकर्षण वाटू लागलं होतं. खरं पाहिलं, तर ती त्याच्यापेक्षा चांगली सहा-सात वर्षांनी मोठी होती. तिच्यासाठीच तो इथं राहायचं म्हणतोय, असं मला जेव्हा वाटलं; तेव्हा मी त्याला म्हटलं, ''त्या मुलीसाठी तू इथं राहायचं म्हणत असशील, तर आपण तिला तिकडे न्यायची व्यवस्था करू या, म्हणजे प्रश्नच मिटला.'' त्यानं माझी ती कल्पनाच धुडकावून लावली. ''मी इथं राहायचं म्हणतोय, ते या आफ्रिका खंडासाठी; एका बाईसाठी नव्हे. तुमचा तसा काही समज झाला असेल, तर तो तुम्ही डोक्यातून काढून टाका.'' स्पष्ट शब्दांत त्यानं आम्हाला सुनवलं.

मग आम्ही त्याच्याशिवायच परत जायचं ठरवलं. त्याआधी आम्ही एक गोष्ट मात्र केली. त्याच्यासाठी आम्ही भरपूर पैशांची सोय केली. सुदैवानं माझ्या वडिलांनी माझ्या नावानं बराच पैसा ठेवलेला होता, आणि म्हणूनच हे शक्य झालं. मला एक भीती वाटत होती– मायकेलला बर्कहार्ट गळ घालेल की, हे पैसे त्यानं त्यांच्या मळ्यात घालावेत, नाही तर एखादं धरण बांधण्यासाठी खर्च करावेत. पण त्यालाही माझी विशेष हरकत नव्हती. माझ्या दृष्टीनं एवढंच पुरेसं होतं की, मायकेलला कधी पैशांची गरज लागली, तर गॅबोरोनमध्ये ती सोय होती.

आम्ही दोघं वॉशिंग्टनला परतलो. गंमत म्हणजे, मायकेलला आफ्रिकेतच का राहायचं होतं, ते मला इथे परत आल्यानंतरच नक्की लक्षात आलं. वॉशिंग्टनची प्रत्येक गोष्ट मला खोटी वाटू लागली. प्रत्येक जण मला आक्रमक वृत्तीचा वाटू लागला. मला बोट्स्वानातले दिवस आठवू लागले अन् काय सांगू तुम्हाला मॅडम...

असा एकही दिवस जात नसे– अगदी एकही नाही की, ज्या दिवशी मला तुमच्या देशाची आठवण आली नसेल. प्रत्येक वेळी माझ्या काळजात एक कळ उठत असे. मला केव्हाही वाटायचं, पट्कन उठावं अन् बाहेरच्या काटेरी झाडाखाली जाऊन उभं राहावं किंवा स्वच्छ पांढऱ्या आकाशाकडे नजर लावावी. त्यासाठी कोणतीही मोठी किंमत मोजायची माझी तयारी होती. रात्रीच्या वेळी आफ्रिकेतील लोक एकमेकांशी मोठ्या आवाजात बोलायचे, त्याचीही मला आठवण येत असे. इतकंच काय, तुमच्या इथला कडक उन्हाचा ऑक्टोबर महिनाही मला वारंवार आठवू लागला.

दर आठवड्याला मायकेल आम्हाला पत्र पाठवत असे. पत्रात तिथल्या मळ्याविषयी तो भरभरून लिहीत असे. त्यांचे टोमॅटो कसे छान वाढताहेत, पालकाच्या पानांवर अळ्यांनी हल्ला चढवला, वगैरेबद्दल तो अगदी सविस्तरपणे लिहीत असे. त्याची पत्रं वाचताना वाटायचं, तो मला ते प्रत्यक्षच सगळं सांगतोय! माझ्या डोळ्यांसमोर चित्र उभं राहायचं अन् छातीत एक तीव्रशी कळही उठायची. वाटायचं– तो जे काम करतोय, ते आपल्याला करायला मिळालं असतं; तर किती छान झालं असत! इथं अमेरिकेत मी जे काही करत होते, त्यानं कुणाच्याही आयुष्यात काडीचाही फरक पडत नव्हता. तिथं मायकेल अन् त्याचे सोबती मात्र जे काम करत होते, त्यामुळे अनेकांच्या आयुष्यात चांगला बदल होत होता. वेळ घालवण्यासाठी मी तऱ्हेतऱ्हेचं समाजकार्य सुरू केलं, शैक्षणिक कार्यात मदत केली. जे वृद्ध लोक घरातून बाहेर पडू शकत नव्हते, त्यांना घरपोच पुस्तकं दिली. पण दर वेळी मला वाटायचं– तिकडे हजारो मैल दूर आफ्रिकेत माझा मुलगा ज्या प्रकारचं काम करतोय, त्याच्या तुलनेत माझं काम काहीच नाही.

त्यानंतर एक आठवडा त्याचं पत्र आलं नाही अन् मग तीन-चार दिवसांनी बोट्स्वानातील अमेरिकन दूतावासातून एक फोन आला. माझा मुलगा बेपत्ता झाल्याचं पोलिसांत कळवण्यात आलं होतं. पोलीस-तपास चालू होता, काही माहिती मिळाली की ते मला कळवणार होते.

मी बोट्स्वानाला ताबडतोब निघून आले. विमानतळावर मला नेण्यासाठी दूतावासातील एक जण आला होता, तो माझ्या माहितीतला होता. त्यानं मला सांगितलं, ''बर्कहार्टनं पोलिसांत कळवलं होतं की, एका संध्याकाळी मायकेल अचानक हरवला होता. संध्याकाळी सगळ्यांनी एकत्र जेवण घेतलं होतं, त्या वेळी मायकेल हजर होता; त्यानंतर कुणीच त्याला पाहिलं नव्हतं.'' तो कुठे गेला, ते दक्षिण आफ्रिकेतील त्या मुलीलाही माहीत नव्हतं. आम्ही तिथून निघाल्यानंतर मायकेलनं एक ट्रक विकत घेतला होता, तो मात्र तिथेच होता. काय झालं असावं, याविषयी कुणालाच काही अंदाज बांधता येत नव्हता.

मळ्यावरच्या प्रत्येकाला पोलिसांनी चौकशीदाखल प्रश्न विचारले होते, पण

कुणीच काही सांगू शकलं नव्हतं. ना कुणी त्याला पाहिलं होतं, ना कुणाला मायकेल कुठे गेला, याविषयी काही माहिती होती. जणू काही रात्रीच्या अंधारानंच त्याला गिळून टाकलं होतं!

गॅबोरोनमध्ये पोहोचल्या-पोहोचल्या मी मळ्यावर गेले. बर्कहार्टला फार काळजी लागून राहिली होती, तरी त्यानं माझी समजूत काढण्यासाठी मला म्हटलं, "येईल तो लवकरच. कुठे तरी जवळपासच गेला असेल." पण अशा प्रकारे कुणालाही काही न सांगता मायकेलनं निघून का जावं, या प्रश्नाचं उत्तर मात्र त्याला देता आलं नाही. ती पोरगी मात्र अगदी गप्प गप्प होती. तिला माझा कसला तरी संशय येत होता की काय, कुणास ठाऊक; पण ती माझ्याशी जवळजवळ काहीच बोलली नाही. मायकेलनं असं गायब होण्याचं कारण तिलाही देता आलं नाही.

मी चार आठवडे तिथं राहिले. मायकेलच्या बेपत्ता होण्याविषयीची बातमी आम्ही वृत्तपत्रांमध्ये दिली आणि त्याच्याविषयी माहिती देणाऱ्याला इनामही जाहीर केलं. मनामध्ये सर्व शक्यतांचा विचार करत मी हॉटेलहून मळ्यावर अन् पुन्हा हॉटेलवर, अशा चकरा मारत राहिले. शिकारी प्राण्यांचा मागोवा घेणाऱ्या एका माणसालाही मी पैसे देऊ केले अन् त्याला जवळपासच्या झुडपात मायकेलचा शोध घ्यायला सांगितलं. त्यानं सगळा परिसर पिंजून काढण्यात दोन आठवडे खर्च केले अन् शेवटी काही उपयोग नाही, असं माझ्या लक्षात आलं. हाती काहीच लागलं नाही आमच्या.

अखेरीस त्यांनी असा निष्कर्ष काढला की, मायकेलच्या गायब होण्यामागे दोन कारणं असू शकतात. एखाद्या चोरीच्या प्रकरणाच्या संदर्भात कुणी तरी मायकेलचा काटा काढला असणार आणि मग त्याच्या प्रेताची विल्हेवाटही लावली असणार, त्यामुळेच कुठेही त्याचा मागमूस उरला नव्हता. दुसरी शक्यता अशी होती की, एखाद्या हिंस्र प्राण्यानं त्याची शिकार केली असणार– कदाचित कलहारी वाळवंटातला एखादा सिंह गावाच्या वेशीतून आत शिरला असेल. खरं म्हणजे, मोलेपोलोलेच्या इतक्या जवळ सिंह कधी फिरकत नसत; पण तशी शक्यता अगदीच नाकारताही येत नव्हती. मला मात्र ती विशेष पटली नाही; कारण तसं झालं असतं, तर मागोवा घेणाऱ्याला थोडाफार पुरावा तरी मिळालाच असता. त्याला काहीही धागादोरा सापडला नव्हता, की सिंहाची विष्ठाही कुठे आढळली नव्हती. काही म्हणजे काहीही मागमूस लागत नव्हता माझ्या मुलाचा, एवढंच खरं होतं.

एका महिन्यानंतर मी परत एकदा आले आणि परत काही महिन्यांनी. प्रत्येक वेळी मला सगळ्यांनी सहानुभूती दाखवली, पण मग मला असं वाटू लागलं की, आता त्यांच्याजवळ माझ्याशी बोलण्यासारखं काही उरलेलं नाही. नाइलाजानं मीही मग सगळं काही अमेरिकन दूतावासाच्या हाती सोपवलं अन् अमेरिकेला परतले.

बऱ्याच वेळा त्यांनी पोलिसांना फोन करून चौकशी केली, पण दर वेळी त्यांना तेच उत्तर मिळालं– 'काहीही शोध लागला नाही.'

सहा महिन्यांपूर्वी जॅक वारला. स्वादुपिंडाच्या कर्करोगानं त्याला बरीच वर्षं ग्रासलेलं होतं. तो यातून उठण्याची शक्यता नाही, याची कल्पना डॉक्टरांनी मला दिलेलीच होती. तो गेल्यानंतर मी मनाशी ठरवलं, एक अखेरचा प्रयत्न करून पाहायचा. हे सगळं तुम्हाला ऐकायलाही विचित्र वाटत असेल ना मॅडम, की दहा वर्षांपूर्वी घडून गेलेल्या घटनेविषयी एक बाई परत परत चौकशी करत का फिरतेय? पण तुम्हाला माझ्या मनातलं सांगू का? मला फक्त जाणून घ्यायचंय की, माझ्या मुलाच्या बाबतीत नक्की काय घडलं? तो मला परत मिळणार नाही, हे मला ठाऊक आहे. तो आता जिवंत नसणार, हे सत्य माझ्या मनानं केव्हाच स्वीकारलंय. पण खऱ्या अर्थानं मला या प्रकरणावर पडदा टाकायचाय. त्याला अखेरचा निरोप द्यायचा आहे मला, एवढंच. याहून जास्त काही नकोय मला. तुम्ही मदत करू शकाल का मला? शोध घ्याल का त्याचा? तुमचं मूल तुम्ही गमावलंय, असं तुम्ही म्हणालात मला काही वेळापूर्वी... त्यामुळेच मला वाटतं, माझं दु:ख तुम्हाला कळू शकेल. मुलाच्या मृत्यूमुळे आईच्या आतड्यात कसं कालवतं, ते एक आईच समजू शकते. अखेरच्या श्वासापर्यंत हे ओझं ती बाळगत असते आपल्या उराशी...

मिसेस कर्टिन बोलायची थांबली अन् एक जडशीळ शांतता पसरली. थोडा वेळ काही बोलावं, असं प्रेश्यस रामोत्स्वेला वाटलंच नाही. काय मदत करू शकतो आपण या स्त्रीला? या गोऱ्या स्त्रीच्या मुलाचा शोध लावण्यात जिथे बोट्स्वानाचं पोलीस खातं आणि अमेरिकन दूतावासही तोकडे पडले होते, तिथे तिचा काही पाड लागला असता का? असंभवच होती ही गोष्ट! पण तिला मदत हवी होती, हेही खरंच होतं. बोट्स्वानातील एकमेव स्त्री गुप्तहेरसंस्थाच कदाचित तिला मदत करू शकली असती.

''काही काळजी करू नका ताई तुम्ही, मी प्रयत्न करेन.'' प्रेश्यसनं उत्तर दिलं.

अनाथाश्रमात

मातेकोनी आपल्या 'त्लॉक्वेंग रोड स्पीडी मोटर्स'च्या ऑफिसमध्ये बसून बाहेरचं दृश्य न्याहाळत होते. एका खिडकीतून त्यांच्या वर्कशॉपच्या आतला भाग दिसत असे. त्यांच्याकडे कामाला असलेले दोन तरुण शिकाऊ कामगार त्या वेळी जॅकच्या साह्यानं एक गाडी वर उचलत होते. ते पाहून मातेकोनींच्या कपाळावर आठी उमटली. अनेक वेळा सांगूनही ही पोरं त्यांच्या सूचनांकडे लक्ष देत नसत. आत्ताही ते अतिशय चुकीच्या पद्धतीनं काम करत असल्यामुळे त्यांना अपघात होण्याचा धोका होता. एकाला अलीकडेच एक अपघात झालेलाच होता. इंजिनाच्या धारदार पंख्यामुळे त्याचं बोट कापलं होतं. नशीब जोरावर होतं म्हणून त्याला आपलं बोट गमवावं लागलं नव्हतं; असं असूनही दोघंही चुकीच्या पद्धतीनं काम करत असत. खरं कारण असं होतं की, दोघंही तारुण्याच्या ऐन भरात म्हणजे एकोणीस वर्षांचे असल्यामुळे त्यांच्या अंगात भरपूर मस्ती होती. या वयातली सगळीच पोरं अशा भ्रमात असतात की, आपण जन्माला येताना देवाकडून अमरत्वाचा पट्टा घेऊन आलोय, तेव्हा आपल्याला काही होणार नाही! 'कळेल बेट्यांना लवकरच–' मातेकोनी स्वतःशीच पुटपुटले. 'आपण इतरांपेक्षा मुळीच वेगळे नाही, हे समजेल त्यांना वेळ आली म्हणजे!'

त्यांनी खुर्ची थोडीशी वळवली अन् ते दुसऱ्या खिडकीतून बाहेर पाहू लागले.

या खिडकीतून दिसणारं दृश्य मनाला सुखवणारं होतं. गॅरेजच्या मागच्या बाजूला त्यांच्या अंगणाच्या पलीकडे अकेशिया वृक्षांची दाटी असलेला काहीसा हिरवा पट्टा होता; त्यांच्या अवतीभोवती वाळकीकुळकी काटेरी झुडपं होती अन् त्यांच्याही पलीकडे ओडीच्या दिशेला दिसणाऱ्या तुरळकशा टेकड्या– हिरव्यानिळ्या समुद्रातून डोकं वर काढणाऱ्या बेटांसारख्या! अर्धी सकाळ उलटून गेली होती, वारा पडलेला होता. आणखी काही वेळानंतर जमिनीलगतची हवा तापून वर जाईल. मग त्या टेकड्या डुलताहेत, नाच करताहेत असा भास होईल. अशा गरम हवेत काम करणं केवळ अशक्य असल्यामुळे ते जेवायला सरळ घरी जायचे. दुपारी स्वयंपाकघरात बसूनच जेवायचे ते. सगळ्या घरातली हीच खोली जरा गार असायची. त्यांच्या स्वयंपाकिणीनं बनवलेला मक्याचा पदार्थ अन् भाज्यांचा रस्सा हेच त्यांचं जेवण असे. जेवताना एकीकडे ते 'बोट्स्वाना डेली न्यूज' हे वृत्तपत्र वाचायचे. पुन्हा गॅरेजमध्ये परतण्यापूर्वी थोडा वेळ ते छोटीशी झोपही काढत असत.

त्यांचे नोकर गॅरेजमध्येच जेवत असत. अकेशियाच्या झाडाखाली त्यांनी तेलाची काही रिकामी पिपं उपडी करून ठेवलेली होती. या ठिकाणी बसलं की रस्त्यावरून जाणाऱ्या येणाऱ्या तरुण पोरी त्यांना दिसत. त्यांच्याबरोबर गप्पाविनोद करणं, कधी त्यांची छेड काढणं, यात त्यांना मनापासून आनंद वाटत असे. मातेकोनींच्या कानांवर त्यातला काही भाग पडला होता अन् तो ऐकल्यावर त्यांना रागच आला होता.

''मस्त दिसतेयस बुवा तू! तुझ्याकडे गाडी असेल, तर ती मी दुरुस्त करून देईन तुला. अशा भन्नाट वेगानं जाता येईल तुला मग!''

ज्या दोन मुलींना उद्देशून तो हे बोलला होता, त्या मुली 'जलनियोजन खात्यात' टंकलेखिका होत्या. त्या खुदुखुदु हसत, पण झपाझप चालत निघून गेल्या होत्या.

आणखी एका मुलीला त्यांच्यापैकी एक जण म्हणाला होता, ''फारच बारीक आहेस बुवा तू! काही मटणबिटण खातेस की नाही? तुझ्या वयाच्या मुलीनं भरपूर मटण खाल्लं पाहिजे, तरच पुष्कळ मुलांना जन्म देऊ शकशील तू!''

''किती झपझप चालतेस गं तू? तुझ्या पायातले बूट काय 'मर्सिडिझ कंपनी'नं बनवले आहेत की काय? बरोब्बर! आयुष्यात झटपट प्रगती करायचीय ना!''

खरंच, काय तारे तोडायची ही पोरं! या पोरांच्या वयाचे ते होते, तेव्हा कधीच असे वागले नव्हते. 'बोट्स्वाना बस कंपनी'च्या डीझेल वर्कशॉपमध्ये त्यांनी शिकाऊ कामगार म्हणून प्रशिक्षण घेतलेलं होतं. तिथे असलं वागणं मुळीच खपवून घेतलं नसतं. पण अलीकडची तरुण पिढी असंच वागत होती. त्यावर त्यांच्याकडे तरी काही उपाय नव्हता. अनेक वेळा त्यांनी या मुलांना समजावण्याचा प्रयत्न केला होता. ''माझ्या गॅरेजचं नाव जितकं माझ्या वागण्यावर अवलंबून आहे, तितकंच ते

तुमच्या वागण्यावरही आहे.'' मातेकोनींचा तो उपदेश त्या मुलांच्या कानांतून आत शिरलाच नसावा, अशा पद्धतीनं त्यांनी आपल्या मालकाकडे पाहिलं होतं. त्यावरून मातेकोनींच्या लक्षात आलं होतं की, हे सगळं त्यांच्या समजुतीच्या पलीकडचं आहे. नाव, कीर्ती वगैरे कल्पना त्यांच्या कुवतीच्या बाहेरच्या होत्या. हे उमगल्यावर त्यांनाच फार निराश वाटलं होतं. शालेय शिक्षणात मूल्यशिक्षणाचाही समावेश करावा, असं सुचवणारं एक पत्र आपण शिक्षणमंत्र्यांनाच लिहिलं पाहिजे, असा विचार त्यांच्या मनात आला अन् त्यांनी तो लगेच अमलातही आणला. पण झालं असं की, त्यांना स्वतःलाच ते पत्र फार पांडित्यपूर्ण वाटलं अन् त्यांनी तो विचारच सोडून दिला. 'हीच तर खरी अडचण आहे,' ते स्वतःशीच म्हणाले. 'कुणाच्या वर्तणुकीसंबंधी काही बोलायला जावं, तर बोलणाराच बुरसटलेल्या विचाराचा आहे, उगीच बडेजाव दाखवतोय, अशी लोकांची समजूत होते. आपण आधुनिक विचाराचे आहोत असं दाखवायचं असेल, तर कुणालाही हवं तसं वागण्या बोलण्याचं स्वातंत्र्य आहे, असंच म्हणावं लागतं अलीकडे; मग इतर लोक काहीही म्हणोत. हाच आजकालच्या पिढीचा मंत्र झालाय.'

मातेकोनींनी आपल्या दैनंदिनीकडे आपलं लक्ष वळवलं. आजच्या दिवशी ते अनाथालयात जात असत. 'आपण लगेचच गेलो, तर जेवणाच्या वेळेपर्यंत काम संपवता येईल आणि परत इथे येऊन या पोरांनी केलेलं कामही ठीक आहे की नाही, ते पाहता येईल,' असा विचार त्यांच्या मनात आला. दोन गाड्यांचे मालक चार वाजता त्यांच्या गाड्या नेण्यासाठी येतील, त्यापूर्वी हे काम करायला हवं. खरं म्हणजे, गाड्यांमध्ये काही बिघाड झालेलाच नव्हता. नित्याचं तेलपाणी करायचंच काम होतं आणि इतपत जबाबदारी आता ते आपल्या नोकरांवर टाकू शकत होते. तरीदेखील मातेकोनींना एक खबरदारी म्हणून शेवटची नजर फिरवावीच लागे. या पोरांमध्ये एक दोष होता– ते इंजिनाशी काही तरी खुडबूड करत अन् त्याचा वेग उगीचच फार वाढवून ठेवत. बहुतेक वेळा मातेकोनींना इंजिन पुन्हा पूर्ववत् करावं लागत असे.

"अरे बाबांनो, आपल्याला या गाड्या कुठल्या तरी शर्यतीत दौडवायच्या नाहीत. ज्या लोकांच्या या गाड्या आहेत, ते तुमच्यासारखे भन्नाट वेगानं गाडी चालवणाऱ्यांपैकी नाहीत. सभ्य लोक आहेत ते." ते मुलांना आठवण करून देत.

"मग आपल्या गॅरेजचं नाव 'स्पीडी मोटर्स' असं कशासाठी ठेवलंय?'' एकानं प्रश्न केलाच.

मातेकोनींना त्याच्या उर्मटपणाचा संताप आला. 'काय मूर्ख पोरगा आहे हा!' अशा अर्थानं त्यांनी त्याच्याकडे पाहिलं. अनेकदा त्यांना या पोरांना ओरडून सरळ

करावंसं वाटत असे, तसंच आजही वाटलं; पण नेहमीप्रमाणे त्यांनी आपल्या रागावर नियंत्रण ठेवलं अन् शांतपणे ते त्या दोघांना सांगू लागले, "हे पाहा, आपल्या गॅरेजचं नाव 'त्लॉक्वेंग रोड स्पीडी मोटर्स' आहे, कारण आपण गिऱ्हाइकांचं काम त्वरित करतो. तुमच्या लक्षात येतोय का दोन्हींमधला फरक? इतर गॅरेजेसप्रमाणे आपल्या गिऱ्हाइकांना आपण अनेक दिवस वाट पाहायला लावत नाही. आपण त्यांना तत्परतेनं त्यांचं काम करून देतो आणि तेदेखील काळजीपूर्वक. किती वेळा ही गोष्ट तुमच्या मनावर बिंबवायचा मी प्रयत्न केलाय!"

"पण काही लोकांना आवडतं की वेगानं गाडी चालवायला!" दुसऱ्यानं तारे तोडलेच. "त्यांना हव्या असतात वेगवान गाड्या."

"असतीलही काही लोक तसे," मातेकोनींनी त्याचं म्हणणं मान्य केलं. "पण सगळेच तसे नसतात. काही लोकांना माहीत असतं की, अतिवेगानं जाण्यात शहाणपणा नसतो. काही कुणाला स्वर्ग गाठायचा नसतो वेगानं जाऊन. नाही तर खरोखरच स्वर्गवासी व्हायची वेळ येऊ शकते, इतपत शहाणपण असतं त्यांच्यापाशी."

आपला उपदेश नेहमीप्रमाणे त्यांच्या डोक्यावरून गेलाय, हे मातेकोनींच्या लक्षात आलं, तेव्हा त्यांनी एक नि:श्वास टाकला. 'हा आपल्या शिक्षण समितीचा अन् त्यांच्या आधुनिक विचारांचा परिणाम!' ते पुटपुटले. 'माझ्या बोलण्यातलं अर्ध जरी ह्यांच्या डोक्यात शिरलं, तरी पुरे; पण तेही शक्य नाही.' 'एखादे दिवशी ह्यांच्या अशा वागण्यामुळे मोठा अपघात नाही झाला, म्हणजे मिळवलं,' ह्याची जाणीव त्यांना होती.

त्यांची गाडी अनाथाश्रमापाशी आली, तेव्हा नेहमीच्या सवयीनं आपल्या आगमनाची सूचना देण्यासाठी त्यांनी गाडीचा हॉर्न मोठमोठ्यानं वाजवला. इथं यायला त्यांना मनापासून आवडायचं, त्याला अनेक कारणं होती. मुलांना भेटून तर त्यांना आनंद होतच असे. त्यांच्या चेहऱ्यावरला आनंद बघण्यासाठी ते मुलांना मुठी भरभरून गोळ्या-चॉकलेटं देत असत. त्यामुळे ते दिसताच मुलंही त्यांच्याभोवती गोळा होत असत. पण अनाथाश्रमाच्या व्यवस्थापिका मॅडम सिल्व्हिया पोतोक्वानेंना भेटायलाही त्यांना आवडत असे. मातेकोनींच्या आईची मैत्रीण असलेल्या ह्या वृद्ध स्त्रीला ते गेली कित्येक वर्षं ओळखत होते. त्यामुळेच त्यांनी अनाथाश्रमातलं कोणतंही मशीन दुरुस्त करायची जबाबदारी आपल्या शिरावर घेतली होती. इथले दोन ट्रक आणि एक जुनीपुराणी मिनीबसही तेच चालू अवस्थेत ठेवत असत. सामानाची आणि मुलांची ने-आण करण्यासाठी या वाहनांचा उपयोग केला जात असे. या कामाचा त्यांना काही मोबदला मिळत नसे, पण मातेकोनींना तशी काही अपेक्षाही नव्हती. गावातले सगळेच नागरिक आपापल्या परीनं अनाथाश्रमाच्या

खर्चासाठी हातभार लावत असत. मातेकोनींना पैसे घेण्याचा आग्रह केला गेला असता, तरी त्यांनी नकारच दिला असता.

ते अनाथाश्रमात शिरले, तेव्हा मॅडम पोतोक्वाने त्यांच्या ऑफिसमध्ये होत्या. खिडकीतून बाहेर वाकत त्यांनी मातेकोनींना हाक मारली. ''चहा तयार आहे, मातेकोनी आणि लवकर आलात, तर केकही मिळेल.''

आपला ट्रक त्यांनी एका झाडाच्या सावलीत उभा केला. ते खाली उतरले, तोपर्यंत अनेक मुलं त्यांच्या गाडीभोवती गोळा झाली होती. ते ऑफिसच्या दिशेनं चालू लागले, तेव्हा उड्या मारत तीदेखील त्यांच्याबरोबर चालू लागली.

खिशात हात घालत त्यांनी मुलांना विचारलं, ''चांगलं वागता आहात की नाही तुम्ही?''

''होऽऽ'' एकसुरात सगळ्यांनी म्हटलं. ''आम्ही खूप चांगलं वागतो,'' त्यांच्यातला सगळ्यात मोठा मुलगा म्हणाला. ''आम्ही खूप खूप चांगली कामं केलीयत सबंध आठवडाभर. आता आम्हांला चांगलं वागायचा कंटाळा आलाय.''

मातेकोनींना या उत्तराची गंमत वाटली अन् ते हसले. ''तसं असेल, तर मग तुम्हाला मी चॉकलेटं देईन!'' असं म्हणत त्यांनी त्या मुलाच्या हातात एक मूठभर चॉकलेटं ठेवली. एखाद्या सभ्य मुलाप्रमाणे त्यानं ती दोन्ही हातांच्या ओंजळीत स्वीकारली. बोट्स्वानातली ती पद्धतच होती.

खिडकीत उभ्या असलेल्या मॅडम पोतेक्वाने ओरडून म्हणाल्या, ''माझ्या मुलांना बिघडवू नका हं– फार लबाड मुलं आहेत ही.''

मुलं हसत-हसत निघून गेली आणि मातेकोनी अनाथाश्रमाच्या ऑफिसमध्ये शिरले. तिथे मॅडमव्यतिरिक्त त्यांचे पती, एक निवृत्त पोलीस अधिकारी आणि एक-दोन दायाही बसलेल्या होत्या. प्रत्येकासमोर चहाचा कप अन् केकची बशी दिसत होती.

चहाचे घुटके घेत-घेत मॅडमचं बोलणं मातेकोनी ऐकत होते. एका कूपनलिकेचा पंप नीट काम करत नव्हता. अर्धा तास चालवला नाही, तोच पंप गरम होत होता. सगळ्यांना काळजी वाटत होती की, असंच चालू राहिलं; तर एक दिवस पंप कायमचा बंदच पडेल.

''तेल टाकायला हवंय बहुतेक. कदाचित तेल गळून जात असेल–'' मातेकोनींनी अंदाज व्यक्त केला.

''आणि आमच्या मिनीबसचे ब्रेकही काम करत नाहीयेत. फार आवाज करताहेत अलीकडे.'' मॅडमनी आणखी एक तक्रार नोंदवली.

''गाडीचे ब्रेकपॅड्स खराब झाले असणार. नवीन ब्रेकपॅड्स टाकायची वेळ झालीय. आपल्याकडे कोरड्या हवेत ते लवकर खराब होतात. फार धूळ असते ना

हवेत? मी बघतो काय झालंय ते, पण माझ्या अंदाजाप्रमाणे गाडी गॅरेजमध्ये न्यावी लागेल.''

सगळ्यांनी मान डोलावली. मग संभाषणाचा ओघ अनाथाश्रमाकडे वळला. एका मुलाला फ्रान्सिसटाऊनमध्ये नोकरी मिळाली होती, त्यामुळे तो तिकडे राहायला जाणार होता. आणखी एका मुलाला एका स्वीडिश दात्यानं धावण्यासाठी वापरायचे बूट धाडले होते. हा दाता वरचेवर काही ना काही भेटवस्तू पाठवत असे. सगळ्यात चपळ असलेला हा मुलगा यापुढे स्पर्धांमध्ये भाग घेऊ शकला असता. एवढं बोलून झाल्यानंतर मॅडम पोतोक्वाने बोलायच्या थांबल्या. त्यांना जे सांगायचं होतं, ते सांगून झालं होतं.

थोड्या वेळानं त्या म्हणाल्या, ''तुमच्याकडे काही तरी बातमी आहे, असं माझ्या कानावर आलंय. लग्न करताय म्हणे तुम्ही?''

मातेकोनींनी आपली नजर खाली वळवली. त्या दोघांनी तरी या गोष्टीची अजून कुणाजवळ वाच्यता केलेली नव्हती, हे खरं असलं, तरी आपल्या देशात तेवढ्यानं भागत नाही; वाऱ्याच्या वेगानं बातम्या पसरतात! 'आपल्या बाईचाच उद्योग असणार हा,' ते स्वतःशीच म्हणाले. 'दुसऱ्या एखाद्या कामवाल्या बाईजवळ ती याविषयी बोलली असेल अन् तिच्याकडून ही बातमी तिच्या मालकिणीपर्यंत गेली असेल. आत्तापावेतो सगळ्या गावभर झालं असेल!'

''मी मॅडम रामोत्स्वेशी लग्न करणार आहे. ती एक...'' त्यांनी बोलायला सुरुवात केली.

''आम्हाला माहीत आहे, ती एक गुप्तहेर आहे ना? खूप ऐकलंय तिच्याविषयी मी. म्हणजे आता तुमच्या आयुष्यात खूप रंगत येणार, म्हणायची. आता तुम्हीही दबा धरून असणार नेहमी... लोकांच्या आयुष्यावर बारीक नजर असणार हं तुमची!'' चेष्टेच्या सुरात मॅडम पोतोक्वाने म्हणाल्या.

मातेकोनींनी एक दीर्घ श्वास घेतला. ''मी तसलं काही-एक करणार नाहीये. मी थोडाच गुप्तहेर होणार आहे? ते माझ्या बायकोचं काम असणार आहे.''

ते ऐकून मॅडम पोतोक्वानेंची निराशा झाली, असं मातेकोनींना वाटलं, तेवढ्यात त्यांचा चेहरा पुन्हा एकदा उजळला. ''आता त्यांच्यासाठी तुम्ही हिऱ्याची अंगठी घ्यायला हवी. आपलं लग्न ठरलंय, हे दर्शवण्यासाठी हल्ली प्रत्येक स्त्री हिऱ्याचीच अंगठी घालते.''

मातेकोनी त्यांच्याकडे एकटक बघत राहिले. मग त्यांनी प्रश्न विचारला, ''अगदी आवश्यक असते का ही हिऱ्याची अंगठी?''

''अर्थातच!'' मॅडम पोतोक्वाने ठासून म्हणाल्या. ''हल्लीची मासिकं तुम्ही बघाल, तर सगळ्या मासिकांत तुम्हाला हिऱ्याच्या अंगठ्यांच्या जाहिराती दिसतील.

त्या वाङ्निश्चयाकरिताच असतात.''

मातेकोनी काही वेळ काहीच बोलले नाहीत. ''हिरे फार महाग असतात; नाही?'' त्यांनी भीत भीतच विचारलं.

''होय ना,'' एक दाई म्हणाली. ''एवढ्याशा हिऱ्याला एक हजार पुला द्यावे लागतात.''

''त्याहूनही जास्त,'' पोतोक्वानेंनी आता आपलं तोंड उघडलं. ''काही हिऱ्यांची किंमत तर दोन हजार पुलाही असते. फक्त एका हिऱ्यासाठी दोन हजार पुला मोजावे लागतात.''

हे सगळं ऐकून मातेकोनींचा चेहरा पडला. तसं पाहिलं, तर ते काही कंजूष वगैरे नव्हते. उलट, वेळप्रसंगी ते आपला वेळ आणि पैसाही उदारहस्ते देत असत; पण त्यांना पैशाची उधळपट्टी आवडत नसे, त्यामुळेच एका लहानशा हिऱ्यासाठी इतका पैसा खर्च करणं (अगदी खास कारणासाठी असलं म्हणून काय झालं?) त्यांच्या समजुतीपलीकडचं होतं. त्यांच्या दृष्टीनं ती उधळपट्टीच होती.

''मी मॅडम रामोत्स्वेबरोबर बोलेन त्याबद्दल.'' ते जरा ठासूनच म्हणाले. त्यांना हा विषय आता इथेच संपवायचा होता. ''कुणी सांगावं, तिचा नसेलही त्यावर विश्वास कदाचित.''

''ती बातच सोडा तुम्ही!'' मॅडम पोतोक्वाने म्हणाली. ''तिचा नक्की विश्वास असणार या प्रथेवर. सगळ्याच स्त्रियांना हिरे हवे असतात. मला वाटतं, ह्या एका विषयावरच सगळ्या स्त्रियांचं एकमत होईल.''

मातेकोनी खाली वाकून बसले आणि त्यांनी पंपाकडे पाहिलं. मॅडम पोतोक्वानेंबरोबर चहापान झाल्यानंतर ते पंपहाऊसच्या दिशेनं चालू लागले होते. ह्या रस्त्यावरून चालताना त्यांच्या मनात नेहमीच शंका यायची– आपण योग्य दिशेनं चालतोय ना? कारण हा रस्ता तसा सरळ नव्हता. चालताना वाटेत एक भोपळ्याचं शेत लागायचं. त्याला वळसा घालून पुढे गेलं की, एक खूप खोल असा कोरडा ठणठणीत खड्डा लागायचा अन् त्याच्या पलीकडे एक खोपट दिसायचं; तिथेच पंप होता. या खोपटावरही काही काटेरी झाडांनी आपली सावली धरलेली होती. मातेकोनी तिथं पोहोचले, तेव्हाही झाडांच्या सावलीमुळे त्यांना हायसं वाटलं. पत्र्याचं छप्पर असलेलं ते खोपट दुपारच्या वेळी इतकं गरम व्हायचं की, त्यामुळे आतला पंपही गरम होत असे.

मातेकोनींनी हातातली अवजारांची बॅग खाली ठेवली अन् सावधपणे पंपहाऊसचं दार लोटलं. अशा ठिकाणी प्रवेश करताना ते नेहमीच सावधगिरी बाळगत असत, कारण दुपारच्या उन्हाच्या वेळी सापांना काळोख्या थंड जागी राहावंसं वाटतं, हे

त्यांना अनुभवानं ठाऊक झालं होतं. सापांना मशिन्सदेखील आवडत असावीत, असं त्यांना वाटायचं. एखाद्या मशीनची दुरुस्ती करत असताना, मशीनभोवती अंगाचं वेटोळं घालून बसलेला साप त्यांनी बऱ्याच वेळा पाहिला होता. त्याच्या वागण्यामागचं कारण त्यांना समजलं नव्हतं. मशीनची मंदशी होणारी हालचाल आणि त्यातून निर्माण होणारी ऊब, हेही त्यामागचं कारण असू शकेल, असं त्यांना वाटायचं. कधी कधी त्यांच्या मनात एक गंमतशीर विचार यायचा– हे सापसुद्धा एखाद्या छानशा जागी राहण्याची स्वप्नं पाहत असतील का? त्यांच्या मनातदेखील सापांचा स्वर्ग अशी कल्पना असेल का? जर असलाच, तर तिथं सगळ्या वस्तू जमिनीलगत असतील आणि कुणीही त्यांना पायदळी तुडवणार नाही!

पंपहाऊसच्या आतील अंधाराची डोळ्यांना सवय होईपर्यंत ते दारापाशीच थांबले. आत साप नाहीये ना, ह्याची त्यांनी खात्री करून घेतली. विजेच्या साह्यानं फिरणाऱ्या एका मोठ्या चाकामुळे हा पंप चालत असे. त्यासाठी वापरात असलेलं इंजिन जुन्या प्रकारचं डीझेल इंजिन होतं. मातेकोनींनी एक दीर्घ निःश्वास टाकला. हे इंजिनच सगळ्या त्रासाचं मूळ होतं. खरं पाहिलं, तर डीझेल इंजिन्स चांगलं काम करतात, पण त्यांचीही एक आयुर्मर्यादा असते. काही काळानंतर ते मोडीत काढावंच लागतं. ही गोष्ट त्यांनी यापूर्वीच मॅडम पोतोक्वानेंना सांगितली होती, पण त्यांना नेहमीच जमाखर्चाची तोंडमिळवणी करावी लागत असे. किती तरी नव्या योजनांसाठी पैशाची सोय करावी लागायची, त्यामुळे पंपाचा विषय नेहमीच मागे पडायचा.

"पण पाणीसुद्धा सगळ्यात महत्त्वाची गोष्ट नाही का? भाज्यांना पाणी देता आलं नाही, तर तुमची मुलं खातील काय?" मातेकोनी त्यांना म्हणत असत.

"देवालाच काळजी माझ्या मुलांची–" मॅडम पोतोक्वाने शांतपणे उत्तर देत असत. "एक दिवस तोच पाठवून देईल नवं इंजिन!"

"कुणास ठाऊक–" मातेकोनी म्हणाले. "एखादे वेळी पाठवेल, नाही तर नाहीदेखील पाठवणार. अहो, त्याला यापेक्षा किती तरी मोठे प्रश्न सोडवायचे असतात. कधी कधी मला असंही वाटतं, बरं का, की देवाला इंजिनाबिंजिनात विशेष रस नसावा. आता बघा, मी किती तरी धर्मगुरूंच्या गाड्यांची देखभाल करतो आणि त्यांपैकी बहुतेकांच्या गाड्या त्यांना त्रास देतात. ह्या देवाच्या सेवकांना गाड्या नीट चालवता येत नाहीत, असं माझं मत झालंय."

हे सगळं बोलणं आत्ता त्यांना आठवलं. समोरचं डीझेल इंजिन आता शेवटची घटका मोजण्याच्या स्थितीतच होतं. त्यांनी आपल्या पेटीतून एक पाना काढला आणि इंजिनाचं झाकण उघडायला सुरुवात केली. बघता बघता ते आपल्या कामात दंग झाले. एखादा सराईत शल्यचिकित्सक ज्याप्रमाणे धारदार सुरीनं क्षणात भूल दिलेल्या रुग्णाची छाती उघडून त्याच्या हृदयापर्यंत पोहोचतो, त्याप्रमाणे त्यांनी

इंजिन उघडलं आणि त्याच्या धातूच्या हृदयाला हात घातला. कुठल्या तरी दूरवरच्या देशातल्या कारखान्यात हे उत्तम इंजिन बनवण्यात आलेलं होतं. चांगल्या प्रतीच्या या डीझेल इंजिनानं एखाद्या निष्ठावंत सेवकाप्रमाणे गेली अनेक वर्षं आपलं काम प्रामाणिकपणे बजावलेलं होतं. त्याच्या तुलनेत अलीकडच्या काळातील जपानी इंजिनं त्यांना मुळीच आवडत नसत. म्हणजे तशी ती वाईट नसत– यंत्रमानवांनी बनवलेली ही नवी इंजिनं चांगलंच काम करत, कारण त्यांचे सगळे भाग अतिशय काटेकोरपणे तयार केलेले असत. पण मातेकोनींसारख्या तंत्रज्ञाला ही नवी इंजिनं मैद्यापासून बनवलेल्या बेचव पावासारखी वाटत. मैद्याच्या पावात ज्याप्रमाणे काही कोंडा नसतो, त्याचप्रमाणे ही जपानी इंजिनंदेखील अगदी एकासारखी एक असतात. प्रत्येकाला स्वत:चं म्हणून काही वेगळं वैशिष्ट्यच नसतं. असली इंजिनं हाताळण्यात काही मजा वाटत नाही, कारण तिथं बुद्धीचा वापर करायला काही वाव नसतो, असं मातेकोनींचं मत होतं.

तंत्रज्ञांच्या पुढच्या पिढीला यासारखी जुनी इंजिनं दुरुस्त करायला मिळणार नाहीत, या विचाराचं त्यांना वाईट वाटलं. अलीकडची नवी इंजिनं दुरुस्त करण्यासाठी संगणकाची मदत घ्यावी लागते. मशीनमधला बिघाड काय आहे, हे संगणक ठरवतो. त्यांच्या गॅरेजमध्ये जेव्हा कुणी नवी मर्सिडिझ-बेंझ गाडी आणत असे, तेव्हा त्यांच्या हृदयात धडकीच भरत असे. या गाड्यांची तपासणी करण्यासाठी लागते, तसली आधुनिक यंत्रसामग्रीही त्यांच्याकडे नव्हती. त्याशिवाय त्यांना कसं कळणार की, इंजिनाच्या आतल्या भागातली एखादी सिलिकॉन चिप नीट काम करत नाहीये ते? अनेकदा त्यांना या गाड्यांच्या मालकांना म्हणावंसं वाटे, 'तुम्ही तुमच्या गाड्या तंत्रज्ञाऐवजी एखाद्या संगणकाकडूनच दुरुस्त करून घ्या!' पण त्यांनी आपलं हे मत आपल्यापाशीच ठेवलं होतं. आपल्याजवळचं सगळं कौशल्य पणाला लावून ते या गाड्यांच्या आतील चकचकीत स्टीलचं मशीन दुरुस्त करत असत. अर्थात, त्यांना ते काम मनापासून आवडत नसे.

मातेकोनींनी आता त्या इंजिनाच्या सिलिंडरवरची झाकणं काढली अन् ते आत डोकावून पाहू लागले. त्यांचा अंदाज खरा ठरला. दोन्ही सिलिंडरमध्ये कचरा भरला होता. 'आता ह्यांना रजा द्यायची वेळ आलीय!' ते स्वत:शीच म्हणाले. मग त्यांनी पिस्टन बाजूला केले, तेव्हा त्यांच्या लक्षात आलं की, त्यांच्याभोवतीच्या कड्या झिजल्या होत्या. त्यामुळे इंजिनाची क्षमता पुष्कळच कमी होणार होती. वेगळ्या शब्दांत सांगायचं, तर इंजिन मोठ्या प्रमाणात तेल पिणार होतंच, शिवाय पंप नीट काम करणार नव्हता. त्यामुळे मळ्यातल्या भाज्यांना पाणी कमी प्रमाणात मिळणार होतं. त्यांना जे शक्य होतं, ते तर ते करणारच होते– तेलगळती कमी करण्यासाठी त्यांना काही भाग बदलावे लागणार होते. हे सगळं करूनही काही काळानंतर नवीन

इंजिन घ्यावंच लागणार होतं; त्याला पर्याय नव्हता.

मागच्या बाजूनं काही तरी आवाज आला, तसे ते दचकले. अनाथाश्रमापासून पंपहाऊस दूर असल्यामुळे हा भाग शांत होता. अकेशियाच्या झाडांतून पक्ष्यांचे आवाज यायचे, ते त्यांच्या परिचयाचे होते. हा आत्ता ऐकलेला आवाज कुणा माणसाचा होता. त्यांनी इकडेतिकडे नजर टाकली, पण त्यांना कुणी दिसलं नाही. मग पुन्हा एकदा तोच आवाज आला. मात्र, आता तो झुडपांच्या मागून येतोय आणि वंगण नसल्यामुळे कुरकूर करणाऱ्या चाकाचाही आवाज त्याच्या जोडीला त्यांनी ऐकला. एखादं मूल हातगाडी ढकलत असावं किंवा कुणी तरी खेळण्यातली गाडी ढकलत असावं.

मातेकोनींनी आपले हात एका चिंधीनं साफ केले आणि चिंधी परत खिशात ठेवली. त्यांनी ऐकलेला आवाज आता जवळजवळ येत होता. इतक्यात त्यांना झुडपांमधून एक चाकाची खुर्ची बाहेर येताना दिसली. खुर्चीवर बसलेली मुलगीच हातानं खुर्ची चालवत होती. तिनं मातेकोनींना पाहिलं, तेव्हा तिचे हात थांबले. चाकांच्या कडा हातानं घट्ट धरून ती मातेकोनींकडे एकटक पाहू लागली. तेदेखील तिला न्याहाळू लागले. काही क्षण गेल्यावर तिच्या चेहऱ्यावर स्मित उमटलं आणि तिनं परत एकदा खुर्ची चालवायला सुरुवात केली.

एखाद्या सुसंस्कारी मुलीप्रमाणे तिनं त्यांना अभिवादन केलं. ''तुम्ही ठीक आहात ना?'' असं म्हणत तिनं त्यांच्याबरोबर हस्तांदोलन करण्यासाठी आपला उजवा हात पुढे केला.

''माझे हात फार तेलकट नाहीत, अशी आशा करतो मी.'' मातेकोनी म्हणाले. ''मी हा पंप दुरुस्त करत होतो.''

''मी तुमच्यासाठी पाणी घेऊन आले आहे, दादा. मॅडम पोतोक्वाने म्हणाल्या, तुम्ही काही प्यायल्याशिवायच आलात इकडे. तुम्ही तहानलेले असाल, असं त्या म्हणाल्या.''

आपल्या खुर्चीच्या तळाशी असलेल्या पिशवीतून तिनं एक पाण्याची बाटली काढली. मातेकोनींना फार बरं वाटलं. त्यांच्या घशाला कोरड पडल्याची जाणीव त्यांना होऊ लागली होती अन् येताना आपण पाणी आणलं नाही, ह्याचं वाईटही वाटत होतं. त्यांनी बाटली तोंडाला लावली अन् त्याच वेळी ते तिला न्याहाळू लागले. जेमतेम अकरा-बारा वर्षांची असावी ती. छान चेहरा असलेल्या त्या मुलीच्या चेहऱ्यावरचे निष्पाप भाव त्यांना आवडले. तिच्या केसांच्या वेण्या घातलेल्या होत्या अन् त्यामध्ये मणी गुंफलेले होते. विटून भुरकट झालेला मूळचा निळ्या रंगाचा पोशाख घातलेल्या त्या मुलीच्या पायात जुनाटच जोडे होते.

''तू इथं या अनाथाश्रमात राहतेस?''

तिनं होकारार्थी मान हलवली. ''गेलं वर्षभर मी इथं राहते आहे. माझा पाच वर्षांचा भाऊही आहे माझ्याबरोबर.''

''कुठून आला आहात तुम्ही?''

तिनं आपली नजर खाली वळवली. ''आम्ही फ्रान्सिसटाऊनजवळ राहायचो. माझी आई आता या जगात नाही. पाच वर्षांपूर्वी ती वारली, त्या वेळी मी सात वर्षांची होते. मग आम्ही एका बाईच्या घरी– मागच्या अंगणात राहू लागलो. त्यानंतर तिनं आम्हाला तिथून जायला सांगितलं.''

मातेकोनींनी त्यावर काहीच प्रतिक्रिया दर्शवली नाही. हिच्यासारख्या इतर अनेक अनाथ मुलांच्या कहाण्या मॅडम पोतोक्वानेंनी त्यांना सांगितल्या होत्या आणि दर वेळी त्यांच्या काळजात गलबललं होतं. आपल्या परंपरागत समाजात नकोसं झालेलं मूल, ही कल्पनाच नाही; कुणी ना कुणी पोरक्या मुलांची काळजी घेणारं असतंच. पण आता ते पूर्वीचे दिवस राहिले नव्हते. आता पुष्कळ अनाथ मुलं नजरेला पडत असत. अलीकडे आफ्रिकेत त्या नव्या रोगानं थैमान घालायला सुरुवात केल्यापासून तर हे प्रमाण वाढायलाच लागलं होतं. आता पहिल्यापेक्षा किती तरी जास्त मुलं आई-बापाविना असलेली दिसत होती. त्यांना अनाथाश्रमाशिवाय कुठे थारा मिळणं शक्यच नव्हतं. या मुलीची अवस्था पण त्या अनाथ मुलांसारखीच असेल का? आणि ती चाकांच्या खुर्चीत का बसलीय?

त्यांनी आपल्या विचारांना लगाम लावला. ज्या समस्यांबाबत आपल्याजवळ काही उत्तरं नाहीत, त्यांच्या बाबतीत नुसते तर्क करून काही फायदा नसतो. आत्ता जो प्रश्न ते सोडवू शकत होते, त्याचा संबंध तिच्या खुर्चीशी होता. ती इतका आवाज का करत होती?

''तुझी खुर्ची फार कुरकूर आवाज करतेय. नेहमीच करते का ती आवाज?''त्यांनी चौकशी केली.

तिनं मान हलवली. ''नाही, गेल्या काही आठवड्यांपासूनच ती आवाज करायला लागलीय. काही तरी बिघाड झाला असणार... सारखा आवाज येतोय.''

मातेकोनी उकिडवे बसले आणि त्यांनी चाकांची पाहणी केली. यापूर्वी त्यांनी चाकाच्या खुर्चीची दुरुस्ती कधी केलेली नव्हती, पण त्यात अवघड काहीच नव्हतं. डोळ्यांना दिसण्याइतपत साधी समस्या होती : चाकांमधली बेअरिंग्ज धुळीमुळे कोरडी झाली होती. वंगण घातल्यावर ती सुरळीतपणे काम करणार होती. ब्रेक अडकल्यासारखा होत असल्यामुळे आवाज निर्माण होत होता.

''मी तुला खुर्चीतून उचलतो. माझं काम होईपर्यंत तू इथं झाडाच्या सावलीत बस.''

त्यांनी तिला उचलून हळुवारपणे जमिनीवर ठेवलं. मग खुर्ची उलटी करून

त्यांनी ब्रेक मोकळा केला, बेअरिंगजमध्ये तेल घातलं आणि चाकं फिरवून पाहिली. आता ब्रेकला काही अडथळा उरला नसल्यामुळे आवाज येत नव्हता. त्यांनी खुर्ची पुन्हा एकदा सरळ केली आणि मुलगी जिथं बसली होती, तिथं ढकलत नेली.

"मोठे उपकार आहेत तुमचे माझ्यावर, दादा. मी आता निघते, नाही तर आमच्या दाईला वाटेल, मी रस्ता चुकले की काय!"

चाकं फिरवत ती हळूहळू निघून गेली आणि मातेकोनी पुन्हा आपल्या कामाकडे वळले. तासाभराच्या कामानंतर पंप सुरू झाला. त्यांना बरं वाटलं, पण पंपाची ही अवस्था फार काळ टिकणार नाही, हे त्यांना ठाऊक होतं. पुढच्या वेळी पंप पूर्ण उघडावा लागणार, हे त्यांच्या डोळ्यांना दिसत होतं. त्या वेळी भाज्यांना पाणी कसं देणार, हा मोठाच प्रश्न होता. रुक्ष, वाळवंटी प्रदेशात राहणाऱ्या लोकांपुढे हाच फार मोठा प्रश्न असायचा. माणसाचं आयुष्य असो नाही तर भाजीपाल्याचं आयुष्य– सगळ्यांचीच दोरी किती क्षीण होती!

अंगठीची खरेदी

मॅडम पोतोक्वानेंचा अंदाज बरोबर ठरला : त्यांनी म्हटल्याप्रमाणे प्रेश्यस रामोत्स्वेला हिरे विकत घेण्यात रस होता.

मातेकोनी अनाथाश्रमात जाऊन आल्यानंतर काही दिवसांनी दोघांमध्ये तो विषय निघाला.

"आपला विवाह ठरलाय, याची कुणकुण लोकांना लागलीय, असं मला वाटतं." प्रेश्यस रामोत्स्वे मातेकोनींना म्हणाली, त्या वेळी दोघं जण 'त्लॉक्वेंग स्पीडी मोटर्स'च्या ऑफिसमध्ये चहा पीत होते. "मी गावातल्या लोकांना त्याविषयी बोलताना ऐकलं,' असं माझी कामवाली बाई मला म्हणाली. 'सगळ्या गावाला ही गोष्ट ठाऊक आहे,' असंही ती म्हणाली."

"ह्या आपल्या गावात हे असंच घडतं नेहमी." एक निःश्वास टाकत मातेकोनी म्हणाले. "कोणतीही गोष्ट गुपित म्हणून राहतच नाही. माझ्याही कानांवर अनेक गोष्टी येत असतात."

प्रेश्यसला त्यांचं म्हणणं पटलं. गॅबोरोनमध्ये काहीही खासगी म्हणून राहत नसे. सगळ्यांना सगळ्यांच्या भानगडीत रस!

"आता हेच पाहा ना," मातेकोनी उत्साहानं बोलू लागले. "माझ्या एका गिऱ्हाइकाच्या नव्या गाडीचा गिअरबॉक्स त्याच्या आईच्या हातून खराब झाला. तीस

मैलाच्या वेगानं गाडी जात असताना या बाईसाहेबांनी ती रिव्हर्समध्ये टाकली, तर दुसरं काय होणार? झालं! ही गोष्ट लगेच षट्कर्णी झाली. मी स्वत: काही कुणाला बोललो नाही त्याबद्दल, तरी लोकांना समजलंच की.''

प्रेश्यस रामोत्स्वे त्यांच्या बोलण्यावर दिलखुलासपणे हसली. ती मॅडम सॉंक्वेनाला चांगली ओळखत होती. गोबेरोनमधली गाडी चालवणारी ती सगळ्यात वयस्क स्त्री असावी. ब्रॉडहर्स्ट मॉलमध्ये तिच्या मुलाचं एक दुकान होतं. त्याचा छान जम बसला होता, त्यामुळे अनेकदा त्यानं आपल्या आईला सांगितलं होतं, ''आता या वयात कशाला गाडी चालवण्याची दगदग घेतेस आई? एक तर ड्रायव्हर ठेव, नाही तर गाडी चालवणं सोडून दे.'' पण म्हातारीपुढे बेट्यानं हार पत्करली होती, कारण तिला आपलं स्वातंत्र्य गमवायचं नव्हतं!

''त्या दिवशी ती मोलेपोलोलेच्या दिशेनं जात होती,'' मातेकोनी पुढे सांगू लागले, ''अचानकपणे तिला आठवलं की, आपण आपल्या कोंबड्यांना दाणे टाकायला विसरलो. लगेच म्हातारीनं गाडी मागे वळवली. असं केल्यावर त्या गिअरबॉक्सचं काय झालं असेल, हे तुझ्या लक्षात आलंच असेल. लगेच आपल्याकडचे लोक या विषयावर तारे तोडायला लागले. मग लोकांना वाटलं की, मीच सगळ्यांना त्याबद्दल सांगितलं असणार! पण मी त्याविषयी माझ्या तोंडातून एक अक्षरही काढलं नाही. माझं तर असं प्रामाणिक मत आहे की, मेकॅनिकनंदेखील आपल्या गिऱ्हाइकांबाबतीत एखाद्या धर्मगुरूइतकंच काळजीपूर्वक वागलं पाहिजे. त्यांची गुपितं चव्हाट्यावर येणार नाहीत, याची खबरदारी त्यानं घ्यायलाच हवी.''

प्रेश्यसला त्यांचं म्हणणं पटलं. तिच्या दृष्टीनं विश्वासार्हता महत्त्वाची होती आणि त्याविषयी दोघांचे विचार बरेचसे जुळत होते. त्यांच्या परिपक्वतेचा तिला अभिमानच वाटला, कारण तिच्या माहितीतसुद्धा खूप लोक असे होते, जे वाचाळपणा करत असत. मग तिच्या लक्षात आलं की, आपण नको त्या विषयावर उगीचच चर्चा करतोय; त्याहून महत्त्वाचा विषय त्यामुळे बाजूलाच राहतोय. मग तिनं पुन्हा एकदा संभाषणाची गाडी मूळ विषयावर आणली.

''तर, मी काय सांगत होते– लोक आता आपल्या लग्नाविषयी बोलू लागले आहेत. काहींनी तर मला विचारलंदेखील, 'तुझ्या भावी नवऱ्यानं तुला कसली अंगठी दिली, ती दाखव ना.' '' त्यांची त्यावर काय प्रतिक्रिया होतेय ते अजमावण्यासाठी ती क्षणभर थांबली अन् मग म्हणाली, ''मी त्यांना सांगितलं, अजून त्यांनी अंगठी आणलेली नाही, पण लवकरच आणणार आहेत म्हणून.''

तिनं श्वास रोखून धरला. त्यांची नजर अजूनही खालीच होती. काय करावं, ते सुचेनासं झालं की, ते असेच नजर खाली लावून स्तब्ध बसत.

''अंगठी?'' ओढलेल्या आवाजात त्यांनी प्रश्न विचारला.

प्रेश्यसनं त्यांच्या चेहऱ्यावर आपली नजर स्थिरावली. पुरुषांबरोबर असे नाजूक विषय हाताळताना जरा काळजीपूर्वकच पावलं टाकावी लागतात, हे तिला ठाऊक होतं. त्यांना अशा विषयांची समज थोडी कमीच असते, हे खरं असलं, तरी ते एकदम धसका घेणार नाहीत, याची खबरदारी घ्यायला लागते. प्रेश्यसनं ठरवलं, आपण सरळ मुद्द्यालाच हात घालायचा. आडवळणानं बोलून त्यांची फसवणूक करायचा प्रयत्न केला, तर कदाचित त्यांना त्याचा रागच येईल.

''मी हिऱ्याच्या अंगठीविषयी बोलत होते. लग्न ठरलेल्या सगळ्या स्त्रिया आजकाल हिऱ्याचीच अंगठी घालतात. तशी पद्धतच आहे हल्ली.''

जणू काही तिचे शब्द आपल्या कानांवरच पडले नाहीत, अशा प्रकारे मातेकोनी तसेच जमिनीवर नजर खिळवून बसून राहिले. त्यांच्या चेहऱ्यावरला उदासपणाचा भाव मात्र अधिकच गडद झाला.

''हिरे?'' त्यांनी क्षीण आवाजात विचारलं, ''तुला खरंच असं वाटतं की, हिऱ्याची अंगठी देण्याची आजकाल पद्धत आहे?''

''अर्थातच!'' प्रेश्यसनं त्यांना अगदी ठामपणे उत्तर दिलं. ''आपल्याकडल्या सगळ्या लग्न ठरलेल्या स्त्रिया हिऱ्याची अंगठी घालतातच. त्यांच्याविषयी त्यांच्या भावी नवऱ्याला कौतुक वाटतं, असंच त्या अंगठीद्वारे तो दर्शवत असतो.''

हे शब्द कानावर पडताच मातेकोनींनी चमकून वर पाहिलं. हे जर खरं असेल – अन् मॅडम पोतोक्वानेंनीदेखील तेच सांगितलं होतं – तर त्यांना हिऱ्याची अंगठी घेण्यावाचून पर्यायच नव्हता. 'आपलं काही कौतुकच नाही मातेकोनींना' अशी प्रेश्यसची समजूत व्हायला नको, असं त्यांना मनापासून वाटलं. त्यांना तिचं कौतुक होतं, अभिमान वाटत होता; एवढंच नव्हे तर, त्यांच्या मागणीला होकार दिल्याबद्दल त्यांच्या मनात तिच्याविषयी कृतज्ञतेचीच भावना होती. आपल्या भावना प्रकट करण्यासाठी हिऱ्याची गरज असेल, तर मग नक्कीच आपण तेवढी किंमत मोजायलाच हवी. किंमत या शब्दापाशी त्यांचं मन अडखळलं. अनाथाश्रमात हिऱ्यांच्या किमतीविषयी जे काही त्यांनी ऐकलं होतं, त्यानंच त्यांच्या मनानं धास्ती घेतली होती.

''हिरे फार महाग असतात, असं मी ऐकलंय. माझ्याकडे तेवढे पैसे असले म्हणजे बरं...'' धीर करून त्यांनी मनातली शंका बोलून दाखवली.

''नसायला काय झालं?'' प्रेश्यस म्हणाली. ''काही हिरे अगदी स्वस्तातदेखील मिळतात. शिवाय त्यांच्याकडे वेगवेगळ्या योजनादेखील असतात पैसे देण्यासंबंधात...''

मातेकोनींना एकदम उत्साह वाटू लागला या विषयात. ''मला काय वाटलं होतं, एकेका हिऱ्यासाठी हजारो पुला मोजावे लागतात– पन्नास हजार पुला वगैरे.''

''छे हो, काही तरीच काय!'' प्रेश्यसनं त्यांना धीर देत म्हटलं, ''म्हणजे काही

हिरे असतातही खूप किमती, पण आपल्याला परवडतील असे कमी किमतीचे हिरेदेखील मिळतात. आपण जाऊन बघू या हवं तर. 'जज्मेंट ज्वेलर्स' नावाचे एक जवाहिरे आहेत, त्यांच्याकडे पुष्कळ छान प्रकारचे हिरे असतात, म्हणे.''

तर, अशा प्रकारे अंगठी घेण्याचा निर्णय झाला. दुसऱ्या दिवशी ऑफिसमधली थोडी कामं झाली की त्या दोघांनी 'जज्मेंट ज्वेलर्स'च्या दुकानात जायचं अन् अंगठी खरेदी करायची, असं ठरलं. प्रेश्यसला या खरेदीत मनापासून रस होताच, पण ही अंगठी आपल्या खिशाला परवडण्यासारखी आहे, या विचारानं मातेकोनीदेखील उत्तेजित झाले. एकदा त्यांच्या मनाची तयारी झाल्यानंतर मात्र त्यांना वाटू लागलं, खरंच, बायका ह्या हिऱ्यांना महत्त्व देतात, ते योग्यच असलं पाहिजे. थोडा अधिक विचार केला, तर पुरुषांनादेखील हिऱ्यांचं महत्त्व पटतंच की. आणखी एका विचारामुळे मातेकोनीना बरं वाटलं– ते जी मौल्यवान, कदाचित सर्वांत मौल्यवान, भेट आपल्या भावी पत्नीला देणार होते; ती वस्तू त्यांच्या स्वत:च्या देशात, इथल्या मातीत निर्माण झालेली होती. ते स्वत: खऱ्या अर्थानं एक देशभक्त होते. त्यांचं आपल्या देशावर खूप प्रेम होतं अन् प्रेश्यसचंही होतं, हेदेखील त्यांना माहीत होतं. बोट्स्वानात हिऱ्यांच्या तीन खाणी होत्या. त्यात निर्माण झालेला एक हिरा आज आपण विकत घेणार आहोत, ह्या विचारानंही त्यांच्या मनाला उभारी आली. त्या विचारामुळे ते घेणार असलेल्या भेटवस्तूचं मूल्य खऱ्या अर्थानं वाढणार होतं. त्यांच्या जन्मभूमीच्या कुशीतून जो मौल्यवान मृत्तिकाकण जन्माला आला होता; तो ते आज अशा स्त्रीला देणार होते– जी त्यांना इतर कुणाही व्यक्तीहून अधिक प्रिय होती– एवढंच नव्हे तर, त्यांना तिचं अतिशय कौतुकही होतं. वास्तविक पाहता, तो हिरा म्हणजे काय, तर एक खडकाचा तुकडाच होता. शेकडो वर्षांपूर्वी पृथ्वीच्या गर्भातल्या प्रचंड उष्णतेनं त्याला तेजाची देणगी मिळाली असेल. त्यानंतर कुणी तरी त्याला ओरापामधील खाणीतून बाहेर काढलं, घासून-तासून आणखी लखलखीत केलं, मग गॅबोरोनमध्ये पाठवलं. इथं आणखी कुणा कारागिरानं त्याला सोन्याच्या कोंदणात बसवलं. हे सगळं कशासाठी? तर, त्यांच्या लाडक्या मॅडम रामोत्स्वेंच्या डाव्या हाताच्या दुसऱ्या बोटावर विराजमान होण्यासाठी! मग सगळ्या जगाला कळणार होतं की, 'त्लॉक्वेंग रोड स्पीडी मोटर्स'चे मालक, मातेकोनी आता मिस् रामोत्स्वेशी लग्न करणार होते!

❖

धुळीचं वास्तव्य जाणवेल, अशा एका रस्त्याच्या शेवटच्या टोकाला 'जज्मेंट ज्वेलर्स'चं दुकान होतं. त्याला लागून धार्मिक पुस्तकांचं एक दुकान होतं. तिथं बायबल आणि त्यासारखी इतर धार्मिक पुस्तकं मिळत असत. त्याच्या पलीकडे

एका आयकर सल्लागाराचं ऑफिस होतं, हे दारावरच्या 'आयकरवाल्याला थारा देऊ नका,' या पाटीवरून लक्षात येत होतं. जवाहिऱ्याचं दुकान असूनही त्याचा दर्शनी भाग मुळीच आकर्षक वाटत नव्हता. दुकानावरच्या पाटीवर एका आकर्षक दिसणाऱ्या तरुणीचं चित्र होतं. तिच्या गळ्यात, कानांत छानसे दागिने दिसत होते; पण ती पाटी एखाद्या नवशिक्या चित्रकारानं बनवली असावी, असं मातेकोनींना वाटलं. जडजवाहिरांनी मढलेल्या त्या स्त्रीच्या चेहऱ्यावरचं स्मित मात्र मोहक होतं.

दुकानासमोरील रस्त्याच्या पलीकडच्या बाजूला असलेल्या एका अकेशिया वृक्षाच्या सावलीत मातेकोनींनी गाडी थांबवली. निघायला थोडा उशीर झाल्यामुळे ऊन चांगलंच तापलं होतं. अशा गरम हवेत थोडा वेळ जरी गाडी उन्हात राहिली, तरी ती इतकी गरम होत असे की, हाताला चटकाच बसत असे. गाडीच्या आत असलेल्या सीट्सही विलक्षण गरम होत असत. स्टिअरिंग व्हील हातांनी धरणं म्हणजे शिक्षा, अशी परिस्थिती असायची. सावलीमुळे ही परिस्थिती काहीशी सुसह्य व्हायची, त्यामुळे झाडाखालची जागा मिळणं कठीणच असायचं. एकेका झाडाखाली कधी कधी सात-आठ गाड्या झाडाच्या बुंध्याला आपलं नाक टेकवून उभ्या असायच्या, ते पाहून डुकरिणीच्या आचळांना लुचणाऱ्या पिल्लांची आठवण मातेकोनींना येत असे. अर्थात, या काटेरी झाडांना बेताचाच पर्णसंभार असल्यामुळे सावलीही जेमतेमच मिळायची.

दुकानाचं दार आतून बंद होतं, पण त्यांनी दारावरची घंटा वाजवल्यानंतर आतून दार उघडण्यात आलं. काउंटरच्या पलीकडच्या बाजूला खाकी कपडे घातलेला एक सडपातळ शरीरयष्टीचा माणूस उभा होता. त्याची निमुळती चेहरेपट्टी, काहीसे तिरपे डोळे आणि त्वचेचा सोनसळी रंग यावरून तो सान वंशाचा असावा, असा अंदाज त्यांनी बांधला. हे लोक मूळचे कलहारी वाळवंटातले असत. वाळवंटी प्रदेशातला माणूस एका जवाहिऱ्याच्या दुकानात काय करतोय, असा विचार त्यांच्या मनात आलाच. अर्थात तसं का असू नये, असंही कुणी विचारलं असतं; पण मातेकोनींना आश्चर्य वाटल्यावाचून राहिलं नाही, एवढं मात्र खरं. सर्वसाधारणपणे जवाहिऱ्यांच्या दुकानात भारतीय किंवा केनियन लोक मोठ्या संख्येनं दिसून येत. कलहारीतल्या बासार्वा जमातीच्या लोकांना गाई-गुरांची जोपासणी करण्यात अधिक आनंद वाटत असे– गुराखी किंवा शहामृगराखे म्हणून ते उत्तम काम करत.

दुकानदारानं हसून त्यांचं स्वागत केलं, ''गाडी समोर झाडाखाली लावताना मी तुम्हाला पाहिलं.''

आपला अंदाज खरा आहे, हे मातेकोनींच्या लक्षात आलं. त्याचं बोलणं शुद्ध सेत्स्वाना भाषेत होतं, पण त्याच्या उच्चारांवरून त्याचं मूळ ठिकाण समजत होतं. त्याच्या भाषेची काही खास वैशिष्ट्यं होती– त्यातले अनेक शब्द पक्ष्यांच्या

आवाजाशी मिळते-जुळते होते.

प्रथेनुसार त्यांनी प्रथम आपली आणि नंतर प्रेश्यसची ओळख करून देत म्हटलं, "आमचं लग्न ठरलंय आणि मला ह्यांच्यासाठी अंगठी विकत घ्यायचीय..." क्षणभर थांबून ते म्हणाले, "हिऱ्याची अंगठी दाखवा."

दुकानदारानं आधी त्यांना आपल्या झापडं असलेल्या डोळ्यांनी न्याहाळलं आणि मग तिरप्या नजरेनं प्रेश्यसकडे पाहिलं. त्याच्या नजरेला नजर देताना तिच्या मनात विचार आला, हा माणूस चलाख दिसतोय. अशा धूर्त माणसावर सहज विश्वास टाकता येत नाही.

आपल्या व्यवसायाला साजेशी साखरपेरणी करत मातेकोनींना दुकानदार म्हणाला, "ह्यांच्यासारखी आनंदी वृत्तीची, सुदृढ पत्नी तुम्हाला लाभणार आहे, म्हणजे खऱ्या अर्थानं नशीबवान आहात तुम्ही. आजकाल बघावं, तर जिकडे-तिकडे काटकुळ्या, अरेरावी करणाऱ्या बायकाच दिसतात. या बाई तुम्हाला सुखात ठेवतील."

त्याचे कौतुकोद्गार स्वीकारत श्री. मातेकोनी म्हणाले, "खरंच, मी भाग्यवान आहे."

"ह्यांच्यासाठी तुम्ही छान मोठ्ठी अंगठी घ्यायला हवी, बरं का; लहान अंगठी त्यांना शोभणार नाही."

त्याच्या या शब्दांनी त्यांना उगीचच ढेपाळल्यासारखं झालं अन् सवयीनं त्यांची नजर बुटांकडे वळली.

"तुम्ही मला मध्यम आकाराचीच अंगठी दाखवा. मी काही फार पैसेवाला माणूस नाही." ते म्हणाले.

"मी ओळखतो ना साहेब तुम्हाला. 'त्लॉक्वेंग रोड स्पीडी मोटर्स' हे गॅरेज तुमच्याच मालकीचं आहे ना? चांगली अंगठी तुम्हाला नक्कीच परवडेल."

आता आपण बोलायला हवं, असा विचार करून प्रेश्यस म्हणाली, "मला स्वत:लाच मोठी अंगठी नकोय. मी मोठी अंगठी घालणाऱ्या स्त्रियांपैकी नाही. तुम्ही छोटीशीच अंगठी दाखवा."

दुकानदारानं तिच्याकडे एक कटाक्ष टाकला. ही बाई नको तेवढी लुडबूड करतेय, असा त्याच्या नजरेचा अर्थ होता– पुरुषमाणसं सौदा (गाई-गुरांविषयी वगैरे) करत असताना त्यांना जसं बाईनं नाक खुपसलेलं आवडत नाही, तसं त्याला वाटलं या वेळी.

"मी तुम्हाला काही अंगठ्या दाखवतो–" असं म्हणून त्यानं काउंटरखालचा खण उघडला. "ह्या पाहा, एकदम मस्त अंगठ्या आहेत."

त्यानं तो खण बाहेर काढून काउंटरवर ठेवला. मखमली कापडावरील खाचांमध्ये बऱ्याच अंगठ्या खोचून ठेवलेल्या होत्या. त्या पाहताच मातेकोनींनी श्वास रोखून

धरला. बहुतेक अंगठ्यांमधील हिऱ्यांची रचना मध्यभागी मोठा हिरा आणि त्याच्या भोवती छोटे हिरे अशी होती. काही अंगठ्यांच्या मध्यभागी पाचू, माणिक यांसारख्या मौल्यवान रत्नांचा वापर केलेला होता. प्रत्येक अंगठीखाली तिची किंमत दर्शवणारा कागद होता.

आवाजाची पट्टी खाली आणत तो मातेकोनींना म्हणाला, ''किमतींकडे लक्ष देऊ नका तुम्ही. मी तुम्हाला योग्य तीच किंमत सांगेन.''

प्रेश्यसनं अंगठ्यांकडे निरखून पाहिलं अन् मान हलवत ती दुकानदाराला म्हणाली, ''या नकोत; खूप मोठ्या आहेत या. मी मगाशीच तुम्हाला म्हटलं होतं, मला लहान अंगठी हवीय. ठीक आहे. आम्ही दुसरीकडे पाहू.''

दुकानदारानं एक दीर्घ श्वास टाकला... ''माझ्याकडे अजून पुष्कळ माल आहे. लहान अंगठ्याही आहेत.''

त्यानं तो ट्रे पुन्हा खाली ठेवला आणि दुसरा ट्रे बाहेर काढला. यातल्या अंगठ्या लहान आकाराच्या होत्या. त्यांपैकी मध्यभागी असलेल्या एका अंगठीकडे बोट दाखवत प्रेश्यसनं म्हटलं, ''ही अंगठी दाखवा. मला बरी वाटतेय.''

''ती एवढी बरोबर वाटत नाही. इतका छोटा हिरा दिसणारही नाही. लोकांचं लक्षच जाणार नाही इतक्याशा हिऱ्याकडे.''

''मी नाही पर्वा करत लोकांची. हा हिरा माझ्यासाठी असणार आहे; यात लोकांचा काय संबंध?'' तिनं प्रश्न केला.

मातेकोनींचा ऊर अभिमानानं भरून आला. किती सार्थ होता त्यांना तिच्याविषयी वाटणारा अभिमान! खऱ्या अर्थानं ती बोट्स्वानाच्या जुन्या परंपरा पाळत होती. तिच्या लेखी दिखाऊपणाला यत्किंचितही महत्त्व नव्हतं.

''मलाही आवडलीय ही अंगठी. जरा घालून बघू द्या त्यांना, म्हणजे नक्की कळेल.''

दुकानदारानं अंगठी प्रेश्यसच्या पुढे धरली. तिनं ती बोटात सरकवली अन् त्यांना पाहता यावं, म्हणून त्यांच्यासमोर आपला हात धरला.

''छान दिसतेय ती तुझ्या बोटात!'' ते म्हणाले.

प्रेश्यसनं हसून आपली पसंतीही दर्शवली, ''ही अंगठी तुम्ही माझ्याकरिता घेणार असाल, तर मी एकदम खूश आहे.''

दुकानदारानं किमतीचा कागद उचलला आणि मातेकोनींच्या दिशेनं सरकवला. ''या अंगठीची किंमत मी आणखी कमी नाही करू शकत. आधीच खूप कमी किंमत आहे हिची.'' तो म्हणाला.

मातेकोनीही जरा चकितच झाले. त्यांच्या अपेक्षेपेक्षा खूपच स्वस्त होती ती अंगठी. अगदी अलीकडेच त्यांनी एका गिऱ्हाइकाच्या गाडीतील कूलंट बदललं

होतं, त्याची किंमत आणि या अंगठीची किंमत यामध्ये एका पुलाचाही फरक नव्हता. ही अंगठी त्यांच्या खिशाला सहज परवडणारी होती. त्यांनी आपल्या खिशातून नोटांचं पुडकं बाहेर काढलं. अंगठी विकत घेण्यासाठी सकाळीच ते बँकेत पैसे काढायला गेले होते... दुकानदाराला अंगठीच्या किमतीएवढी रक्कम दिल्यानंतर काही तरी एकदम आठवल्याच्या सुरात त्यांनी विचारलं, "मला सांगा, हा हिरा आपल्या बोट्स्वानातल्या खाणीतलाच आहे ना?"

चौकस नजरेनं त्यांच्याकडे पाहत दुकानदारानं प्रश्न केला, "असं का बरं विचारताय? त्यानं काय फरक पडतो? कुठल्याही खाणीतला असला, तरी हिरा तो हिराच ना?"

"ते मलाही ठाऊक आहे. पण माझी पत्नी आपल्या देशातल्या खाणीतून काढलेला हिरा वापरतेय, हा विचार मला आनंद देणारा असेल, म्हणून मी विचारलं."

दुकानदार किंचित हसला अन् म्हणाला, "एवढंच ना, मी खात्री देतो तुम्हाला. माझ्या दुकानात विकले जाणारे सगळे हिरे आपल्या इथल्या खाणीतलेच असतात."

"फार आनंद झाला तुमच्या उत्तरानं मला!" मातेकोनी उद्गारले.

दोघं जण पुन्हा त्याच मार्गानं परत आले. वाटेत त्यांना गॅबोरोनमधलं चर्च लागलं, तेव्हा प्रेश्यस म्हणाली, "याच चर्चमध्ये आपण विवाहबद्ध व्हावं, असं मला वाटतं. आपण बिशप माखुलूंनाच विचारू, ते आपलं लग्न लावतील का?"

"चांगला विचार आहे हा. बिशप एक चांगला माणूस आहेत."

"म्हणजे एक सज्जन दुसऱ्या एका सज्जनाचं लग्न लावून देणार आहे, असं म्हणता येईल. खरं की नाही?" प्रेश्यस आनंदानं म्हणाली. "खरंच सांगतेय मी. तुम्ही फार चांगल्या स्वभावाचे आहात."

मातेकोनी त्यावर काहीच बोलले नाहीत. आपण खरोखरच इतक्या मोठ्या प्रशंसेला पात्र आहोत का, असा विचार त्यांच्या मनात आला. आपण एक जगावेगळे सज्जन आहोत, असं त्यांना स्वत:ला तरी वाटत नसे. आपल्यामध्ये किती तरी उणिवा आहेत, या गोष्टीची त्यांना जाणीव होती. त्यांच्या मते, त्यांच्यापेक्षा प्रेश्यसच किती तरी उजवी होती. ते काय, एक साधे तंत्रज्ञ होते– प्रामाणिकपणे आपलं काम करणारे, एवढंच म्हणता आलं असतं त्यांच्या बाबतीत. ती मात्र खूपच वेगळी आणि गुणी होती.

झेब्रा ड्राइव्हवर त्यांनी गाडी वळवली आणि तिच्या घरासमोर थांबवली. तिच्याकडे काम करणाऱ्या बाईनं स्वयंपाकघराच्या खिडकीतून त्यांच्याकडे पाहिलं अन् हसून हात हलवला. नुकतंच तिचं कपडे धुण्याचं काम आटोपलं होतं. बाहेर

दोऱ्यांवर कपडे वाळत पडले होते. वरती स्वच्छ निळं आकाश अन् पायाखालच्या लाल मातीच्या पार्श्वभूमीवर पांढरे कपडे उठून दिसत होते.

मातेकोनींनी मोठ्या प्रेमानं तिचा अंगठी घातलेला हात आपल्या हातात घेतला. त्यांचं लक्ष तिच्या चेहऱ्याकडे गेलं. तिचे डोळे पाण्यानं भरले होते.

''माफ करा. मी आनंदात असायला हवं या क्षणी, पण मला रडू आवरलं नाही.''

''काय झालं? कशाचं वाईट वाटतंय तुला?''

तिनं डोळे पुसले अन् मान हलवून म्हणाली, ''मला वाईट वाटत नाही. एवढाच विचार मनात आला की, या आधी कुणीच मला इतकी मौल्यवान भेट दिली नव्हती. मी नोतेशी लग्न केलं, तेव्हा त्यानं मला काहीही दिलं नाही. तो अंगठी देईल, अशी आशा मला वाटली होती, पण ती नाहीच पुरी झाली. इतक्या वर्षांनी माझी इच्छा पुरी झाली!''

''नोतेनं जे दिलं नाही, त्याची भरपाई करायचा मी मनापासून प्रयत्न करेन... तुला सुखी ठेवायचा मी प्रयत्न करेन.''

''त्याबद्दल मला खात्री आहे. मी पण तुम्हाला साथ देईन.''

भारलेल्या मन:स्थितीत दोघं जण तसेच बसून राहिले. मग मातेकोनी खाली उतरले, तिच्या दाराकडे जाऊन त्यांनी दार उघडलं. आत जाऊन तिच्या आवडीचा बुश टी प्यायचा विचार दोघांच्या मनात होता. त्यानंतर रोझला नवी अंगठी दाखवायची, असं प्रेश्यसनं ठरवलं. या अंगठीनं एकाच वेळी तिला आनंदाचे अन् दु:खाचे क्षण अनुभवायला दिले होते.

रुक्ष प्रदेश

मॅडम रामोत्स्वे आपल्या ऑफिसमध्ये बसली होती. अस्वस्थ करणाऱ्या विचारांनी तिच्या डोक्यात गर्दी केली होती. त्याचं कारणही तिला ठाऊक होतं– नको तिथं आड येणारा भिडस्तपणा. याच स्वभावदोषापायी तिनं अनेक वेळा स्वत:चं नुकसान करून घेतलं होतं. वास्तविक पाहता, तिला ठाऊक होतं की, तिच्याकडे आलेल्या अमेरिकन स्त्रीची समस्या तिच्या आवाक्याबाहेरची होती. दहा वर्षांपूर्वी घडलेल्या घटनेचे धागेदोरे आता सापडणं अशक्य होतं, पण एका आईच्या दु:खानं प्रेश्यस रामोत्स्वेचं काळीज हेलावलं होतं. तिला काही तरी मदत करायला हवी, असं प्रेश्यसला मनापासून वाटलं अन् भावनेच्या भरात तिनं ती केस स्वीकारायचं ठरवलं. 'खासगी गुप्तहेरांनी पाळावयाची तत्त्वे' या पुस्तकाचे लेखक क्लोव्हिस अँडरसन यांनी मिसेस कर्टिनच्या केसची संभावना एक 'शिळी केस' अशी करून ती सोडवण्याची जबाबदारी घ्यायलाच नकार दिला असता. अशा केसबाबतचे त्यांचे विचार अगदी स्पष्ट होते. शिळ्या चौकशीतून कुणालाही लाभ होत नाही. गुप्तहेरानं चौकशी करायचं मान्य केलं की अशिलाच्या आशा पालवतात. गिऱ्हाइकाच्या अपेक्षा पुऱ्या करण्यासाठी गुप्तहेराला चौकशी करावीच लागते. याचाच दुसरा अर्थ असा होतो की, गुप्तहेर नाहकच आपला वेळ एका फालतू केसवर फुकट घालवतो. दिवसाअखेरीस तो या निष्कर्षाप्रत येऊन पोहोचतो की, अशा पद्धतीनं चौकशी

करण्यापेक्षा ती कायमची थांबवणंच सगळ्यांच्या दृष्टीनं श्रेयस्कर नाही का होणार? 'भूतकाळ कायमचा गाडून टाका, झालं-गेलं विसरून जा,' असाच सल्ला त्यानं आपल्या अशिलाला द्यावा, हे उत्तम.

अनेक वेळा प्रेश्यसनं या परिच्छेदाची पारायणं केली, त्यामुळे लेखकाचा सल्ला तिला पटलादेखील. कारण नसताना लोक आपला भूतकाळ चिवडत बसतात. अनेक वर्षांपूर्वी घडलेल्या घटनेची मनातल्या मनात उजळणी करतात, हे तिलादेखील इतक्या वर्षांच्या अनुभवानं समजून चुकलं होतं. या सगळ्या अट्टहासापायी ते आपला वर्तमानकाळही नासवून टाकतात. प्रत्येकाच्याच आयुष्यात असे कटू प्रसंग आलेले असतात. ते परत-परत उगाळल्यानं हाती काही लागतं का? पण हा मनुष्यस्वभावच आहे. शोना जमातीचे लोक असेच वागले होते. मिझिलीकाझी आणि लोबेंगुला या नेत्यांच्या आदेशाचं पालन करणाऱ्या नदेबेले लोकांनी शोना जमातीवर अनन्वित अत्याचार केले होते. (नाही म्हटलं, तरी ते झुलू जमातीचे लोक होते.) झुलूंनी कायमच आपल्या शेजारच्या देशातील लोकांवर हल्ले केले होते. पण आता त्याच त्या गोष्टींचा उल्लेख केल्यानं हाती काय लागणार होतं? एकदाच काय ती सगळ्याला मूठमाती द्यावी अन् पुढची वाटचाल करावी, असं प्रेश्यसचं प्रामाणिक मत होतं.

प्रेश्यसला सेरेत्से खामांची आठवण झाली. बामवाटो या जमातीचे ते सगळ्यात महत्त्वाचे प्रमुख होते. पुढे बोट्स्वाना देश स्वतंत्र झाल्यावर, ते देशाचे पहिले राष्ट्राध्यक्ष झाले. ब्रिटिशांच्या वसाहतकाळात राज्यकर्त्यांनी त्यांना अतिशय अपमानास्पद वागणूक दिलेली होती. त्यामागचं कारण काय होतं, तर त्यांनी एका इंग्रज स्त्रीशी विवाह केला होता. त्यांची पत्नीची निवड तर राज्यकर्त्यांनी अमान्य केलीच, पण त्यांना देशाबाहेरही धाडलं. एखाद्या माणसाला शिक्षा देण्याकरिता त्याला त्याच्या देशापासून, त्याच्या जिवाभावाच्या माणसांपासून तोडायचं; इतक्या निर्दयपणे, दुष्टपणे कुणी वागू शकतं, ह्या गोष्टीवर विश्वास ठेवणं प्रेश्यसला अशक्य वाटत असे. त्या शिक्षेचा दुसरा गंभीर परिणाम म्हणजे, त्या देशातले लोक त्यामुळे जणू काही निर्नायक झाले. त्यांच्यावर केवढा दु:खद आघात होता तो! जिवाच्या आकांतानं ते सरकारला विचारत असत, "आमचे कगोसी सेकगोमा (द्वितीय) आणि मोहुमगादी तेबोगो यांचा मुलगा, आमचा खामा कुठे आहे?" पण विशेष कौतुकाची बाब म्हणजे, सेरेत्से खामांनी पुढील काळात कधीही या अन्यायाचा उल्लेख केला नाही किंवा मनात आकसही धरला नाही. त्यांनी ब्रिटिशांविरुद्ध अपशब्द कधीही उच्चारला नाही. उलट, त्यांनी ब्रिटिश सरकारचा आणि इंलंडच्या राणीचा नेहमी यथायोग्य मानच ठेवला. त्यांच्या जागी एखादा सामान्य वृत्तीचा माणूस असता, तर त्यानं गोऱ्या लोकांना ठणकावून म्हटलं असतं, "मला तुम्ही

कशी वागणूक दिलीत, ते आठवा अन् मग माझ्याकडून मैत्रीची अपेक्षा ठेवा.''

त्यांच्यासारखेच थोर मनाचे होते मंडेला. ज्या लोकांनी त्यांना प्रदीर्घ कारावासाची शिक्षा दिली होती, त्यांना मंडेलांनी अत्यंत उदार अंत:करणानं क्षमा केली होती. न्यायासाठी लढणाऱ्या या माणसाच्या आयुष्यातील फार मोठा काळ त्या लोकांनी हिरावला होता. त्यांना दगडाच्या खाणीत काम करायला लावलं. खडक फोडल्यामुळे बिचाऱ्यांची दृष्टी कायमची अधू झाली होती. जेव्हा त्यांनी तुरुंगाच्या बाहेर पाय ठेवला, बाहेरच्या जगात मोकळा श्वास घेतला; तेव्हा त्यांच्या तोंडून सूडाचा एक शब्दही बाहेर पडला नाही. ''भूतकाळाविषयी तक्रार करण्यापेक्षा किती तरी मोठी कामं आपल्यापुढे आहेत, मोठी उद्दिष्टं आपल्याला गाठायची आहेत,'' एवढंच ते म्हणाले होते. केवळ शब्दांमधून नव्हे, तर अनेक कृतींमधून त्यांनी आपला हा विचार सिद्ध केला होता. प्रेश्यसच्या मते हेच, खरं तर आफ्रिकन लोकांचं वैशिष्ट्य होतं. सच्चे आफ्रिकन लोक कधीच सूडाची, छळाची भाषा बोलत नाहीत. ती आमची परंपराच नाही. आम्ही सगळी या मातीची लेकरं आहोत, आमच्यात कुणी उच्च नाही अन् कुणी नीचही नाही. जगाला काही सांगायचं असेल, तर आम्ही हाच संदेश देऊ– 'माणूसपण टिकवा.' तेवढंच पुरेसं आहे.

प्रेश्यसला ह्या तत्त्वज्ञानाबद्दल आदर वाटत असे. खामांनी आणि मंडेलांनी क्षमाशीलतेचा जो आदर्श आपल्या वागण्यातून इतर आफ्रिकन लोकांसमोर ठेवला होता, त्याची थोरवी तिला समजत होती. तरीही विचार केला, तर श्रीमती कर्टिनची गोष्ट थोडी वेगळीच होती. या बाईला आपल्या मुलाच्या गडप होण्यामागचं रहस्य जाणून घ्यायचं होतं, हे अगदी खरं असलं; तरी त्या घटनेचं खापर कुणाच्या तरी माथी मारण्याचा तिचा हेतू नव्हता, हेही तितकंच खरं होतं. प्रेश्यसला मात्र इतर अनेक असे लोक माहीत होते, ज्यांना कुणाला तरी शिक्षा देण्याच्या विचारानं पछाडलेलं असतं. प्रेश्यसनं या विचारानं एक दीर्घ नि:श्वास टाकला. एखाद्या माणसानं गंभीर गुन्हा केला, तर त्याला शिक्षा व्हायलाच हवी, नाही तर त्याला आपल्या गुन्ह्याचं गांभीर्य कसं जाणवेल? पण ज्यांना आधीच पश्चात्ताप झालेला असतो, त्यांना शिक्षा देण्यात काय अर्थ, असंही तिला वाटत असे. तिच्या लहानपणी घडलेला एक प्रसंग तिला या संदर्भात नेहमी आठवतो. एकदा एका लहानग्या मुलाला कुणी तरी खूप मारत असलेलं तिनं पाहिलं होतं. त्याच्या निष्काळजीपणामुळे त्याची एक शेळी हरवली होती. दुपारी बिचाऱ्याचा डोळा लागला असताना कुणी तरी शेळी चोरली होती. त्याबद्दल त्यानं मनापासून माफी मागितली होती, तरी त्याला त्याच्या काकांच्या हातचा मार खावाच लागला होता. काकानं मोपानी झाडाच्या काठीनं त्याला इतकं बडवलं होतं की, बिचारा अगदी गयावया करू लागला होता. असल्या शिक्षेनं काहीच साध्य होत नाही, असं तिला

वाटायचं. कधी कधी तर शिक्षा भोगणाऱ्या व्यक्तीवर तिचा परिणाम कायमचा राहतो.

पण हे काहीसं विषयांतर होतंय, असं तिला वाटलं. सध्या तिच्यापुढे असा प्रश्न होता की, आता या जिवंत नसलेल्या अमेरिकन मुलाचा शोध घ्यायला सुरुवात कुठून आणि कशी करायची? तिच्या डोळ्यांसमोर एक गमतशीर चित्र उभं राहिलं. तिचे या क्षेत्रातले गुरू क्लोव्हिस अँडरसन मान हलवून वैतागलेल्या सुरात तिला म्हणत आहेत– "हं, मॅडम रामोत्स्वे, मी कानी-कपाळी ओरडून सांगूनदेखील तुम्ही एक शिळी केस घेतलीतच ना? आता चूक केलीच आहेत, तर माझा पुढचा उपदेश तरी अमलात आणा. आता एकच करायचं– समस्येच्या मुळाशी जायचं. तिथूनच सुरुवात करायची." प्रेश्यसनं विचार करायला सुरुवात केली अन् तिच्या लक्षात आलं की, तिनं त्या शेतमळ्याचा शोध घ्यायला हवा, जिथे बर्कहार्ट आणि त्याच्या सहकाऱ्यांनी आपले शेतीचे प्रयोग केले होते. ती जागा शोधून काढणं फारसं अवघड नव्हतं; पण आता इतक्या वर्षांनंतर तिथे काही अस्तित्वात असेल का, याची तिच्या मनात शंकाच होती. पण तिथे जाऊन शोधाला सुरुवात करणं, ही तिच्या दृष्टीनं पहिली पायरी होती. तिची अशी एक भावना होती की, प्रत्येक जागेत तिथे घडलेल्या घटनांचे काही तरी अवशेष असतातच. आपण संवेदनशील असलो, तर काही तरी वेगळं असं आपल्याला जाणवतं. पूर्वी घडलेल्या घटनांचे प्रतिध्वनी जणू काही आपल्याला ऐकू येतात.

ते खेडेगाव कसं शोधून काढायचं, ह्याची कल्पना तिला होती. तिची सेक्रेटरी, मॅडम माकुत्सीचा एक दूरचा भाऊ या मळ्यापासून जवळच असलेल्या एका लहान गावात राहायचा. तिथे कसं जायचं, हे माकुत्सीनं प्रेश्यसला सांगितलं होतं. हे ठिकाण पश्चिमेच्या बाजूला, मोलेपोलोलेपासून फार अंतरावर नव्हतं. 'कलाहारी वाळवंटा'च्या सरहद्दीवर असलेला हा प्रदेश तसा वैराणच होता. खुरटी रोपं आणि काटेरी झाडाझुडपांच्या या प्रदेशात मनुष्यवस्ती बेताचीच होती. काही ठिकाणी मात्र पाणी मुबलक होतं. अशा जागी लोकांनी वस्त्या निर्माण केल्या होत्या. कलिंगडाची किंवा सोर्घमची शेती करून ते आपली गुजराण करत होते. इतक्या तुटपुंज्या कामावर त्यांचा उदरनिर्वाह होणं शक्य नसल्यामुळे, ज्यांना शक्य असेल असे लोक उपजीविकेसाठी लोबात्से किंवा गॅबोरोनला जात. गॅबोरोनमध्ये अशा प्रकारे आलेल्या लोकांची संख्या फार मोठी होती. हे लोक मोठ्या शहरांमध्ये राहत; पण आपल्या गावाबरोबरची, गुरांच्या वस्तीशी असलेली आपली नाळ ते तोडून टाकत नसत. त्यांच्या दृष्टीनं त्यांचं घर गावीच असे. याच गावावर छत धरणाऱ्या आकाशाखाली शेवटचा श्वास घ्यावा, अशीच इच्छा ते हृदयाशी बाळगून असत.

एका शनिवारी सकाळी प्रेश्यस आपल्या चिमुकल्या व्हॅनमधून या 'शोधमोहिमे'वर

निघाली. नेहमीच्या शिरस्त्याप्रमाणे ती भल्या पहाटेच घरातून बाहेर पडली. शनिवारी बाजाराला जाणारे लोकसुद्धा भल्या पहाटेच खरेदीला बाहेर पडले होते. महिनाअखेरीचे दिवस होते. लोकांच्या हातात पगाराचे पैसे आले असल्यामुळे बाजारात गर्दी असणार, हे तिच्या लक्षात आलं. लोक मधाचे बुधले, नेहमी लागणारे खाद्यपदार्थ तर खरेदी करतच; पण काही वेळा ते मनात भरलेला एखादा पोशाख, नाही तर बूटही हौसेनं विकत घेत असत. प्रेश्यसलाही खरेदी करायला आवडत असे, पण पगाराचा दिवस ती नेहमीच टाळत असे; कारण त्या वेळी वस्तूंच्या किमती हमखास चढ्या होतात, हे तिला अनुभवानं ठाऊक होतं. आठ-पंधरा दिवसांनी त्या पुन्हा घसरतात, कारण तोपर्यंत लोकांचे खिसे रिकामे झालेले असतात.

रस्त्यावर नेहमीप्रमाणे बसगाड्या आणि व्हॅन यांसारखी वाहनं मोठ्या प्रमाणावर दिसत होती, कारण बहुतेक जण अशाच प्रकारे बाजाराला येत असत. तसे काही लोक विरुद्ध दिशेनंही जात होते. सुट्टीच्या दोन दिवसांत बायका-मुलांना भेटणारे पुरुष त्या दिशेनं जात होते. गॅबोरोनमध्ये घरकाम करणाऱ्या स्त्रियाही शनिवारी मुलांना भेटायला किंवा आपल्या आई-वडिलांबरोबर चार घटका आरामात घालवण्यासाठी जात असत. मॅडम रामोत्स्वेनं आपल्या गाडीचा वेग कमी केला, कारण तिला रस्त्याच्या कडेला उभी असलेली एक स्त्री दिसली. तिनं गाडी थांबवावी, या हेतूनं त्या बाईनं हात हलवला. काळा स्कर्ट आणि लाल टी-शर्ट घातलेली ती बाई साधारणपणे प्रेश्यसच्याच वयाची होती. क्षणभर प्रेश्यसला निर्णय घेता आला नाही, पण तरीही तिनं गाडी थांबवलीच; दूर अंतरावर बिचारीच्या येण्याची आतुरतेनं वाट पाहणारी तिची मुलं, तिचं कुटुंब असेल... कुणी तरी गाडीचालक तिला घरापर्यंत आणून सोडेल, अशा आशेनं ते तिच्या वाटेकडे डोळे लावून बसले असतील, या विचारानंच प्रेश्यसचं मन द्रवलं.

तिनं गाडी थांबवली आणि खिडकीतून डोकं बाहेर काढत विचारलं, ''कुठे जायचंय बाई तुम्हाला?''

''त्या खालच्या बाजूला,'' तिनं उत्तर दिलं. ''मोलेपोलोलेच्या थोडं पुढे. सिलोकवोलेला या गावी जायचंय मला.''

''मलाही तिकडेच जायचंय. चला माझ्याबरोबर. मी सोडते तुम्हाला घरापर्यंत.'' किंचित हसून प्रेश्यस म्हणाली.

अत्यानंदाचा एक चीत्कार काढत तिनं आपला आनंद व्यक्त केला अन् म्हणाली, ''किती चांगल्या आहात तुम्ही! माझं नशीब जोरावर आहे आज.'' जमिनीवर ठेवलेली आपली प्लॅस्टिकची पिशवी तिनं उचलली आणि गाडीचं दार उघडून ती आत बसली. प्रेश्यसनं गाडी चालवायला सुरुवात केली अन् सवयीनंच तिचे डोळे त्या बाईचं निरीक्षण करू लागले. तिचे कपडे चांगल्या प्रकारचे वाटत

होते– ब्लाऊज नवीन वाटत होता आणि खऱ्या लोकरीचा वाटत होता. खालच्या वर्गातले लोक घालतात, तसला कृत्रिम धाग्यांपासून बनवलेला वाटत नव्हता; स्कर्ट मात्र स्वस्तातला वाटत होता अन् बूटही जुने दिसत होते. सहावी इयत्ता उत्तीर्ण झालेली ही स्त्री एखाद्या दुकानात विक्रेती म्हणून काम करत असावी; कदाचित कॉलेजची एक-दोन वर्षंही झाली असतील. नवरा नसावा आणि हिच्या मुलांचा सांभाळ हिची आई करत असावी. तिच्या प्लॅस्टिकच्या पिशवीत प्रेश्यसला बायबलचं पुस्तकही दिसलं होतं, त्यावरूनही तिनं काही आडाखे बांधले. ही स्त्री नेमानं चर्चला जात असावी, कदाचित ती बायबलचे पाठही गिरवत असेल. सुट्टीच्या दोन दिवसांत ती मुलांनाही बायबल वाचून दाखवत असावी.

"तुझी मुलं या गावी राहतात का?" प्रेश्यसनं सौजन्यपूर्वक विचारलं.

"हो. आपल्या आजीबरोबर राहतात. मी गॅबोरोनमधल्या एका दुकानात नोकरी करते. 'न्यू डील फर्निशर्स' हे नाव ऐकलं असेल तुम्ही कदाचित." तिनं म्हटलं.

प्रेश्यसनं होकारार्थी मान हलवल्यानंतर ती पुढे म्हणाली, "माझा नवरा नाहीये. तो फ्रान्सिसटाऊनमध्ये नोकरी करायचा. काय झालं कुणास ठाऊक, त्याला अचानक ढेकर यायला लागले अन् त्यातच मृत्यू झाला त्याचा."

ढेकर या शब्दानं प्रेश्यसला दचकायला झालं. "ढेकरांमुळे नवरा गेला तुझा?"

"हो. खूप ढेकर यायला लागले, तेव्हा तिथल्या लोकांनी त्याला हॉस्पिटलमध्ये दाखल केलं. डॉक्टरांनी त्याच्या पोटावर शस्त्रक्रिया केली, तेव्हा त्यांना काही तरी गंभीर आजार आढळला, ज्यामुळे माझ्या नवऱ्याला सारखे ढेकर येत होते. काही दिवसांनी गेलाच बिचारा."

काय बोलावं ते न समजल्यामुळे प्रेश्यस क्षणभर गप्प बसली. "फार वाईट झालं..." एवढंच ती बोलू शकली.

"मलाही फार मोठा धक्का बसला त्याच्या जाण्यानं. चांगला माणूस होता माझा नवरा. माझ्या मुलांवरही खूप प्रेम होतं त्याचं. माझ्या सुदैवानं माझी आई खंबीर होती. तिनं माझ्या मुलांची जबाबदारी आपल्या शिरावर घेतली. माझी कॉलेजची दोन वर्षं झाली असल्यामुळे मला गॅबोरोनमध्ये नोकरी मिळाली. माझ्या कामावर मालक खूश असल्यामुळे मला वरच्या जागा मिळत गेल्या. आता मी एक वरिष्ठ विक्रेती म्हणून काम करते. आता तर ते मला माफिकेंगमध्ये प्रशिक्षणासाठीदेखील पाठवणार आहेत."

प्रसन्नपणे हसून प्रेश्यसनं तिचं कौतुक केलं अन् ती म्हणाली, "अरे व्वा! फारच छान. बायकांना इतक्या सहजासहजी यश मिळत नाही. हे सगळे पुरुष अशी अपेक्षा करतात की, बायकांनी ढोरमेहनत करावी आणि वरच्या जागा मात्र ते स्वतःच पटकावतात."

"पण तुम्ही यशस्वी आहात, असं मी नक्कीच म्हणू शकेन." तिनं अंदाज वर्तवला. "तुमचा स्वत:चा व्यवसाय आहे अन् तुम्ही चांगला जम बसवलाय त्यात."

तिच्या अंदाजावर काही मत व्यक्त करण्यापूर्वी प्रेश्यस क्षणभर विचारात पडली. आजवरचा तिचा अनुभव असा होता की, तिची निरीक्षणशक्ती तिला नेहमी साथ देत आली होती अन् या गोष्टीचा तिला अभिमानही वाटत असे; पण आत्ता तिच्या शेजारी बसलेल्या त्या अनोळखी बाईनं तिच्याबद्दल जो अचूक अंदाज वर्तवला होता, त्यामुळे तिला वाटलं– केवळ आपल्यालाच नव्हे, तर बहुतेक सगळ्याच बायकांना ही दैवी देणगी लाभलेली असते.

किंचितशा खट्याळपणे ती त्या बाईला म्हणाली, "अस्सं? मग मी काय काम करत असेन, त्याबद्दलचा तुझा अंदाज सांग बरं. कसली नोकरी करत असेन मी?"

तिनं आपली बैठक थोडी बदलली आणि आपला मोहरा प्रेश्यसच्या दिशेनं वळवला. प्रेश्यसला काही क्षण नखशिखांत न्याहाळल्यावर ती म्हणाली, "मला वाटतं, तुम्ही गुप्तहेर आहात. लोकांच्या खासगी आयुष्यात तुम्ही डोकावून बघता."

तिचा भलताच अचूक अंदाज ऐकून प्रेश्यस इतकी दचकली की, क्षणभर तिचा स्वत:वरचा तोल सुटला. गाडी थोडीशी एका बाजूला झुकली. 'बाप रे, हिची निरीक्षणशक्ती तर माझ्यापेक्षाही तीव्र दिसतेय!' ती स्वत:शीच पुटपुटली.

"तुम्ही कसं काय ओळखलंत? माझ्या वागण्या-बोलण्यावरून तर तुम्हाला ही गोष्ट समजली नाही ना?"

त्या बाईनं आपली नजर वळवली अन् म्हणाली, "फार सोपं होतं ते. मी अनेकदा तुम्हाला आणि तुमच्या सेक्रेटरीला तुमच्या ऑफिसच्या बाहेर बसून चहा पिताना पाहिलंय. तुमची सेक्रेटरी मोठ्या भिंगांचा चष्मा वापरते ना? दुपारच्या वेळी तुम्ही दोघी बाहेर सावलीत बसलेल्या असता. मी त्या रस्त्यावरून जाते पुष्कळदा, त्यामुळे मला माहीत होतं."

त्यानंतरचा वेळ दोघींनी घरगुती गप्पा मारत मजेत घालवला. तिचं नाव मॅडम तसबागो होतं. आपल्या कामाबद्दल तिनं प्रेश्यसला माहिती सांगितली. दुकानाचा मॅनेजर सज्जन होता– आपल्या हाताखालच्या नोकरमाणसांबरोबर तो चांगलं वागायचा आणि गिऱ्हाइकांबरोबरही तो प्रामाणिकपणे व्यवहार करत असे, त्यामुळेच तिला दुसऱ्या एका जागी अधिक चांगली नोकरी मिळत असूनही तिनं नोकरी बदलली नव्हती. ही गोष्ट तिच्या साहेबाला कळली, तेव्हा मोठ्या मनानं त्यानंच तिला बढती दिली होती.

मग तिच्या मुलांचा विषय निघाला. तिला दहा वर्षांची एक मुलगी होती अन् आठ वर्षांचा मुलगा होता. दोघंही हुशार असल्यामुळे माध्यमिक शाळेसाठी त्यांना

गॅबोरोनमध्ये आणावं, असं तिला वाटत होतं. तिथली सरकारी शाळा खूप चांगली आहे, असं तिनं ऐकलं होतं. तिथे त्यांना प्रवेश मिळेल, अशी आशा ती मनात बाळगून होती. सरकारी शाळेपेक्षाही काही अधिक चांगल्या शाळा असतात, ज्या मुलांना शिष्यवृत्तीही देतात, हेही तिच्या कानावर आलेलं होतं. साहजिकच, आपल्या मुलांना अशा शाळेत प्रवेश मिळावा, असं तिला वाटत होतं.

प्रेश्यसनं तिला आपलं लग्न ठरल्याचं सांगितलं आणि हातातली हिऱ्याची अंगठीही दाखवली. मॅडम तसबागोनं तिच्या अंगठीचं कौतुक केलं अन् तिच्या भावी नवऱ्याविषयी चौकशी केली. 'मेकॅनिक माणसं लग्न करण्याच्या दृष्टीनं चांगली,' असं आपलं मतही तिनं प्रेश्यसला ऐकवलं. बाईनं शक्यतो एखाद्या पोलिसाशी, मेकॅनिकशी नाही तर धर्मगुरूबरोबर लग्न करावं; पण राजकारणी माणूस, दारूचा गुत्ता असणारा आणि टॅक्सीचालकापासून चार हात दूरच राहावं, असं तिचं स्पष्ट मत होतं. नवरा म्हणून ही माणसं कधीच चांगली नसतात.

"आणखी एका माणसाचं नावही या यादीत घालता येईल–" प्रेश्यस म्हणाली. "ट्रंपेटवादकापासूनही तरुण मुलींनी दूरच राहावं. पूर्वी एकदा मी ती चूक केली होती. नोते मोकोती नावाच्या एका दुष्ट माणसाशी मी लग्न केलं अन् आयुष्यभर पस्तावले. तोही ट्रंपेट वाजवायचा.''

"मलाही तसंच वाटतं. अशा माणसांशी लग्न करूच नये कुणी!'' मॅडम तसबागो म्हणाली. "तुम्ही सांगितलेली ही गोष्ट मी कधीच विसरणार नाही.''

प्रवासाच्या शेवटच्या टप्प्यात प्रेश्यसनं गाडी काहीशी हळू चालवली, कारण रस्ता खराब होता. कच्च्या रस्त्यावर अनेक ठिकाणी मोठे खाचखळगे असल्यामुळे प्रेश्यसला आपली गाडी रस्त्याच्या कडेला आणून वाळूतून चालवावी लागली. ह्यातही मोठा धोका होता, कारण तिच्या गाडीसारखी छोटी गाडी वाळूत रुतण्याची शक्यता असते. त्या निर्जन प्रदेशात कुणी मदतीला येण्याची अपेक्षा करणंही कठीणच. शेवटी एकदाच्या दोघी मॅडम तसबागोच्या गावी पोहोचल्या. जिथे प्रेश्यसला जायचं होतं, त्या मळ्याच्या अगदी जवळच हे गाव होतं.

मळ्याविषयी तिला हवी होती, ती सगळी माहिती मॅडम तसबागोनं दिली होती, कारण तिला त्या प्रकल्पाविषयी माहिती होती. तिथं ज्यांनी काम केलेलं होतं, त्यांच्याविषयी मात्र तिला फारसं काही ठाऊक नव्हतं. दक्षिण आफ्रिकेतून आलेला एक गोरा पुरुष, एक तरुणी आणि आणखी एक-दोघे परदेशी पुरुष तिथं काम करायचे. त्यांच्या बरोबरीनं जवळच्या गावातील काही लोकांनीही प्रकल्पात भाग घेतला होता. लोकांना आशा वाटली होती की, त्यातून काही तरी चांगलं निष्पन्न होईल, पण कालांतरानं तो प्रकल्प बारगळला होता. मॅडम तसबागोला त्या गोष्टीचं

विशेष आश्चर्य वाटलं नव्हतं. यापूर्वीही अनेकदा असंच घडलं होतं. आफ्रिकेला कुणी बदलू शकेल, अशी आशा तिला वाटत नव्हती. अनेकदा असं व्हायचं की, अशा प्रकल्पांमधला लोकांचाच रस कमी कमी होत जायचा, काही वेळानंतर ते पुन्हा पारंपरिक पद्धतींचा वापर करू लागायचे किंवा त्यात फार कष्ट पडतात म्हणून सोडूनच द्यायचे. बिचारी आफ्रिका– पुन्हा एकदा मूळ स्थितीला पोहोचायची; सगळे कष्ट मातीमोल व्हायचे... अन् या मातीतूनच ती पुन्हा एकदा वरही यायची– एखाद्या चिवट रोपट्याप्रमाणे!

''मला मळ्यावर घेऊन जाईल, असं तुमच्या गावात कुणी असेल का?'' प्रेश्यसनं विचारलं.

क्षणभर मॅडम तसबागोनं विचार केला. ''तिथं ज्यांनी काम केलं होतं, त्यांच्यापैकी काही जण आहेत अजून गावात. माझ्या काकांचे एक मित्र आहेत. काही काळ त्यांनी तिथे काम केलं होतं. त्यांच्याकडे जाऊन आपण विचारू या त्यांना.''

आधी त्या दोघी मॅडम तसबागोच्या घरी गेल्या. पिवळट रंगाच्या मातीच्या विटांपासून बांधलेलं एक साधंसंच घर होतं तिचं. घरासभोवती थोड्या अंतरावर एक बेताच्या उंचीची भिंत– लोमोटाना– होती, त्यामुळे घरासमोर लहानसं का होईना पण अंगण होतं. या भिंतीच्या बाहेरच्या बाजूला तिवईवर ठेवलेल्या दोन कुडाच्या कणग्या होत्या आणि त्याच्याजवळच कोंबड्यांचं एक खुराडं होतं. घराच्या मागील बाजूला पत्र्याचा संडास होता. त्याचं दार लाकडाचं असलं, तरी ते बंद करण्यासाठी कडीऐवजी एका दोरीचा वापर केला जात असावा. एकूण अवस्था भयानकच होती. गाडीचा आवाज ऐकताच तिची मुलं धावतच बाहेर आली आणि आईला बिलगली. बरोबर अनोळखी व्यक्ती असूनही त्यांना संकोच वगैरे वाटला नाही. इतक्यात घराच्या अंधाऱ्या भागातून मुलांची आजी बाहेर आली. तिच्या अंगावर एक जुनापुराणा वेष होता. बराच जुन्या असलेल्या त्या पोशाखाचा मूळ रंग पार विटल्यामुळे आता तो पांढराच दिसत होता.

मॅडम तसबागोनं आपली पिशवी घरात नेऊन ठेवली आणि आपण पुन्हा एकदा बाहेर जात असल्याचं तिनं आईला सांगितलं. ''तासाभरात येते मी–'' असं म्हणून ती प्रेश्यसबरोबर जायला निघाली, तेव्हा प्रेश्यसनं तिच्या मुलांना काही गोळ्या दिल्या. चांगले संस्कार असलेली मुलं ज्या पद्धतीनं भेटवस्तूचा स्वीकार करतात, त्याप्रमाणे दोन्ही हातांची ओंजळ पुढे करून त्यांनी गोळ्या स्वीकारल्या आणि तिला गंभीर आवाजात धन्यवादही दिले. या मुलांना जुन्या परंपरा ठाऊक आहेत, ही किती समाधानाची बाब आहे... प्रेश्यस स्वत:शीच म्हणाली. गॅबोरोनमधील काही मुलं मात्र याबाबतीत अगदी उदासीन असत अन् ते तिला नेहमीच खटकत असे.

त्यांचा पुढचा प्रवास सुरू झाला. तो रस्ता ज्या खेडेगावातून जात होता, ते गाव इतर कुठल्याही गावासारखंच होतं– मागेपुढे अंगण असलेली एक-दोन खोल्यांची बैठी घरं... प्रत्येक घराच्या आसपास कसली ना कसली काटेरी झाडंझुडपं, घरांना एकमेकांशी जोडणारे वेडेवाकडे रस्ते– काही शेताच्या बाजूनं जाणारे, तर काही शेतांमधून मार्ग काढणारे. तुरळक दिसणाऱ्या खुरटलेल्या गवतावर पोट भरणारी गाई-गुरं अधूनमधून दिसत होती. त्यांच्या हालचालीत काही जीवच वाटला नाही प्रेश्यसला. त्यांची राखण करणारा पोरगा झाडाखाली बसूनच त्यांच्यावर नजर ठेवत होता. नगाऱ्यासारखं पोट असलेल्या, जुनाट मळके कपडे घातलेल्या त्या मुलाला पाहून तिला वाईट वाटलं. कुठल्याही गुरावर काही ओळखीची खूण नव्हती; पण सगळ्यांना त्यांच्या मालकाविषयी, त्याच्या खानदानाविषयी माहिती होती. ही गुरं एक प्रकारे त्याच्या मालकाची संपत्ती होती– कुणी सांगावं, जावनेंगमधील हिऱ्यांच्या खाणीत त्यानं नोकरी केली असेल किंवा लोबात्सेमधील एखाद्या खाटीकखान्यात चाकरी केली असेल अन् आपल्या कष्टाच्या कमाईतून ही गुरं विकत घेतली असतील.

मॅडम तसबागोनं प्रेश्यसला गावाच्या हद्दीजवळ असलेल्या एका घराच्या दिशेनं गाडी घ्यायला सांगितली. आजूबाजूला असलेल्या घरांच्या मानानं हे घर मोठं आणि चांगल्या स्थितीत होतं. बाहेरच्या भिंती पांढऱ्या रंगाच्या होत्या आणि त्यांच्यावर खास बोट्स्वाना पद्धतीनं लाल-तपकिरी रंगांमध्ये वेगवेगळ्या आकृत्या चितारलेल्या होत्या. घरासमोरचं स्वच्छ अंगण गृहिणीच्या कर्तव्यदक्षतेची साक्ष देत होतं. बहुतेक घरातील स्त्रियाच घराची देखभाल करत, ते आपल्या परीनं सजवत असत. ह्या घरांतील गृहिणीदेखील पूर्वापार चालत आलेल्या परंपरांचा आदर करतेय, हा विचार प्रेश्यसच्या मनाला सुखवून गेला.

"कुणी आहे का घरात?" मॅडम तसबागोनं मोठ्यानं विचारलं. घरासमोरच्या अंगणात घरमालकाच्या परवानगीशिवाय प्रवेश करणं सभ्यपणाचं मानलं जात नसे; बोलावल्याशिवाय घरात प्रवेश करणं तर दूरची गोष्ट. कुणी प्रतिसाद दिला नाही, तेव्हा तिनं तोच प्रश्न पुन्हा एकदा विचारला. याही वेळी कुणी उत्तर दिलं नाही, पण एकदम कुणी तरी घराचं दार मात्र उघडलं. एक गोल बांध्याची ठेंगणी स्त्री बाहेर आली. तिच्या अंगात उंच कॉलरचा पांढरा ब्लाऊज होता अन् तिनं पायघोळ स्कर्ट घातला होता.

"कोण आहे..." हातानं डोळ्यांवर सावली धरत तिनं विचारलं. "कोण आहे दारात? मला इथून दिसत नाहीये."

"मी मॅडम तसबागो. तुम्ही ओळखता मला. माझ्याबरोबर एक जण आल्या आहेत तुम्हाला भेटायला."

आता ती स्त्री हसली. ''मला वाटलं, कुणी नवखं माणूस आलंय की काय, म्हणून मी पट्‌कन कपडे बदलले. त्याची काही जरुरी नव्हती, असं दिसतंय.''

तिनं या दोघींना आत येण्याची खूण केली, तेव्हा त्यांनी अंगण पार करून घरात प्रवेश केला.

तिचं नाव श्रीमती पोत्साने होतं. ''अलीकडे मला नीटसं दिसत नाही. दिवसेंदिवस माझी दृष्टी अधू होत चाललीय. त्यामुळेच मी ओळखलं नाही तुम्हाला.''

त्यांनी एकमेकींशी हस्तांदोलन केलं, चौकशी केली. मग घरमालकिणीनं त्यांना घराच्या बाजूला असलेल्या झाडाच्या सावलीत बसायला बोलावलं.

''इथेच बसू या, घरात खूप अंधार असतो'' ती म्हणाली.

मॅडम तसबागोनं तिला त्यांच्या येण्याचं प्रयोजन सांगितलं, तेव्हा ती कान देऊन तिचं बोलणं ऐकत होती. तिचे डोळे सारखे पाणावत होते, म्हणून ती ब्लाऊजच्या बाहीनं ते वरचेवर पुसत होती; पण त्याच वेळी ती मॅडम तसबागोच्या बोलण्याला प्रतिसादही देत होती.

''तुम्ही म्हणता, ते बरोबर आहे. आम्ही त्या वेळी तिथंच राहायचो. माझा नवरा काम करायचा तिथे. मीही करायचे काम. आम्हाला वाटायचं, शेती करून चार पैसे कमवू आपण. सुरुवातीला झालाही फायदा, पण मग...'' एवढंच बोलून तिनं खांदे उडवल्यासारखं केलं.

''मग काय झालं...'' प्रेश्यसनं विचारलं. ''दुष्काळ पडला का?''

एक दीर्घ श्वास घेऊन ती म्हणाली, ''दुष्काळ तर पडलाच. पण त्याचं आम्हाला काही वाटत नाही. ती तर नित्याचीच बाब असते आपल्या देशात, नाही का? खरं कारण वेगळंच होतं. मला वाटतं, आमच्या लोकांचा विश्वासच उडाला शेतीच्या नव्या कल्पनेवरून. तिथं राहणारे लोक खरंच फार चांगले होते, पण शेवटी ते निघून गेले.''

''नामिबियाहून एक गोरा माणूस आला होता, एक जर्मन माणूस पण होता. त्यांचं काय झालं?'' प्रेश्यसनं विचारलं.

''हं.'' एक सुस्कारा सोडून ती म्हणाली. ''माझ्या मते, तो फार चांगला माणूस होता, पण तो गेला इथून. त्यानंतर आपल्या बोट्स्वाना लोकांनीपण हार पत्करली, 'पुरे झालं' या विचारानं तेही परत गेले आपापल्या गावी.''

''आणि त्या अमेरिकन तरुणाचं काय झालं? एक अमेरिकन तरुण पण होता ना?''

मॅडम पोत्सानेनं आपले डोळे पुसले. ''तो पोरगा कुठे तरी गायबच झाला. एका रात्री एकदम नाहीसाच झाला. मग त्यांनी पोलिसांना बोलावलं, त्यांनी बराच शोध घेतला. नंतर त्याची आईही बऱ्याच वेळा आली. शिकारीचा मागोवा घेणारा मोसार्वा

जमातीचा एक माणूस तिनं आपल्याबरोबर आणला. शिकारी कुत्रे जसा वास घेत हिंडतात ना, तसाच शोध त्या लहानखुऱ्या माणसानंही घेतला. बासर्वा जमातीच्या लोकांसारखा त्याचाही पार्श्वभाग मोठा होता.''

''मग त्याला काही सापडलं नाही?'' या प्रश्नाचं उत्तर प्रेश्यस रामोत्स्वेला माहीत होतं, तरीही केवळ मॅडम पोत्सानेला बोलतं ठेवण्याकरिता तिनं हा प्रश्न विचारला. मिसेस कर्टिननं तिला जी हकिगत सांगितली होती, ती तिला समजलेली बाजू होती. या सगळ्या प्रकरणाची दुसरी एखादी बाजू असू शकते, जी त्या मुलाच्या आईला ठाऊक नसण्याची शक्यता होतीच.

''तो माणूस या संपूर्ण परिसरात एखाद्या शिकारी कुत्र्यासारखा गोल-गोल फिरला,'' हसत-हसत मॅडम पोत्साने म्हणाली. ''त्यानं काय केलं नाही, ते मला विचारा. बारक्या-बारक्या दगडांखालीदेखील त्यानं हुंगून शोध घ्यायचा प्रयत्न केला. त्या वेळी त्यांच्या विशिष्ट भाषेत तो काही तरी पुटपुटत असे. मोठे गमतशीर आवाज काढत असे तो तोंडानं. जणू काही झाडांमधून वेगानं वारा वाहतोय, असं वाटत असे ते आवाज ऐकले की. कधी वाटायचं की, झाडांच्या फांद्या कडकडा आवाज करत मोडताहेत. पण त्याला काहीच थांगपत्ता लागला नाही. आम्हाला वाटलं होतं, एखाद्या हिंस्त्र जनावरानं त्याला पळवलं असेल, तर त्याचा काही तरी माग सापडेल, पण काही म्हणजे काही पत्ता लागला नाही.''

प्रेश्यसनं आपल्याजवळचा रुमाल काढून तिला दिला, कारण तिच्या डोळ्यांतून सारखं पाणी येत होतं.

''मग तुमच्या मते काय कारण असेल त्याच्या गायब होण्यामागं? असं कुणी अचानक अदृश्य होऊ शकतं का पृथ्वीच्या पाठीवरून?'' तिनं हळुवारपणे मॅडम पोत्सानेला विचारलं.

मॅडम पोत्सानेनं रुमालात नाक शिंकरल्यासारखं केलं अन् आपला अंदाज वर्तवला, ''मला वाटतं, त्याला कुणी तरी वर खेचून घेतलं असावं. तुम्हाला माहीतच आहे, इथल्या वाळवंटी प्रदेशात उन्हाळ्याच्या दिवसात जोराचे वारे वाहतात. कलहारीच्या बाजूनं हे घोंगावणारे वारे येतात आणि त्यांच्या मार्गात असलेल्या सगळ्या वस्तूंना जमिनीवरून उचलतात अन् दूर कुठे तरी भिरकावून देतात. त्यातल्या काही गोष्टी कलहारीच्या मध्यभागी सापडतात किंवा घांझीपर्यंत हा वादळवारा त्यांना घेऊन जातो आणि तिथं टाकून देतो. मग इथल्या माणसांना कसा सापडणार तो?''

मॅडम तसबागोनं प्रेश्यसकडे एक तिरका कटाक्ष टाकला. तिला प्रेश्यसला काही तरी सुचवायचं असावं, पण प्रेश्यस मॅडम पोत्सानेकडेच पाहत होती.

''ती शक्यता नेहमीच असते, मॅडम. तुम्ही सांगितलेली शक्यता मला पटतेय

देखील.'' मग क्षणभरानं प्रेश्यसनं तिला हलकेच विचारलं, ''मला ते लोक राहत असत, त्या जागी घेऊन जाल तुम्ही? माझ्याकडे व्हॅन आहे...''

''खरं सांगू? मला तिथे जायला अजिबात आवडत नाही. माझ्या दृष्टीनं ती जागा फार दुःखी, दुर्दैवी अशी आहे.''

आपल्या खिशातून प्रेश्यसनं वीस पुला काढले अन् तिला म्हणाली, ''माझ्याजवळ हे पैसे आहेत. बघा, तुम्हाला घरखर्चासाठी उपयोगी पडतील. तुम्ही हे माझ्याकडून घ्याल या आशेनंच, मी ते आणले होते.''

ती घाईघाईनं म्हणाली, ''चला, जाऊ या ना आपण तिथं. रात्रीच्या वेळी तिथं जायला नको वाटतं. दिवसाउजेडी जाण्यात काही धोका नाही.''

''लगेचच जाऊ या का आपण?''

''हरकत नाही. नाही तरी आत्ता मला दुसरं काही काम नाहीये.''

प्रेश्यसनं हातातले पैसे मॅडम पोत्सानेला दिले. कृतज्ञता दाखवण्यासाठी तिनं टाळी वाजवल्यासारखा आवाज काढला. या ठिकाणी दोघींनी मॅडम तसबागोला निरोप दिला आणि व्हॅनमध्ये बसून त्या मळ्याच्या दिशेनं निघाल्या.

अनाथाश्रमातील पंप पुन्हा नादुरुस्त

ज्या दिवशी मॅडम रामोत्स्वे आपल्या शोधमोहिमेवर सिलोक्वोलेला या गावी गेली, त्या दिवशी मातेकोनींना एक प्रकारच्या अस्वस्थतेनं घेरलं. तो शनिवार होता. दर शनिवारी सकाळी ते प्रेश्यस रामोत्स्वेबरोबर तिच्या बारीकसारीक खरेदीसाठी बाहेर जात किंवा तिच्या घरातली किरकोळ दुरुस्तीची कामं करून टाकत. या शनिवारी रिकामपण त्यांना खाऊ लागलं. त्यांचं गॅरेज शनिवारी बंद असल्यामुळे त्यांना काहीच काम नव्हतं. गॅबोरोनमध्येच काही जान नाही, असा विचार त्यांच्या मनात आला. तसं पाहिलं, तर त्यांच्या ऑफिसमध्ये बरंच काम साठलेलं होतं– टेबलावर कागदांच्या थप्प्या साठलेल्या होत्या, त्या आवरण्यात सकाळचा वेळ कधीच गेला असता, पण त्यात त्यांना रस वाटत नव्हता. एखाद्या मित्राला फोन करून दोघांनी फुटबॉलची मॅच पाहायला जायचं, हाही पर्याय होता त्यांच्यापुढे; पण तेही करायला त्यांना पुरेसा उत्साह वाटत नव्हता. त्यांना अनाथाश्रमाच्या संचालिका, मॅडम सिल्व्हिया पोतोक्वानेंची आठवण झाली. तिथं सतत काही तरी घडत असायचंच. शिवाय मातेकोनींबरोबर चहा पिण्यातही त्यांना आनंदच वाटायचा. तोंडी लावायला गप्पाही असायच्याच. तिथं जावं, कसं काय चाललंय त्याची चौकशी करावी; त्यात सकाळचा वेळ छान जाईल. मग संध्याकाळी प्रेश्यस येईलच, या विचारानं त्यांच्या मनाला उभारी आली.

नेहमीप्रमाणेच गाडी बंद करून ते उतरत असताना मॅडम पोतोक्वानेंनी त्यांना पाहिलं.

"मी बघितलंय तुम्हाला–" त्या ओरडून म्हणाल्या. "मी पाहिलंय बरं का, तुम्हाला मातेकोनी."

गाडीचं कुलूप लावताना त्यांनी त्यांच्याकडे पाहून हात हलवला अन् मग त्यांच्या ऑफिसच्या दिशेनं पावलं टाकायला सुरुवात केली. आनंदी गाण्याचे सूर नेहमीप्रमाणे त्यांच्या कानावर पडले. आत, आपल्या टेबलापाशी बसून मॅडम पोतोक्वाने फोनवर कुणाशी तरी बोलत होत्या. त्यांनी हातानंच मातेकोनींना बसायला सांगितलं आणि आपलं बोलणं चालू ठेवलं.

"तुमच्याकडे असलेलं खाद्यतेल तुम्ही मला देऊ शकलात, तर माझी मुलं तुमच्यावर खूश होतील. तेलात तळलेले बटाटे त्यांना फार आवडतात. त्यांच्या तब्येतीच्या दृष्टीनंही ते चांगलेच असतात."

पलीकडच्या बाजूचा माणूस त्यावर काय म्हणाला, ते मातेकोनींना ऐकू आलं नाही, पण त्यावरची प्रतिक्रिया– मॅडम पोतोक्वानेंच्या कपाळावरची आठी– त्यांना दिसली. त्याच क्षणी बाईंनी त्यांच्याकडे बघितलं. आपल्या मनातला राग मातेकोनींना समजावा, अशी त्यांची इच्छा त्यांना स्पष्ट जाणवली.

"पण तुम्हाला ते तेल विकता कसं येईल? त्याच्यावरची विक्रीयोग्य काळाची मुदत उलटून गेलीय. मग मी तरी ते तेल विकत का घ्यावं? आता तुमच्यापुढचा पर्याय आहे की, ते तेल गटारात फेकून द्यायचं. त्यापेक्षा ते आमच्या मुलांना द्या ना. मी काही ते तुमच्याकडून विकत घेणार नाही. मग आम्हाला ते तसंच देऊनच टाका की–"

पलीकडची व्यक्ती पुन्हा काही तरी बोलली, ते मात्र मॅडम पोतेक्वानेंनी शांतपणे ऐकून घेतलं. "ठीक आहे. ही गोष्ट मला मान्य आहे. तुम्ही मला तेल द्यायला इथं याल, तेव्हा डेली न्यूज वृत्तपत्राचा छायाचित्रकार तुमचा फोटो काढेल, याची व्यवस्था मी करेन. तुम्ही किती दानशूर आहात, ते सगळ्या जनतेला कळेल. वृत्तपत्रांमध्ये त्याविषयी छापून येईल."

आणखी थोडं बोलणं झाल्यानंतर मॅडम पोतोक्वानेंनी फोन ठेवला आणि मातेकोनींना म्हणाल्या, "काही लोक दान देण्याच्या बाबतीत अतिशय चेंगट असतात. कसले संस्कार केलेले असतात त्यांच्या आयांनी, देव जाणे. या समस्येबद्दल मी एका पुस्तकात काही तरी वाचल्याचं मला अस्पष्टसं आठवतंयदेखील. डॉ. फ्रॉइड नावाचे एक प्रसिद्ध मानसशास्त्रज्ञ होऊन गेले. त्यांनी असल्या लोकांविषयी बरीच पुस्तकं लिहिली आहेत."

"ते जोहान्सबर्गमध्ये राहतात का?" मातेकोनींनी विचारलं.

''मला नाही तसं वाटत,'' मॅडम पोतोक्वाने म्हणाल्या. ''हे पुस्तक लंडनमध्ये प्रसिद्ध झालं आहे, पण खूप छान आहे. लेखकानं त्यात असं म्हटलं आहे की, सगळे मुलगे आपल्या आईच्या प्रेमात पडलेले असतात.''

''मग त्यात काय नवीन सांगितलंय त्यानं मातेकोनी म्हणाले. ''मुलांना आईबद्दल प्रेम वाटणारच; आणि का वाटू नये बरं?''

मॅडम पोतोक्वानेंजवळ या प्रश्नाचं उत्तर नव्हतं, म्हणून त्यांनी नुसतेच खांदे उडवले. ''तुमचं म्हणणं पटतं मला. मुलांना आईबद्दल प्रेम वाटलं, तर त्यात काही गैर आहे, असं मला तरी नाही वाटत.''

''तर मग या फ्रॉइडमहाशयांना तरी तसं का वाटतं?'' मातेकोनींना तो विषय सोडावासा वाटत नव्हता. ''माझ्या मते, मुलांना आईबद्दल प्रेम वाटलं नाही, तरच ती खरी काळजी करण्यासारखी गोष्ट आहे.''

मॅडम पोतोक्वाने विचारात पडल्यासारखी दिसली. ''तुम्ही म्हणता, ते अगदी खरं आहे. पण या लेखकाला मात्र ही बाब काळजी करण्यासारखी वाटली, एवढं मात्र खरं. इतकंच नव्हे, तर त्यानं अशा मुलांना त्यापासून परावृत्त करण्याचा प्रयत्नही केला.''

''हे मात्र अगदी हास्यास्पद वाटतंय मला!'' मातेकोनी उद्‌गारले. ''दुसरा काही उद्योग नव्हता की काय या लेखकाला?''

''कुणीही तुमच्या मताशी सहमत होईल. मला वाटतं, फ्रॉइड काहीही म्हणो, मुलं आपल्या आईवर प्रेम करणारच. अन् तेच योग्य आहे.

थोडा वेळ मॅडम पोतोक्वाने काही बोलल्या नाहीत. हा कठीण विषय आपण तेवढ्यावरच सोडला, या विचारानं त्यांना बरं वाटलं. मोकळेपणी हसत त्या मातेकोनींना म्हणाल्या, ''तुम्ही आज इथं आलात, ते फार बरं केलंत. मी फोन करणारच होते तुम्हाला.''

''काय झालं? या वेळी गाडीचे ब्रेक खराब झालेत की, पाण्याचा पंप बिघडलाय?'' उसासा टाकत मातेकोनींनी विचारलं.

''पंप बिघडलाय.'' मॅडम पोतोक्वानेंनी उत्तर दिलं. ''काही तरी गमतशीर आवाज करतोय या वेळी. म्हणजे पाणी येतंय, पण बिचारा असा काही आवाज करतोय की, ऐकणाऱ्याला वाटावं– याला काही तरी दुखतंय, खुपतंय.''

''त्यांनादेखील त्रास होतोच हो. काही तरी आवाज करून ही इंजिनं आपलं लक्ष वेधायचा प्रयत्न करतात, असं मला नेहमीच वाटतं.''

''मग मला वाटतं, या पंपाला नक्कीच काही तरी होतंय. तुम्ही बघाल का जरा?''

''अर्थातच!'' मातेकोनी म्हणाले.

त्यांना वाटला होता, त्यापेक्षा त्यांचा बराच जास्त वेळ घेतला अनाथाश्रमाच्या पंपानं. पण शेवटी एकदाचं त्यांना त्याच्या बिघडण्याचं कारण समजलं आणि त्यांनी पंप दुरुस्तही केला. काम झाल्यानंतर त्यांनी तो एकदा चालवून पाहिला, तेव्हा त्यातून कसलाही वेगळा आवाज आला नाही. तरीही पंपाची मोठी दुरुस्ती लवकरच उद्भवणार आहे, हे त्यांच्या लक्षात आलं.

ते मॅडम पोतोक्वानेंच्या ऑफिसमध्ये येऊन परत एकदा दाखल झाले, तेव्हा त्यांनी त्यांच्यापुढे चहाचा मोठा मग आणि त्यांच्या आवडीच्या केकचा भला मोठा तुकडा असलेली बशी ठेवली. त्या दिवशी सकाळीच अनाथाश्रमातल्या स्वयंपाक्यांनी मुलांसाठी केक बनवले होते. इथल्या मुलांना पोटभर अन् सकस जेवण मिळत असे. बोट्स्वानाचं सरकार त्याबाबतीत खरोखरच दक्ष होतं. दर वर्षी आश्रमाला सरकारकडून भरघोस मदत मिळायची. त्याशिवाय खासगी देणगीदारही होतेच. रोख रक्कम किंवा वस्तूंच्या रूपात ते काही ना काही मदत देतच असत. त्यामुळे आफ्रिकेतल्या इतर देशांतील मुलांप्रमाणे या आश्रमातील मुलांना कशाचीही कमतरता भासत नसे. त्या दृष्टीनं पाहिलं, तर बोट्स्वानावर देवाची कृपादृष्टी होती. इथं कुणी भुकेला राहत नसे की, आपल्या राजकीय विचारांसाठी कुणी तुरुंगातही खितपत पडत नसे. एकदा प्रेश्यस रामोत्स्वे म्हणाली होती, "आपल्या देशाचे नागरिक जगात नेहमीच ताठ मानेनं उभे राहू शकतात," त्याची या क्षणी मातेकोनींना आठवण झाली अन् त्यांना वाटलं, किती बरोबर बोलली होती प्रेश्यस!

"छान झालाय हा केक. मुलांना खूप आवडला असणार!" त्यांनी आपला अभिप्राय दिला.

मॅडम पोतोक्वाने खुशीत हसल्या. "आमच्या मुलांना केक मनापासून आवडतात. त्यांना रोज नुसता केकच खायला दिला, तर ती भलतीच खूश होतील. पण आम्ही तसं करत नाही. त्यांना कांदे आणि कडधान्यंही द्यावीच लागतात."

"हो तर!" मातेकोनी म्हणाले, "संतुलित आहार हवाच. त्यामुळेच आपण सुदृढ राहू शकतो, असं म्हणतात ना."

मग थोडा वेळ शांतता पसरली. त्यांच्या बोलण्यावर जणू काही दोघं खोल विचार करत असावेत, असं वाटलं असतं पाहणाऱ्याला. मग मॅडम पोतोक्वाने त्यांना म्हणाल्या, "आता लवकरच लग्न करणार असाल ना तुम्ही? एक संसारी गृहस्थ होणार तर तुम्ही. तुमचं सगळं आयुष्यच बदलून जाणार मग. नीट वागावं लागणार बरं का नंतर, मातेकोनी," चेष्टेच्या सुरात त्या म्हणाल्या.

त्यावर ते दिलखुलासपणे हसले आणि मग त्यांनी बशीतल्या केकचे उरलेसुरले कणदेखील तोंडात टाकले. "हो तर. मॅडम रामोत्स्वे माझ्यावर नजर ठेवतीलच. मी नीट वागतोय की नाही, याची काळजी त्या घेतीलच." ते म्हणाले.

“हं. लग्नानंतर तुम्ही तुमच्या घरात राहणार की त्यांच्या?” मॅडम पोतोक्वानेंनी चौकशी केली.

“बहुतेक तिच्या घरात राहू. माझ्या घरापेक्षा जास्त चांगलं आहे तिचं घर. झेब्रा ड्राइव्हवर राहते ती– तुम्हाला माहीत असेलच ना?”

“हं. पाहिलंय मी ते घर. एकदा त्या बाजूनं पुढे गेले होते, तेव्हा पाहिलं. खरंच छान आहे ते घर.”

“केवळ ते घर बघण्यासाठी तुम्ही त्या बाजूला गेला होतात?” मातेकोनींनी आश्चर्यानं विचारलं.

“असंच आपलं वाटलं पाहावं.” किंचित हसून मॅडम पोतोक्वाने म्हणाल्या. “पुष्कळ मोठं आहे नाही ते घर?”

“छान आरामशीर आहे. आम्हा दोघांसाठी पुरेसं मोठं आहे, असं मला वाटतं.”

“माझ्या मते तर भरपूर मोठं आहे, तुमच्या गरजेपेक्षा पुष्कळच मोठं आहे. मुलांसाठीसुद्धा पुरेशी जागा आहे त्या घरात.” त्यांनी विषय वाढवत म्हटलं.

“मुलं?” कपाळावर आठ्या चढवत मातेकोनींनी म्हटलं, “आमच्या मनात तो विचार कधीच नव्हता. आम्ही दोघंही मुलं जन्माला घालायच्या वयाचे राहिलेलो नाही आता. माझं वय पंचेचाळीस आहे आणि... खरं म्हणजे हा विषय आमच्या बोलण्यात कधी आलाच नाही. मॅडम रामोत्स्वे मला एकदा म्हणाली की, तिला मुलं होण्याची शक्यता नाही. एक मुलगी झाली होती तिला, पण ती लगेचच गेली. आता तिचे डॉक्टर म्हणतात की यापुढे...”

“अरेरे!” मान हलवत मॅडम पोतोक्वाने म्हणाल्या, “ही फारच वाईट गोष्ट आहे. मला खरंच वाईट वाटतं तिच्याबद्दल.”

“छे छे! तुम्हाला वाईट वाटायला नको. आम्ही दोघं अगदी मजेत आहोत.” ते म्हणाले. “मुलं नसली, तरी आम्ही आनंदात आहोत, बरं का.”

मॅडम पोतोक्वानेंनी किटली उचलून मातेकोनींच्या मगमध्ये चहा ओतला. त्यानंतर केकचाही मोठा तुकडा कापून त्यांनी त्यांच्या बशीत ठेवला.

“अर्थात तुम्ही मुलं दत्तक घेऊ शकता.” त्यांच्या चेहऱ्याकडे एकटक पाहत त्या म्हणाल्या. आपल्या बोलण्याची काय प्रतिक्रिया ते दाखवतात, ते त्यांना अजमावायचं होतं. “अन् समजा, तुम्हाला मूल दत्तक घ्यायचं नसेल, तर तुम्ही एखाद्या मुलाचा सांभाळही करू शकता.” चहाचा कप तोंडाला लावत त्या म्हणाल्या. “एखादं अनाथ मूल सांभाळता येईल तुम्हाला. एकच काय, दोन मुलंदेखील सांभाळता येतील!” त्या घाईघाईनं म्हणाल्या.

मातेकोनींनी आपली नजर खाली बुटांकडे वळवली. “माहीत नाही. मला तरी नाही वाटत, मी मूल दत्तक घेईन असं, पण...”

''पण एखादं मूल तुमच्या घरी राहू शकतं की. त्यासाठी काहीच करावं लागत नाही. मूल दत्तक घेताना बरीच कागदपत्रं तयार करावी लागतात, मॅजिस्ट्रेटच्या कोर्टात जावं लागतं, ती भानगड मुलं सांभाळण्याच्या बाबतीत उद्‌भवत नाही. किती छान होईल ना सगळं? विचार करण्यासारखी गोष्ट आहे ही.''

''कुणास ठाऊक; असेलही. पण मुलं म्हटलं की, केवढी जबाबदारी आली.''

मॅडम पोतोक्वाने एकदम हसल्या. ''त्यात काय झालं? एरवीही तुम्ही किती तरी जबाबदाऱ्या घेताच की आपल्या डोक्यावर अन् त्यादेखील अगदी सहजपणे. तुमचं गॅरेज हेच एक मोठं उदाहरण आहे. किती मोठी जबाबदारी घेतलीय तुम्ही, हे मला ठाऊक आहे ना? आणि ते तुमच्याकडचे दोन शिकाऊ उमेदवार– त्यांची जबाबदारी घेतलीच आहे ना तुम्ही? मी तर म्हणेन, तुम्हाला अशा जबाबदाऱ्या घ्यायची सवयच आहे.'' मॅडम पोतोक्वानेंचे शब्द ऐकल्यावर मातेकोनींना आपल्याकडच्या त्या पोरांची आठवण झाली. त्यांना दोन शिकाऊ उमेदवार हवे होते, म्हणून त्यांनी तांत्रिक व्यवसाय प्रशिक्षण कॉलेजला फोन केला होता, तेव्हा हे दोघं जण असेच त्यांच्याकडे आले होते. मातेकोनींना खूप आशा होती की, ही पोरं काही तरी शिकतील त्यांच्याकडून, पण अगदी सुरुवातीपासूनच त्यांच्या वाट्याला निराशाच आली होती. ते स्वत: जेव्हा तरुण होते, तेव्हा त्यांना केवढी महत्त्वाकांक्षा होती! ही पोरं मात्र सगळं काही गृहीतच धरत असत, त्यामुळे त्यांच्या प्रत्येक कृतीत एक प्रकारचा उदासीनपणा आढळत असे. मातेकोनींना त्यांचं वागणं कळतच नसे. शेवटी एकदा त्यांच्या मित्रानं त्यांना समजावून सांगिलं होतं, ''आजकालची ही तरुण पोरं उत्साह दाखवत नाहीत, कारण त्यांच्या मते उत्साह दाखवला, तर लोक त्यांना बावळट समजतील.'' तर हे कारण होतं त्यांच्याकडच्या पोरांच्या उदासीनपणाचं! लोकांनी त्यांना हुशार समजावं, असं त्यांना वाटत होतं.

एकदा मुलांच्या वागण्याचा मातेकोनींना फार राग आला, कारण ते दोघं काहीही न करता तेलाच्या पालथ्या ठेवलेल्या पिपांवर बसलेले होते. नजर कुठे तरी अवकाशात लावलेली; निरुत्साहीपणाचे पुतळे वाटत होते दोघे जण!

त्यांच्यावर खेकसत मातेकोनी म्हणाले होते, ''स्वत:ला फार शहाणे समजता काय रे तुम्ही?''

त्यावर दोघांनी एकमेकांकडे पाहिलं होतं. काही क्षणांनंतर एक जण म्हणाला होता, ''तसं काही नाही.''

त्यांच्या या प्रतिक्रियेनं मातेकोनींमधली हवाच निघून गेली होती. त्यांनी फाड्‌दिशी आपल्या ऑफिसचं दार लावून घेतलं होतं. आपण त्यांच्यावर रागावलोय, हे पाहून लाजेकाजेस्तव तरी ते थोडा उत्साह दाखवतील, या त्यांच्या आशेवर पाणी पडलं होतं. शेवटी, आपलं त्यांच्याविषयीचं मतच बरोबर आहे, असा निष्कर्ष त्यांनी

काढला होता.

त्या प्रसंगाची आठवण त्यांना या क्षणी झाली अन् त्यांच्या मनात विचार आला– आता या वयात आणखी एखादी जबाबदारी पेलण्याची, विशेषत: लहान मुलं सांभाळण्याची, ताकद आपल्यात आहे का? आयुष्यातल्या अशा एका टप्प्यावर ते येऊन ठेपले होते, जिथं त्यांना शांतपणे जगायचं होतं; कसलाही गडबड-गोंधळ नको होता. दिवसभर आपल्या गॅरेजमध्ये गाड्यांची इंजिनं दुरुस्त करायची आणि संध्याकाळचा वेळ निवांतपणे प्रेश्यसच्या संगतीत घालवायचा, एवढीच माफक इच्छा होती त्यांची आयुष्याकडून. त्यांच्यासाठी हीच स्वर्गसुखाची व्याख्या होती. मुलांमुळे त्यांच्या संसारात ताणतणाव निर्माण झाले नसते का? त्यांच्यासाठी काय नाही करावं लागत? त्यांना शाळेत नेऊन सोडा, परत घेऊन या, अंघोळीचं बघा, नेमानं डॉक्टरकडे नेऊन कसली कसली इंजेक्शनं द्या– एक ना दोन! या सगळ्या जबाबदाऱ्यांमुळे आई-वडील बिचारे अगदी थकून जातात, हे त्यांनी पाहिलेलं होतं. आम्हा दोघांना हे सगळं करायची इच्छा आहे का, असा प्रश्न त्यांच्या मनात उभा राहिला.

"मला समजतंय तुमच्या मनात काय चाललंय ते–" मॅडम पोतोक्वाने म्हणाल्या. "तुमचा विचार जवळजवळ पक्का झालाय ना?"

"नाही हो, मला काही समजत नाही..."

"मी एक सांगू तुम्हाला? सरळ उडी मारायची पाण्यात!" त्या म्हणाल्या. "बायकोला लग्नाची भेट म्हणून द्या ना ही मुलं. सगळ्या स्त्रियांना मुलं प्रिय असतात, हे मला चांगलं ठाऊक आहे. एकदम खूश होऊन जाईल तुमची बायको. बघाच तुम्ही. अहो, एकाच दिवशी तिला नवरा आणि मुलं दोघेही मिळतायत, ही काय लहानसहान गोष्ट झाली का? कुठल्याही स्त्रीला आवडेल ते. माझ्यावर विश्वास ठेवा तुम्ही."

"पण..."

"यापुढे तुम्ही काही बोलूच नका. ही दोन मुलं पाहिल्यावर तुमची बायको इतकी खूश होईल की, ज्याचं नाव ते. थोडे दिवसांसाठी घेऊन जा मुलांना हवं तर. महिनाभरानंतर घ्या निर्णय. मग तर झालं?"

"दोन मुलं? दोन मुलं घेऊन जाऊ मी?" असं विचारताना त्यांची बोबडीच वळल्यासारखी झाली. "मला वाटलं होतं..."

"भाऊ-बहीण आहेत हो," घाईघाईनं मॅडम पोतोक्वाने म्हणाल्या. "आम्हाला भावापासून बहिणीला तोडावंसं नाही वाटत. ही मुलगी बारा वर्षांची आहे आणि तिचा भाऊ तर फक्त पाच वर्षांचा आहे. फार चांगली मुलं आहेत हो."

"मी काय म्हणतो, मला जरा..."

"खरं म्हणजे," त्यांना मध्येच थांबवत मॅडम पोतोक्वाने म्हणाल्या आणि उठून उभ्या राहिल्या. "मला वाटतं, तुम्ही या बहीण-भावंडांपैकी एकाला याआधीच भेटलाही आहात. तुमच्यासाठी जी मुलगी पाणी घेऊन आली होती, जिला चालता येत नाही, तीच मुलगी."

मातेकोनी काहीच बोलले नाहीत. त्यांना ती मुलगी आठवली. वागण्या-बोलण्यात अतिशय छान वाटली होती ती. शिवाय तिनं त्यांच्या कामाचं कौतुकही केलं होतं. पण एका अपंग मुलीला सांभाळण्याची जबाबदारी घ्यायची म्हणजे कठीणच नाही का? हा विषय काढला, तेव्हा मॅडम पोतोक्वाने त्याबद्दल काहीच म्हणाल्या नव्हत्या. शिवाय आणखी एका मुलाची जबाबदारीपण त्यांच्यावर टाकली होती. अन् आता किती सहजपणे त्या चाकाच्या खुर्चीविषयीही बोलत होत्या! जणू काही त्यामुळे काहीच फरक पडत नव्हता. विचार करता-करता ते एकदम थबकले. त्या मुलीच्या जागी आपण असतो तर?

मॅडम पोतोक्वाने खिडकीतून बाहेर बघत होत्या. त्यांनी नजर आत वळवली आणि त्यांच्याकडे पाहिलं. "मी त्या मुलीला इथं बोलावून घेऊ का?" त्यांनी मातेकोनींना विचारलं. "हे पाहा, मी तुमच्यावर कसलीच बळजबरी करत नाहीये, पण तिला परत एकदा भेटायला तुम्हाला आवडेल का, आणि तिच्या लहान भावालाही?"

खोलीत एक प्रकारची शांतता पसरली. आवाज येत होता, तो फक्त ऑफिसच्या वरच्या पत्र्याचा– उन्हामुळे पत्रे प्रसरण पावत, तेव्हा एक कडकड असा आवाज येत असे. मातेकोनींची नजर त्यांच्या बुटांकडे वळली. त्यांना आठवलं त्यांचं बालपण– एका लहानशा खेडेगावातलं, कित्येक वर्षांपूर्वीचं. त्याबरोबर त्यांना आठवलं, गावातल्या एका दयाळू अंत:करणाच्या मेकॅनिकनं त्यांना– एका लहानग्या पोराला– ट्रक घासूनपुसून चकचकीत करायला, टायरमधली छिद्रं बुजवायचं काम करायला शिकवलं होतं. आपल्या ममताळू स्वभावानं त्याच्या मनात या कामाची गोडी निर्माण केली होती. कुणाच्या तरी आयुष्यात असा बदल घडवून आणणं किती सोपं असतं, हे त्यांना त्या क्षणी जाणवलं. त्याच्या छोट्याशा झोपडीत प्रकाशाची एक तिरीप आपण निर्माण करू शकतो.

"बोलवा त्यांना," ते म्हणाले. "मला भेटायचंय त्यांना."

मॅडम पोतोक्वानेंच्या चेहऱ्यावर समाधानाचं स्मित तरळलं. "तुम्ही फार चांगले आहात, मातेकोनी," त्या म्हणाल्या. "मी मुलांना बोलावून घेते. आत्ता शेतात काम करत असतील दोघं. पण ती येईपर्यंत मी तुम्हाला त्यांची गोष्ट सांगते. ऐकाच तुम्ही."

मुलांची कहाणी

"सुरुवातीलाच मला तुम्हाला एक गोष्ट सांगायला हवी," मॅडम पोतोक्वानेंनी बोलायला आरंभ केला. "आपण शहरात राहणारे लोक नेहमीच बसर्वा जमातीच्या लोकांवर, त्यांच्या वागण्या-बोलण्याच्या पद्धतीवर टीका करतो; पण तसं करण्यापूर्वी आपण थोडा विचार करायला हवा. आपण त्यांची जीवनपद्धती जाणून घेण्याचा प्रयत्न केला पाहिजे. दूरवर असलेल्या कलहारी वाळवंटात ते राहतात. त्यांच्याकडे स्वत:च्या मालकीची गुरं-ढोरं नसतात, ना डोक्यावर छप्पर असतं. ह्या परिस्थितीचा विचार करा आणि अशा स्थितीत आपल्यासारखे बाट्स्वाना किती दिवस तग धरू शकतील याचाही विचार करा अन् मग तुमच्या लक्षात येईल की, हे बसर्वा लोक फार विलक्षण असतात.

"या लोकांपैकी काही जण एकदा माकादीकादीजवळ असलेल्या मिठागराच्या आसपास भटकत-भटकत आले. वरच्या बाजूला, दूर अंतरावर असलेल्या ओकावांगो नदीच्या काठाकाठानं जाणाऱ्या रस्त्यावरून ते आले असावेत. त्या प्रदेशाची मला विशेष माहिती नाही, पण आत्तापर्यंत एक-दोनदा मी जाऊन आले आहे तिकडे. माझी अगदी पहिली भेट मला अजून आठवते. पांढऱ्या आकाशाखाली पसरलेला विस्तीर्ण भूभाग, तुरळक आढळणारी माडाची उंच झाडं आणि मातीशिवायच उगवणारं खुरटं गवत... मला तो सगळा परिसर इतका नवा होता, यापूर्वी कधीही

न पाहिलेला होता की क्षणभर मला वाटलं, आपण कुठल्या तरी अनोळखी प्रदेशात आलोय, हा बोट्स्वानाचा भाग असूच शकत नाही. पण गंमत म्हणजे, आपण आणखी थोडे पुढे गेलो की, परत एकदा बोट्स्वानात आल्यासारखं वाटतं. जणू जिवात जीव येतो.

''बसर्वा लोकांचा एक समूह शहामृगांची शिकार करण्याच्या उद्देशानं कलहारीमधून आला होता. त्यांना या मिठागरांच्या आसपास पाणी दिसल्यावर ते मौनला जाणाऱ्या रस्त्याच्या कडेनं वसलेल्या एका खेड्याच्या दिशेनं चालू लागले. आता तिथं राहणारे लोक बसर्वा लोकांपासून नेहमीच दूर राहतात. त्यांचं म्हणणं असं असतं की, हे बसर्वा लोक त्यांच्या शेळ्या चोरतात. शिवाय नीट लक्ष ठेवलं नाही, तर रात्रीच्या वेळी गाईचं दूधही काढून घेतात.

''तर, या टोळीतल्या लोकांनी गावापासून तीनचार मैल अंतरावर पालं टाकली अन् ते तिथं राहू लागले. अर्थात, त्यांनी झोपड्या वगैरे काही बांधल्या नाहीत. नेहमीप्रमाणे झाडाझुडपांखालीच ते रात्र काढत असत. नुकतीच पुष्कळ शहामृगांची शिकार केलेली असल्यामुळे त्यांच्यापाशी मांसमटणाची ददात नव्हती अन् पोटासाठी लगेच भटकंती करायचीही गरज नव्हती.

''या कबिल्यात बरीच लहान मुलं होती. एका बाईनं तर अगदी नुकताच एका मुलाला जन्म दिला होता. एका रात्री ती आपल्या तान्ह्या बाळाला कुशीत घेऊन, पण इतरांपासून थोड्या अंतरावर झोपली होती. तिला एक मोठी मुलगी पण होती, ती आईच्या पलीकडच्या बाजूला झोपली होती. मला जेवढं कळलंय त्यावरून मी असा अंदाज बांधते की, रात्रीत केव्हा तरी त्या आईला जाग आली आणि थोडं आरामात झोपण्याच्या हेतूनं तिनं आपल्या पायांची हालचाल केली. तिच्या दुर्दैवानं तिच्या पायांपाशी त्या वेळी एक साप होता. त्या बाईची टाच त्या सापाच्या डोक्यावर पडली. घाबरलेल्या सापानं तिला दंश केला. बहुतेक वेळा सर्पदंश अशाच प्रकारे घडतात– चटयांवर झोपलेल्या लोकांच्याजवळ साप येऊन अंगाचं वेटोळं करून पडून राहतात. त्यांना आपल्या अंगाची ऊब हवीहवीशी वाटते. झोपेत माणसं कूस बदलतात, तेव्हा साप त्यांच्या अंगाखाली येतात. घाबरलेले साप स्वत:चा बचाव करण्यासाठी दंश करतात.

''कबिल्यातल्या लोकांनी तिला त्यांच्यापाशी असलेली झाडपाल्याची औषधं दिली. हे लोक नेहमीच औषधं म्हणून कसली तरी मुळं नाही तर झाडाच्या साली गोळा करत असतात, पण 'लेबोलोबोलो' जातीच्या सापाच्या दंशावर त्यांचा काही उपयोग होत नाही. ती मुलगी जे सांगते त्यावरून मला असं समजलं की, त्या बाईचं पोर जागं होण्याआधीच ती मेली होती. अशा प्रसंगी हे लोक मुळीच वेळ न दवडता प्रेताची विल्हेवाट लावतात. त्यामुळे सकाळ झाली न झाली तोच त्यांनी तिला

पुरायची तयारी केली. मातेकोनी, एक गोष्ट तुम्हाला माहीत नसेल, म्हणून सांगते. जेव्हा एखादी मुलाला अंगावर पाजणारी मसर्वा बाई मरते, तेव्हा ते लोक तिच्या जिवंत बाळालाही तिच्याबरोबर जमिनीत गाडतात. ते तरी काय करणार? त्यांच्याजवळ अशा पोरक्या बाळाला देण्यासाठी काहीच नसतं. अन्नाचा तुटवडा जणू त्यांना निर्दय बनवतो.

"एका झाडाआड दडून ती पोरगी हा सगळा प्रकार पाहत होती. लोकांनी तिच्या आईबरोबर तिच्या भावालाही जमिनीत पुरलेलं तिनं पाहिलं. तो सगळ प्रदेश वालुकामय असल्यामुळे त्यांनी थोडीशी वाळू उकरली, उथळसा खड्डा खणला आणि त्या मायलेकांना पुरून टाकलं. हे चालू असताना जमातीतल्या स्त्रिया शोक व्यक्त करत होत्या, तर पुरुषमाणसं कसली तरी गाणी म्हणत होती. आपल्या चिमुकल्या भावाला एका कातडीत गुंडाळून आईबरोबर पुरताना तिनं बघितलं. त्यानंतर वरती थोडी वाळू ढकलून ते सगळे जण आपल्या वस्तीत निघून गेले.

"लोक निघून गेल्याक्षणीच ही मुलगी झाडाआडून बाहेर आली आणि आपल्या चिमुकल्या हातांनी तिनं वाळू भराभरा बाजूला सारली. ते करायला तिला फार वेळ लागला नाही. आपल्या तान्ह्या भावाला उचलून तिनं कवेत घेतलं. त्याच्या नाकात वाळू भरली होती, पण त्याचा श्वास चालू होता. तिनं आपला मोहरा दुसरीकडे वळवला आणि झुडपांतून वाट काढत धूम ठोकली. तिथून रस्ता फार दूर नाही, हे तिला ठाऊक होतं. काही वेळानं एक सरकारी ट्रक त्या बाजूनं जाताना तिला दिसला. ड्रायव्हरनं गाडीचा वेग कमी केला आणि गाडी थांबवली. एक मसर्वा मुलगी आपल्या हातांमध्ये इतक्या लहान बाळाला घेऊन उभी असल्याचं पाहून त्याला आश्चर्यच वाटलं असावं. तिची भाषा त्याला समजत नव्हती, तरी तिला एकटीला तिथंच सोडून जाणं त्याला शक्यच नव्हतं. तो फ्रान्सिसटाऊनच्या दिशेनं चालला होता. त्यानं या दोघांना न्यांगाब्वे हॉस्पिटलपाशी एका शिपायाच्या हाती सोपवलं अन् तो पुढे निघून गेला.

"डॉक्टरांनी बाळाला तपासलं. जेमतेम हाडाचा सापळा असलेल्या त्या जिवाला कसला तरी त्वचारोग झाला होता. मुलीला क्षयरोगाची लागण झालेली होती. त्यांनी दोन महिने तिला क्षयरोग्यांच्या विभागात ठेवलं आणि रोगावरची औषधं दिली. तिला बरं वाटेपर्यंत त्यांनी बाळाला बालविभागात ठेवलं आणि त्याची काळजी घेतली. मग त्यांनी दोघांची रवानगी बाहेर केली. क्षयरोगविभागात नेहमीच खाटांचा तुटवडा असतो. तिच्याहून अधिक आजारी असलेल्या रुग्णासाठी त्यांना खाट हवी होती. शिवाय, मसर्वा मुलीची अन् तिच्या तान्ह्या भावाची जबाबदारी त्यांनी घ्यायचं काही कारणच नव्हतं. ती जाईल परत आपल्या लोकांच्यात, असा त्यांचा समज झाला असणार बहुतेक.

"त्या हॉस्पिटलमध्ये काम करणाऱ्या एका परिचारिकेला मात्र त्यांची काळजी वाटत राहिली. तिनं या मुलीला हॉस्पिटलच्या फाटकापाशी बसून राहिलेलं पाहिलं अन् तिच्या ध्यानात आलं की, ह्या पोरांना कुणीच नसावं. ती त्यांना आपल्या घरी घेऊन गेली आणि घरामागे असलेल्या एका झोपडीवजा जागेत तिची सोय केली. खरं तर, ती एक अडगळीची खोली होती, पण या मुलांसाठी तिनं तिथलं सामान दुसरीकडे हलवलं आणि त्यांची सोय केली. त्या परिचारिकेनं आणि तिच्या नवऱ्यानं त्या मुलांना जेवू-खाऊ घातलं, पण ते त्यांना आपल्या घरात नाही ठेवू शकले. बिचाऱ्यांना त्यांची स्वत:ची दोन मुलं होती अन् त्यांची आर्थिक स्थिती बेताचीच होती.

"ही मसर्वा मुलगी हुशार असल्यामुळे ती सेत्स्वाना (भाषा) फार लवकर शिकली. हळूहळू बारीकसारीक उद्योग करून ती थोडे पैसे कमवायला लागली. उदाहरणार्थ– रस्त्याकडेला पडलेल्या रिकाम्या प्लॅस्टिकच्या बाटल्या गोळा करून ती भंगारवाल्याला देत असे. या वेळी ती आपल्या लहानग्या भावाला पाठीवर बांधून आपल्याबरोबर सगळीकडे नेत असे; एक क्षणही ती त्याला दृष्टीआड होऊ देत नसे. मी त्या परिचारिकेबरोबर बोलले तिच्याविषयी, तेव्हा मला कळलं की, ही स्वत: इतकी लहान वयाची मुलगी आपल्या भावाची देखभाल मात्र अगदी आईच्या मायेनं करत असे. इकडे-तिकडे सापडलेल्या चिंध्यांपासून ती त्याच्यासाठी जमेल तसे कपडे शिवायची, अंगणातल्या नळाखाली अंघोळ घालून त्याला स्वच्छ ठेवायची. काही वेळा ती जवळच असलेल्या रेल्वेस्टेशनावर जाऊन भीक मागत असे. या पोरांची दया वाटल्यामुळे काही जण तिला थोडेफार पैसे द्यायचे, पण शक्यतोवर ती स्वत:च्या कमाईवरच जगत असे.

"बरीच वर्षं अशा प्रकारे गेली. मग अगदी अचानकपणे ती आजारी पडली. तिला परत एकदा हॉस्पिटलात दाखल करण्यात आलं. तपासणीत असं आढळलं की, क्षयरोगामुळे तिची सगळी हाडं पार ठिसूळ झाली होती अन् काही तर अगदी मोडलीच होती, त्यामुळे तिला चालणंही शक्य नव्हतं. तिच्यावर जमेल तेवढे उपचार केले गेले, पण तिला चालत्या स्थितीत ठेवण्यात ते अयशस्वी ठरले. या वेळीही ती परिचारिकाच तिच्या मदतीला धावून आली. तिला चाकांची खुर्ची मिळावी, म्हणून त्या परिचारिकेनं खूप धडपड केली. शेवटी काही रोमन कॅथॉलिक धर्मगुरूंनी तिला मदतीचा हात दिला. मग चाकांच्या खुर्चीत बसून ती आपल्या भावाची काळजी घेऊ लागली. तोदेखील तिला आपल्या परीनं मदत करू लागला.

"त्यानंतर आणखी एक संकट तिच्यासमोर उभं राहिलं. जी परिचारिका तिला आपल्या अंगणातील झोपडीत राहू देत होती, तिच्या नवऱ्याची बदली लोबात्से या गावी करण्यात आली. तो एका कत्तलखान्यात काम करायचा. तिला आमच्या या अनाथाश्रमाची माहिती होती. तिनं मला पत्र लिहिलं आणि सर्व हकिगत कळवली.

आमच्याकडे राहतील मुलं, असं मी तिला लिहिलं अन् काही महिन्यांपूर्वी घेऊन आले त्यांना इथं. आता ही मुलं आमच्याजवळ राहताहेत. तुम्ही पाहिलंच आहे.

"तर अशी आहे या मुलांची कहाणी, मातेकोनी. आमच्याकडे ती का आणि कशी आली, ते तुम्हाला आता समजलं असेलच."

मातेकोनी न बोलता बसून राहिले. त्यांनी मॅडम पोतोक्वानेंकडे पाहिलं. त्याही त्यांच्याकडेच पाहत होत्या. गेली वीस वर्षं त्या या अनाथाश्रमाचं काम बघत होत्या– आश्रमाच्या आरंभापासूनच त्या या संस्थेशी निगडित होत्या. इथं रोजच अनुभवाला येणाऱ्या दु:खानं त्या आता विचलित होत नसत; निदान त्यांना तसं वाटायचं. पण या दोन मुलांच्या करुण कहाणीनं त्यांचं मन अत्यंत हेलावलं होतं. आपण सांगितलेल्या गोष्टीचा हवा तोच परिणाम मातेकोनींवरही झालाय, हे त्यांच्या चाणाक्ष नजरेनं टिपलं.

"येतीलच एवढ्यात मुलं–" त्या म्हणाल्या. "तुम्ही त्यांना घेऊन जायला तयार आहात असं मी त्यांना सांगू का?"

मातेकोनींनी डोळे मिटले. ते अस्वस्थ झाले. अजूनपर्यंत ते प्रेश्यस रामोत्स्वेशी या विषयावर बोलले नव्हते. तिचा विचार जाणल्याशिवाय एवढा मोठा निर्णय घेणं फार चुकीचं ठरलं असतं. लग्नाची सुरुवात अशा प्रकारे करणं योग्य ठरलं असतं का? आपल्या जीवनसाथीच्या अनुमतीशिवाय इतका मोठा निर्णय घेणं निश्चितच चुकीचं ठरलं नसतं का?

पण त्यांच्यासमोर असा प्रसंग होता की, त्यांना लगेचच निर्णय घेणं आवश्यक होतं. ह्या दोन मुलांच्या कहाणीनं त्यांचं मन हेलावलं होतं. दोघं त्यांच्यासमोर उभी होती– मुलगी चाकांच्या खुर्चीत बसलेली होती अन् तिचा धाकटा भाऊ तिच्या शेजारी नजर खाली वळवून उभा होता– त्यांचा आदर ठेवण्याच्या दृष्टीनं.

त्यांनी एक दीर्घ श्वास घेतला. आयुष्यात काही प्रसंग असे येतात, जेव्हा निर्णय लांबणीवर टाकून नाही चालत. 'आजचा प्रसंग त्यांपैकी एक आहे,' ते स्वत:शीच म्हणाले.

"काय रे मुलांनो, तुम्हाला काही दिवस माझ्या घरी राहायला आवडेल का? थोडेच दिवस. मग पुढे काय करायचं ते आपण ठरवू." ते म्हणाले.

मुलीनं मॅडम पोतोक्वानेंकडे पाहिलं, त्यांचा विचार जाणून घेण्यासाठी. "हे भाऊ तुमची छान काळजी घेतील. तुम्हाला आवडेल त्यांच्याकडे राहायला." त्या म्हणाल्या.

मुलीनं भावाकडे बघून त्याला काही तरी म्हटलं. ते या दोघांना ऐकू आलं नाही. काही वेळानं मुलानं होकारार्थी मान हलवली.

"भाऊ, तुम्ही खूप दयाळू आहात. आम्हाला आवडेल तुमच्याकडे राहायला."

मॅडम पोतोक्वानेनं खुशीत येऊन टाळ्या वाजवल्या.

"मग जा तर. पट्कन आपलं सामान बांधा बरं. तुमच्या दाईला सांगा, ती तुम्हाला स्वच्छ कपडे देईल."

मुलीनं आपली खुर्ची वळवली आणि भावाला घेऊन ती बाहेर गेली.

'मी जे काही केलंय ते योग्य आहे की नाही, ते तो देवच जाणे!' मातेकोनी स्वत:शीच पुटपुटले, पण मॅडम पोतोक्वानेंनी त्यांचे शब्द ऐकले.

"मी सांगते ना तुम्हाला. फार चांगली गोष्ट केलीय तुम्ही!" त्या म्हणाल्या.

वाऱ्यानं कुठून तरी वाहिलंच पाहिजे

मॅडम रामोत्स्वेच्या चिमुकल्या पांढऱ्या व्हॅनमधून त्या दोघी जणी गावाबाहेर पडल्या. कच्चा रस्ता तसा खाचखळग्यांनी भरलेलाच होता, पण काही ठिकाणी तर इतके मोठे खड्डे होते की, रस्ता दिसतच नव्हता. बिचारी व्हॅन अधून-मधून कुरकुरून आपला निषेध व्यक्त करत होती. त्यांना जिथं जायचं होतं, तो शेतमळा केवळ आठ मैलांवर होता, पण त्या अगदी संथ गतीनं चालल्या होत्या. आपल्याबरोबर मॅडम पोत्साने आहे, हे आपलं नशीब, असा विचार प्रेश्यसच्या मनात अनेक वेळा आला. 'या असल्या उजाड माळरानात रस्ता चुकण्याची शक्यताच जास्त. लक्षात ठेवता येईल अशा काही खाणाखुणा– एखादी टेकडी किंवा वेगळ्या आकाराचं झाडसुद्धा कुठे नजरेला दिसत नव्हतं.' अर्थात असं प्रेश्यसला वाटत होतं. मॅडम पोत्सानेला मात्र अनेक गोष्टी आठवत होत्या. तिनं आपले डोळे जवळजवळ गच्च मिटून घेतले होते, तरी मधूनच ती डोळे किलकिले करत असे; तेव्हा तिच्या नजरेला एखादी जागा दिसे, जिथं त्यांना अनेक वर्षांपूर्वी एक भटकं गाढव सापडलं होतं. आणखी एका दगडाजवळ तिला एक गाय मरून पडलेली दिसली होती. या अशा आठवणींमुळेच तिला तो उजाड परिसरही जिवंत वाटत होता. एरवी तिथं काय होतं? भेगाळलेली जमीन– पण तीदेखील त्यांच्या मालकीची असल्यामुळे त्यांच्या दृष्टीनं तो एक अनमोल ठेवा होता; जणू काही हिरव्याकंच गवतानं भरलेला.

एकदम मॅडम पोत्साने पुढे सरकून बसली. "त्या तिथं, दूर अंतरावर काही दिसतंय तुम्हाला? माझं काय होतं अलीकडे, लांब अंतरावरचंच मला नीट दिसतं. आता मला दिसतंय सगळं."

प्रेश्यस रामोत्स्वेनं तिच्या नजरेच्या दिशेनं पाहिलं. ते रान आता अधिक दाट वाटत होतं. बरीच काटेरी झाडं दिसत होती. त्यामुळे त्यापलीकडे असलेल्या इमारती काहीशा झाकल्या गेल्या होत्या. बहुतेक इमारतींचे आता फक्त अवशेषच उरले होते. दक्षिण आफ्रिकेत अशा पडक्या इमारती बऱ्याच ठिकाणी आढळतात. पांढरा रंग लावलेल्या मातीच्या भिंती कालांतरानं पडायला लागतात अन् मग त्यांचे जे अवशेष उरतात, ते म्हणजे जमिनीपासून काही फूट उंच असलेल्या भिंतीच असतात. जणू काही कुणी तरी त्यांना वरच्या बाजूनं भुईसपाट करण्याचा प्रयत्न केलेला असतो. काही इमारतींवर झावळ्यांपासून बनवलेली छपरं होती, तर काहींचे नुसते वासेच शिल्लक राहिले होते. वरचं छप्पर आतल्या बाजूला कोसळलं होतं, मुंग्यांनी आणि पक्ष्यांनी त्यांची वाट लावली होती.

"तो मळ्याचा भाग आहे का?" तिनं विचारलं.

"हो. आणि त्याच्याजवळच तुम्हाला घरासारखं काही दिसतंय का? तिथं आम्ही सगळे राहायचो."

मॅडम पोत्सानेच्या दृष्टीनं त्या ठिकाणी परत येणं म्हणजे जुन्या, दुःखद आठवणींना उजाळा देण्यासारखं होतं. तशी कल्पना तिनं प्रेश्यसला आधीच दिली होती. दक्षिण आफ्रिकेतल्या खाणींमध्ये अनेक वर्षं काम केल्यानंतर तिचा नवरा परत बोट्स्वानाला आला होता. मग दोघांनी या ठिकाणी पुन्हा एकदा आपल्या संसाराला सुरुवात केली होती. तोपर्यंत त्यांची मुलं मोठी झाली होती, मार्गाला लागली होती, त्यामुळे हे नवरा-बायको या जागी काहीसं निवांत आयुष्य जगू शकले होते.

"तसं फार काम नसायचं आम्हाला," ती सांगू लागली. "माझा नवरा रोज इथल्या शेतात काम करायला जायचा आणि मी इतर बायकांबरोबर बसून कपडे शिवायची. तो जो जर्मन माणूस होता इथं, तो हे कपडे गॅबोरोनमध्ये विकायचा."

यापुढे रस्ता असा नाहीच आहे, हे प्रेश्यसच्या लक्षात आलं, तेव्हा तिनं एका झाडाखाली गाडी थांबवली. आखडलेले पाय लांब करून तिनं बाहेर नजर वळवली. दाट झाडीच्या पलीकडच्या बाजूला जी इमारत होती, तिथंच बहुधा हे सगळे लोक पूर्वी राहत असावेत. त्या वेळी आणखी दहा-बारा घरं असावीत, असं अवतीभोवती असलेल्या पडक्या इमारतींवरून वाटत होतं. सगळीकडे नुसती अवकळा पसरल्यासारखं वाटत होतं. झाडाझुडपांच्या परिसरातली ती मोडकळीला आलेली घरं पाहून प्रेश्यसच्या मनावरही खिन्नतेचं सावट आलं. तेव्हा किती आशेनं, उत्साहानं हा प्रकल्प चालवला असेल त्यांनी! अन् आता मागे उरले होते, ते त्या इमारतींचे भग्न अवशेष.

दोघी मुख्य इमारतीपाशी चालतच गेल्या. तिचं छप्पर पन्हाळीच्या पत्र्याचं बनवलं असल्यामुळे मुंग्यांनी किंवा पक्ष्यांनी त्याची वाट लावली नव्हती. दारंसुद्धा होती, ह्याचं तिला नवल वाटलं. पण बहुतेक जाळीच्या दारांच्या बिजागऱ्या तुटलेल्या होत्या आणि काही खिडक्यांना अजूनही काचा होत्या.

''याच ठिकाणी तो जर्मन माणूस आणि तो अमेरिकन मुलगा राहायचे. दक्षिण आफ्रिकेतून आलेली बाईसुद्धा इथंच राहत असे. आम्ही बोट्स्वाना लोक पलीकडे असलेल्या घरांमध्ये राहत असू.''

तिच्या बोलण्यावर प्रेश्यसनं मान डोलावली आणि म्हणाली, ''मला त्या घरात जाऊन बघायचंय.''

''पण आता तिथं काहीच उरलेलं नाही. घर पूर्णपणे रिकामं आहे. सगळे जण निघून गेलेत ना.''

''मला ते माहीत आहे, पण मी इथवर आलेय, तर आतून एकदा सगळं पाहिलेलंच बरं होईल. तुम्हाला यायचं नसेल, तर तुम्ही बाहेरच थांबा. माझी काही हरकत नाही.''

मॅडम पोत्सानेच्या चेहऱ्यावर दचकल्याचा भाव आला. ''तुम्ही एकट्याच आत जाऊ नका; मी येते तुमच्याबरोबर–'' पुटपुटल्यासारख्या आवाजात ती म्हणाली.

घराच्या समोरचा जाळीचा दरवाजा त्यांनी आत ढकलला. वाळवीनं तो पुरता पोखरला असल्यामुळे हात लागताच तो उघडला.

''या देशात जिकडे पाहावं, तिकडे मुंग्या दिसतात. कधी कधी मला वाटतं, हा सगळा देशच या मुंग्या आपल्या घशात घालणार आहेत. मग एक दिवस असा येईल की जेव्हा इथे फक्त मुंग्याच उरतील.''

त्यांनी घरात प्रवेश केला. बाहेरच्यापेक्षा आत पुष्कळच गार वाटलं त्यांना. हवेत धुळीचा वास भरून राहिला होता. छताच्या कुजलेल्या लाकडांच्या वासामध्ये इतरही काही दर्प भरून राहिले होते.

सभोवार हात पसरून मॅडम पोत्सानेनं म्हटलं, ''बघा, इथं काही म्हणजे काही नाही. एक अगदी ओस पडलेलं घर आहे हे. चला, निघू या आता इथून.''

प्रेश्यसनं तिच्या बोलण्याकडे दुर्लक्ष केलं. तिचं लक्ष भिंतीवर टोचून ठेवलेल्या एका पिवळट पडलेल्या कागदाकडे गेलं होतं. वृत्तपत्रात छापलेला एक फोटो होता तो. त्यात एका इमारतीसमोर एक माणूस उभा होता. फोटोखाली काही तरी अक्षरं छापलेली होती. पण तो कागद इतका जीर्ण झालेला होता की, त्यावरची अक्षरं अगदी पुसट झाली होती. तिनं मॅडम पोत्सानेचं लक्ष त्याच्याकडे वेधलं आणि प्रश्न केला, ''हा माणूस कोण आहे?''

मॅडम पोत्सानेनं डोळे बारीक करून त्या फोटोकडे बघितलं. तिला फोटो

डोळ्यांच्या अगदी जवळ धरावा लागला. "हो, मला आठवतोय हा माणूस. तोदेखील इथं काम करायचा. तो एक बाट्स्वाना होता. त्या अमेरिकन तरुणाबरोबर ह्याची खूप घसट होती. दोघं जण एकसारखे बोलत असायचे. आपल्याकडची दोन म्हातारी माणसं कशी सारखी बडबड करत असतात; अगदी तस्सेच."

"तो इथल्या गावात राहणारा होता का?" प्रेश्यसनं विचारलं.

तिचा प्रश्न ऐकून मॅडम पोत्सवाने हसली. "छे– छे! तो आमच्यापैकी नव्हता. फ्रान्सिसटाऊनहून आला होता तो. त्याचे वडील तिथं शाळाप्रमुख होते आणि अत्यंत बुद्धिमान होते. हा मुलगादेखील वडिलांसारखाच हुशार होता. त्याला अनेक गोष्टींची माहिती होती, त्यामुळेच तो अमेरिकन मुलगा नेहमी त्याच्याबरोबर असायचा. मात्र, त्या जर्मन माणसाला हा माणूस मुळीच आवडायचा नाही. त्यांच्यामध्ये कधीच मैत्री झाली नाही."

प्रेश्यसनं तो फोटो निरखून पाहिला आणि मग अगदी हळुवार हातानं तिनं तो फोटो भिंतीवरून काढून घेतला आणि आपल्या खिशात ठेवला. त्या वेळी मॅडम पोत्साने थोडी दूर गेली होती. प्रेश्यस तिच्याजवळ गेली आणि दुसऱ्या खोलीत डोकावून पाहू लागली. या खोलीत जमिनीवर एका मोठ्या पक्ष्याचा सांगाडा पडलेला होता. कधी तरी तो या घरात शिरला असावा अन् अडकून पडल्यानंतर त्याला बाहेर पडता आलं नसावं. त्याची हाडं जमिनीवर पडली होती. त्यावर मासाचा काही लवलेशही नव्हता. मुंग्यांनी त्याचा चट्टामट्टा केला होता.

"ह्या खोलीत त्यांचं ऑफिस होतं," मॅडम पोत्साने सांगू लागली. "सगळ्या पावत्या ते अगदी व्यवस्थितपणे ठेवायचे. त्या तिथं कोपऱ्यात एक तिजोरी ठवलेली होती. लोक मदतीदाखल त्यांना खूप पैसे पाठवायचे ना. बाहेरच्या देशात राहणाऱ्या लोकांना वाटत होतं की, हे ठिकाण खूप महत्त्वाचं आहे. त्यांना असा विश्वास वाटत होता की, अशा प्रकल्पांद्वारे असं सिद्ध करता येईल की, रुक्ष प्रदेशातही चांगले बदल घडवणं शक्य आहे. त्यांची अशीही अपेक्षा होती की, लोक अशा ठिकाणी एकत्र राहू शकतात आणि सलोख्यानं, सहकाराच्या भावनेनं जगू शकतात, असं आम्ही जगाला दाखवून द्यावं."

प्रेश्यस रामोत्स्वेनं तिचं म्हणणं पटल्यासारखी मान डोलावली. तिला असे लोक माहीत होते, ज्यांना आपल्या निरनिराळ्या तत्त्वप्रणाली प्रयोगांद्वारे तपासून पाहायच्या होत्या. उदाहरणार्थ– किती वेगवेगळ्या प्रकारे लोक जीवन जगू शकतात. त्यांना आफ्रिकेविषयी काय आकर्षण होतं, देव जाणे. या प्रचंड मोठ्या, रुक्ष देशातल्या हवेत नव्या कल्पनांना धुमारे फुटतील, असं त्यांना वाटत असावं. इथं ब्रिगेड चळवळ स्थापन झाल्यानंतर हे लोक आपल्या देशाकडे आकृष्ट झाले. इथल्या तरुणांना एकत्र आणायचं, त्यांना इतरांसाठी कार्य करायला उद्युक्त करायचं

आणि संपूर्ण देशाचा विकास घडवून आणायचा, ह्या कल्पनेची भुरळ त्यांना पडली असावी. पण प्रेश्यस रामोत्स्वेला मात्र या कल्पनेत काही खास जगावेगळं असं दिसलं नव्हतं. श्रीमंत देशांतले तरुण काही काम करत नव्हते का? कदाचित नसतीलही. म्हणूनच त्या देशांतून इथं येणाऱ्या लोकांना ही कल्पना इतकी आकर्षक आणि उत्तेजित करणारी वाटली असेल. अर्थात, त्यांचंही काही चूक नव्हतं. दयाळू अंत:करणाचे ते लोक बाट्स्वानांना आदरानंच वागवत असत. पण सारखासारखा दुसऱ्याचा उपदेश ऐकायचा, ह्या गोष्टीचाही लोकांना कंटाळाच येत असणार की! सतत कुठली ना कुठली तरी परदेशी संस्था आफ्रिकनांना शिकवत असते, 'असं करा, अशा पद्धतीनं काम करा.' त्यांचा उपदेश चुकीचा नसेलही, पण तो दुसऱ्या कुठल्या तरी ठिकाणी लागू पडू शकेल. आफ्रिकेनं आपले प्रश्न आपल्या पद्धतीनंच सोडवले पाहिजेत.

या जागी त्या लोकांनी चालवलेला शेतमळ्याचा प्रकल्प हा एक त्याच प्रकारचा फसलेला प्रयोग होता. 'कलहारीमध्ये भाज्यांची लागवड करणं शक्य नव्हतं,' हाच निष्कर्ष त्यांनी शेवटी काढला असावा. या विभागात इतर अनेक गोष्टींची पैदास होऊ शकेल, पण त्या मूळच्या इथल्याच असतील. टोमॅटो किंवा लेट्यूस यांसारख्या परक्या मुलखातल्या भाज्या बोट्स्वानात निर्माण होणाऱ्या वस्तू नव्हेत; निदान या भागात तरी निश्चितच नाही.

दोघी जणी ऑफिसमधून बाहेर पडल्या आणि त्यांनी इतर खोल्यांमधून फेरफटका मारला. बहुतेक खोल्यांचं छप्पर आता अस्तित्वात नसल्यामुळे त्या वरच्या बाजूनं उघड्याच होत्या. जमिनीवर वाळक्या पानांचा आणि काट्याकुटक्यांचा सडा पडला होता. त्या ढिगाऱ्यातून मधूनच एखादी पाल नाही तर सरपटणारा प्राणी घाबरल्या अवस्थेत बाहेर डोकवायचा. त्यांच्या जागेवर अचानक झालेल्या आक्रमणामुळे ते घाबरले असावेत. पाली, सरडे यांसारखे प्राणी अन् हवेत भरून राहिलेली धूळ– त्या सर्वस्वी रिकाम्या असलेल्या घरात प्रेश्यसला ह्याच गोष्टी आढळल्या.

अपवाद होता तिला सापडलेल्या त्या फोटोचा!

त्या दोघी तिथून बाहेर पडल्या, तेव्हा मॅडम पोत्सानेनं सुटकेचा एक नि:श्वास टाकला. "तुम्हाला तो मळा पाहायचाय का?" तिनं मॅडम रामोत्स्वेला विचारलं. इथंदेखील प्रेश्यसला तोच अनुभव आला. माणसानं केलेलं आक्रमण इथल्या मातीनं धुडकावून लावलं होतं, त्यामुळे एके काळी यशस्वीपणे चालवलेल्या प्रकल्पाचे अवशेषच काय ते मागे उरले होते. शेतीसाठी खणलेले चर अधूनमधून दृष्टीस पडत होते, पण त्या ठिकाणी आता घळी तयार झाल्या होत्या. भाज्या उन्हानं सुकू नयेत म्हणून त्या लोकांनी खांब उभारले होते आणि त्यांच्यावर जाळीचं कापड

टाकलं होतं. त्या लाकडी खांबांचे काहीही अवशेष मागे उरले नव्हते– इतर अनेक गोष्टींप्रमाणे मुंग्यांनी त्यांचाही फडशा पाडलेला दिसत होता.

उन्हाची तिरीप डोळ्यांना लागू नये म्हणून प्रेश्यसनं कपाळावर हात धरला होता. ''किती मोठं काम सुरू केलं होतं त्या लोकांनी आणि आता मागे काय उरलंय, तर हा सगळा उजाड प्रदेश!'' ती स्वत:शीच पुटपुटली.

तिचे शब्द मॅडम पोत्सानेनं ऐकले अन् नुसतेच खांदे उडवले. ''हे सगळ्याच बाबतीत खरं आहे– गॅबोरोनबाबतीतदेखील!'' ती म्हणाली. ''आणखी पन्नास वर्षांनी गॅबोरोनमध्ये आज दिसणाऱ्या टोलेजंग इमारती असतीलच, याची खात्री आपण देऊ शकतो का? या मुंग्यांची नजर एक दिवस गॅबोरोनकडेही वळेल; कुणी सांगावं?''

तिच्या बोलण्याचं प्रेश्यसला हसू आलं. किती छान शब्दांत तिनं मनुष्यप्राण्याच्या कर्तृत्वातला अशाश्वतपणा दाखवून दिला होता! आपल्या सगळ्याच महान प्रयत्नांच्या बाबतीत हेच म्हणता येईल. आपण अतिशय अडाणी तरी असतो किंवा आपली स्मृती तितकी पक्की नसते, म्हणूनच आपण समजत असतो की; मी जे काही निर्माण करतोय, ते चिरंतन असेल. फार दूरची गोष्ट कशाला, 'नंबर वन लेडीज डिटेक्टिव्ह एजन्सी' ही माझी संस्था आजपासून वीस वर्षांनीदेखील कुणाच्या लक्षात राहणार नाही, तीच बाब 'त्लॉक्वेंग स्पीडी मोटर्स'चीही. पण नाही राहिली कुणाच्या लक्षात, तरीही काही बिघडत नाही.

या उदासवाण्या विचारामुळे तिला आठवलं की, या ठिकाणी ती वास्तुशास्त्राविषयी विचार करण्यासाठी आलेली नव्हती; तर अनेक वर्षांपूर्वी इथे काय घडलं असावं, याचा तपास करायला आली होती. ह्या जागेचं निरीक्षण करायचं, या हेतूनं ती आली होती खरी; पण तिच्या हाती काहीच लागलं नव्हतं. एखादी जोराची वावटळ यावी आणि तिनं आपल्या एका फटक्यानं सगळा परिसर विस्कटून टाकावा, पुस्तकाची पानं विखरून टाकावीत, पाऊलखुणांवर मातीचा थर टाकून त्या पुसून टाकाव्यात; तसं घडलं होतं इथं.

तिच्याशेजारी शांतपणे उभ्या असलेल्या मॅडम पोत्सानेकडे तिनं आपली नजर वळवली. ''हा वारा कुठल्या दिशेकडून येतो?'' तिनं मॅडम पोत्सानेला विचारलं.

तिनं आपल्या हातानं प्रेश्यसच्या गालाला स्पर्श केला. त्यामागचं कारण प्रेश्यसला समजलं नाही. तिची नजर प्रेश्यसला भकास वाटली. तिचे डोळे वेगळेच दिसत होते. एक डोळा निष्प्राण वाटत होता, तर दुसऱ्याचं बुब्बुळ पांढुरकं झालं होतं. 'हिनं आपले डोळे तपासून घ्यायला हवेत,' तिच्या मनात विचार आला.

काटेरी झाडांकडे, विस्तीर्ण पसरलेल्या आकाशाकडे आणि कलहारी वाळवंटाकडे हात दाखवत मॅडम पोत्साने म्हणाली, ''त्या बाजूनं येतो.''

प्रेश्यस त्यावर काही बोलली नाही. तिला उगीचच वाटत होतं की, इथं पूर्वी

जे काही घडलं होतं, त्याच्या अगदी जवळ आपण येऊन ठेपलो आहोत. पण 'म्हणजे काय' असं कुणी तिला त्यावर विचारलं असतं, तर तिला काही सांगताही आलं नसतं. अन् आपल्याला तसं का वाटतंय, हेदेखील तिला शब्दांत व्यक्त करता आलं नसतं.

बोट्स्वानाला मुलांची गरज आहे

मातेकोनींकडील चिडखोर स्वभावाची कामवाली बाई स्वयंपाकघराच्या दाराला टेकून ढेपाळल्यासारखी बसली होती, त्यामुळे तिच्या डोक्यावरची जुनीपुराणी, लाल रंगाची हॅट वाकडी झाली होती. तिच्या मालकानं आपल्या लग्नाची बातमी तिला सांगितल्यापासून तिची मन:स्थिती पार बिघडून गेली होती. आपल्या मालकाला या संकटापासून कसं वाचवायचं, ही एकच चिंता तिला दिवसरात्र छळत होती. त्यामागे तिच्या मालकाच्या कल्याणापेक्षा तिच्या स्वत:च्या सोईचा विचारच जास्त होता, ती गोष्ट वेगळी. सध्याची व्यवस्था तिच्या सोईचीच नव्हे, तर फार फायद्याचीही होती. मातेकोनी एकटेच राहत असल्यामुळे तिला फारसं काम करावं लागत नसे; पुरुषमंडळींना घरातल्या साफसफाईविषयी विशेष फिकीर नसते. त्यांच्यासाठी त्यांच्या आवडीचं पोटभर जेवण केलं की, ते खूश असतात; आणि तेवढी काळजी ती नेहमीच घेत असे. मग ती जाडी बाई काही का म्हणेना त्या बाबतीत! तिच्या मते, मातेकोनी म्हणे फार बारीक होते; आता, तिच्या तुलनेत ते नक्कीच बारीक होते, पण सर्वसामान्य पुरुषांशी तुलना केली, तर ते चांगले सुदृढच होते. ती जाडी ढोल बाई सकाळी नाश्त्याला आपल्या साहेबाला काय खायला देईल, याचं चित्र या बाईच्यासमोर उभं राहिलं. भरपूर लोणी लावलेले पावाचे जाडे तुकडे देईल ती बया आपल्या नवऱ्याला, की हा फुगणारच काही दिवसांच्या आत! उत्तरेकडचा एक

टोळीप्रमुख असाच गलेलठ्ठ होता. हिची बहीण ज्या घरी काम करायची तिथं तो एकदा गेला, तर त्याच्या वजनानं घरातली खुर्चीच मोडली होती, म्हणे!

अर्थात तिला खरी चिंता तिच्या मालकाविषयी वाटत नव्हती, तर स्वत:च्या भविष्याची होती. त्या बयेसाठी साहेबांनी आपल्याला कामावरून कमी केलं आणि त्यांच्या भावाच्या हॉटेलात धाडलं तर, तिला इथं जसं आपल्या मित्रांचं आगतस्वागत करता येतं, तसं तिथे करणं शक्यच होणार नव्हतं. सध्याच्या परिस्थितीचा फायदा असा होता की, तिचा मालक घरी नसायचा, तेव्हा तिचे मित्र तिला भेटायला यायचे. मग त्यांना घेऊन ती मातेकोनींच्या बेडरूममध्ये जायची– अर्थात ते त्यांना माहीत नव्हतं– आणि तिथल्या भल्यामोठ्या पलंगावर आपल्या मित्रांना रिझवायची. 'सेंट्रल फर्निशर्स' नावाच्या महागड्या दुकानातून विकत घेतलेल्या त्या आरामदायी पलंगाची तिच्या मालकाला, खरं पाहिलं तर, काही गरजही नव्हती. तिच्या मित्रांना मात्र फार आनंद वाटायचा. त्या बदल्यात, ते तिला कधी पैसे, तर कधी महागड्या भेटवस्तू द्यायचे. मातेकोनींच्या लग्नामुळे ह्या सगळ्या चैनीला फाटा मिळणार होता.

या विचारानं तिच्या कपाळावर आठ्या उमटल्या. परिस्थिती खरोखरच इतकी गंभीर होती की, नुसतं चडफडून चालणार नव्हतं. काही तरी जालीम उपाय शोधायला हवा होता; पण या क्षणी तरी तिला काही सुचत नव्हतं. मालकाशी या विषयावर बोलून काही फायदा झाला नसता; त्या बयेसारख्या स्त्रीनं त्याला आपल्या पाशात असं काही अडकवलं होतं की, त्यातून त्याची सुटका होणं शक्यच नव्हतं. अशा वेळी हे पुरुष काही उपदेश किंवा सल्ला ऐकून घेण्याच्या मन:स्थितीतच नसतात. ह्या लग्नामुळे त्यांच्यावर फार मोठं संकट ओढवणार आहे, असं तिनं त्यांच्या कानीकपाळी ओरडून सांगितलं, तरी ते काही ऐकून घेणार नाहीत, ह्याची तिला चांगली कल्पना होती. तिनं त्या बाईसंबंधी वाईटसाईट सांगितलं– तिच्या भूतकाळाविषयी काही तरी तिखटमीठ लावून सांगितलं– तरी तिच्या मालकांनी त्यावर विश्वास ठेवला नसता. तिच्या मनात एक भयंकर कल्पना आली– आपण मातेकोनींना सांगायचं की, तुमची भावी बायको एक खुनी व्यक्ती आहे, तिनं यापूर्वी दोन नवऱ्यांचे खून केलेत, दोघांनाही तिनं अन्नात विष घालून मारलं वगैरे... पण एवढं सगळं ऐकूनही ते काही बोलणार नाहीत, नुसतेच हसतील. कदाचित फटकन् म्हणतील, ''माझा तुमच्या सांगण्यावर मुळीच विश्वास नाही.'' एवढंच कशाला, ते वर म्हणतील, ''तुम्ही 'बोट्स्वाना डेली न्यूज' या वृत्तपत्रातल्या ठळक बातम्या मला दाखवल्यात की– मॅडम रामोत्स्वेंनी आपल्या नवऱ्याचा विष घालून खून केला, घरात सापडलेली खीर पोलिसांनी पुढील तपासासाठी ताब्यात घेतली असून त्यांना खिरीत मोठ्या प्रमाणात विषाचा अंश सापडला आहे– तरीदेखील मी तुमच्यावर विश्वास ठेवणार नाही.''

संतापाच्या भरात ती मातीत थुंकली. 'या मॅडम रामोत्स्वेच्या बाबतीत आपल्या मालकाचं मन कलुषित करणं शक्य नसेल, तर मग सरळ तिचाच काटा काढायचा विचार करायला हवा,' ती स्वतःशीच म्हणाली. खरंच, जर ही बाईच राहिली नाही, तर मग सगळा प्रश्नच चुटकीसरशी सुटून जाईल. जर आपण असं केलं तर...? छे, असा विचार करणंही किती भयंकर होईल! शिवाय एखाद्या मांत्रिकाला हे काम करायला सांगायचं ठरवलं, तर तो जी किंमत मागेल, ती आपल्याला थोडीच परवडणार? कुणाला तरी या जगातून पार नाहीसं करण्याच्या कामासाठी ते फारच मोठी रक्कम आकारतात आणि त्यात भयंकर धोकाही असतो. लोक बोलायला लागतील, पोलीस तपास सुरू होईल आणि शेवटी आपली रवानगी तुरुंगात होईल.

'तुरुंग' हा शब्द तिनं मनात उच्चारताच ती थबकली. आपण या रामोत्स्वे बाईला काही वर्षं तुरुंगात पाठवू शकलो तर? तुरुंगात असलेल्या माणसाला कुणाशी लग्न नाही करता येत. त्यामुळे अगदी सुंठेवाचून खोकला जाईल. थोडक्यात, मॅडम रामोत्स्वेनं काही तरी गुन्हा केलाय असं पोलिसांना आढळलं आणि त्याबद्दल त्यांनी जर काही वर्षांसाठी तिला तुरुंगात खडी फोडायला पाठवलं; तर सध्याची परिस्थिती आहे तशीच राहील. आणि त्या मॅडम रामोत्स्वेनं अगदी खरोखरचा गुन्हा केलेला नसला, तरी काही बिघडणार नाही. पोलिसांना तसा संशय आला, तरी पुरेसं होईल; त्यांना पुरावा सापडल्याशी कारण! एकदा म्हणे, एका माणसाच्या घरात त्याच्या शत्रूंनी काही दारूगोळा मुद्दाम ठेवला होता, तेव्हा त्याला पोलिसांनी तुरुंगात टाकलं होतं– तो छुप्या सैनिकांना दारूगोळा पुरवत होता, या कारणावरून! ही घटना फार पूर्वी, झिंबाब्वेचं युद्ध चालू होतं त्या काळी घडलेली होती. तेव्हा नाकोमोनं आपली माणसं फ्रान्सिसटाऊनच्या सरहद्दीपाशी उभी केलेली होती आणि पोलिसांनी प्रयत्नांची कितीही शर्थ केली, तरी देशात बंदुकांचा आणि काडतुसांचा शिरकाव होतच असे. त्या माणसानं अनेक वेळा आपण निरपराधी असल्याचं सांगूनसुद्धा कुणीही– पोलिसांनी किंवा मॅजिस्ट्रेटनं– त्याच्यावर विश्वास ठेवला नव्हता; उलट, त्याची टरच उडवली होती.

बंदुका आणि त्यांची काडतुसं इतक्या जास्त प्रमाणात इतक्या सहजपणे मिळत नसली, तरी एखाददुसरी बंदूक मिळवणं आणि त्या बयेच्या घरात दडवून ठेवणं अवघड गेलं नसतं. हल्ली पोलीस काय बरं शोधत असावेत? त्यांना अलीकडे मादक द्रव्यांसंबंधी फार काळजी वाटते, असा विचार तिच्या मनात आला. वृत्तपत्रातदेखील तिनं वाचलं होतं की, अमुकतमुक माणसाला 'डागा' या मादक द्रव्याचा व्यापार केल्याबद्दल पोलिसांनी अटक केली होती. पण मोठा साठा असल्याशिवाय पोलिसांचं लक्ष तिकडे जाणार नाही. आणि असा मोठा साठा आपण कुठून मिळवू शकणार, हाही प्रश्न होताच की! 'डागा' फार महाग असतो, असं तिनं ऐकलं होतं. आपण

जेमतेम थोडी पानं मिळवू शकू. म्हणजे आपल्याला दुसऱ्याच एखाद्या गोष्टीचा विचार करायला हवा.

ती या विचारात इतकी गढून गेली की, एक माशी आपल्या कपाळावर बसलीय, ती नाकाच्या हाडावरून खाली सरकतेय, ह्या गोष्टीचं भानही तिला राहिलं नव्हतं. एरवी, तिनं माशीला केव्हाच उडवून लावलं असतं, पण त्या क्षणी तिच्या मनात एक भन्नाट कल्पना साकार होत होती, त्यामुळे आपल्या नाकावर माशी बसल्याचं तिला जाणवलंही नाही. जवळ कुठे तरी एक कुत्रा मोठमोठ्यानं भुंकत होता, जुन्या हवाईमार्गावर एका ट्रकचा गिअर त्याच्या ड्रायव्हरनं मोठा आवाज करत बदलला, तरी या कशाकशाचं तिला अजिबात भान नव्हतं. तिच्या चेहऱ्यावर एक स्मित तरळलं. त्याच नादात तिनं डोक्यावरची हॅट मागं सरकवली. याबाबतीत तिचा एखादा मित्र तिला मदत करू शकला असता. तो कसल्या तरी भानगडीत गुंतला होता, हे तिच्या कानावर आलं होतं. आपण त्यालाच मॅडम रामोत्स्वेला संपवायला सांगू; त्या बदल्यात त्याला आपण असं सुख देऊ, जे त्याला त्याच्या आपल्या घरी मिळत नसे. झालं तर! त्यामुळे प्रत्येक जण खूश होईल– त्याची इच्छा पुरी होईल. तिच्या नोकरीवर गदा येणार नाही. मातेकोनींना आपण त्या रानटी बाईपासून वाचवू शकू आणि मुख्य म्हणजे मॅडम रामोत्स्वेला तिच्या कृत्याची योग्य ती शिक्षा मिळेल. सगळी योजना कशी अगदी अचूक होती!

स्वत:च्या अक्कलहुशारीवर खूश होऊन ती स्वयंपाकघरात गेली आणि तिनं बटाटे सोलायला सुरुवात केली. त्या मॅडम रामोत्स्वेपासून तिला असणारा संभाव्य धोका टळणार याची तिला खात्री वाटू लागल्यावर तिचं मन शांत झालं. तिच्या मनात आपल्या मालकाविषयी प्रेम दाटून आलं. इतर पुरुषांसारखाच तोही कमकुवत मनाचा होता, हे तिला ठाऊक होतं. आज आपण त्याच्या आवडीचं जेवण बनवून त्याला खूश करायचं, असं तिनं मनाशी ठरवलं. फ्रिजमध्ये मटण होतं. ते आपल्या घरी घेऊन जायचं, असं तिनं आधी ठरवलं होतं; पण तो बेत तिनं बदलला आणि त्याचे तुकडे तळून त्यात कांदे-बटाटे घालून त्याचा चवदार रस्सा बनवायचं मनाशी ठरवलं.

जेवण तयार होतंय न होतंय, तोवरच मातेकोनी जेवायला म्हणून घरी आले. ट्रक थांबवल्याचा, फाटक बंद केल्याचा आणि घराचं दार उघडल्याचा असे सगळे आवाज तिनं ऐकले. घरात शिरता-शिरता ते तिला 'मी घरी आलोय' अशा शब्दांत आपल्या आगमनाची वर्दी देत. त्यानंतर ती त्यांचं जेवण टेबलावर आणून ठेवत असे. आज मात्र त्यांनी घरी आल्याचं ओरडून तिला सांगितलं नाही; त्याऐवजी तिला वेगळाच आवाज ऐकू आला. तिनं श्वास रोखून धरला. क्षणभर तिला वाटलं, ते त्या बयेला जेवायला घेऊन आले आहेत. तसं असलं, तर रस्सा दडवून ठेवायचा आणि

मालकांना सांगायचं, 'आज घरी काहीच नव्हतं म्हणून मी काही स्वयंपाक केला नाही,' असं तिनं मनाशी ठरवलं. आपण बनवलेलं चमचमीत जेवण ती बया खाणार, ही कल्पनाच तिला सहन झाली नाही. 'त्यापेक्षा एखाद्या कुत्र्यापुढे ठेवेन मी ते अन्न! माझ्या पोटावर पाय आणते काय,' ती स्वतःशीच फणफणली.

स्वयंपाकघराच्या दारापाशी येऊन तिनं मागोवा घ्यायचा प्रयत्न केला. मातेकोनी नुकतेच घरात शिरले होते, कुणासाठी तरी त्यांनी दार उघडून धरलं होतं आणि ते म्हणत होते, ''सावकाश, काळजीपूर्वक आत ये. हे दार फारसं रुंद नाहीये.''

त्यावर कुणी तरी उत्तर दिलं, पण तिला काही नीटसं ऐकू आलं नाही. तो आवाज एका स्त्रीचा होता, पण त्या भयंकर बाईचा नाही, हे तिला समजलं; तेव्हा तिनं सुटकेचा श्वास घेतला. 'आता आणखी कुठल्या बाईला घेऊन आलेत, देव जाणे!' ती स्वतःशीच म्हणाली. पण मग तिला वाटलं, ते ठीकच आहे. आता आपणच त्या रामोत्स्वे बाईला सांगू, 'ज्या माणसाबरोबर तू लग्न करायचं ठरवलं आहेस, तो तुझ्याशी प्रामाणिक नाही बरं का?' कदाचित ते ऐकून तीच लग्नाचा बेत रद्द करेल. मग आपल्या दृष्टीनं सगळ्या समस्या संपल्यात जमा होतील.

इतक्यात तिला एक चाकाची खुर्ची दिसली आणि मग त्यावर बसलेली एक मुलगीही तिच्या दृष्टीस पडली. एक लहान मुलगा ती खुर्ची ढकलत होता. हे काय प्रकरण आहे, हे काही तिच्या लक्षात येईना. कुणी तरी नातेवाईक असावेत त्यांचे— एखाद्या दूरच्या भावाची मुलं असावीत, असा तिनं तर्क केला. बोट्स्वानाच्या परंपरेनुसार माणसानं आपल्या नातलगांना— मग ते कितीही दूरचे असले तरी— मदतीचा हात द्यायला हवा, हे तिला माहीत होतं.

''दादा, मी इकडे स्वयंपाकघरात आहे. तुमचं जेवण तयार आहे बरं का—'' तिनं ओरडून त्यांना सांगितलं.

मातेकोनींनी मान वर करून बघितलं आणि तिला पाहताच ते म्हणाले, ''तुम्ही होय? हे बघा, माझ्याबरोबर काही मुलं आली आहेत. त्यांना जेवायला द्यायला हवंय.''

''भरपूर जेवण बनवलंय मी. छान रस्सा केलाय मी!'' तिनं मोठ्या अभिमानाच्या सुरात सांगितलं.

आणखी काही वेळ ती स्वयंपाकघरातच काम करत राहिली. उकडलेले बटाटे तिनं कुस्करले अन् मग फडक्यानं खसाखसा हात पुसले. मातेकोनी आपल्या नेहमीच्या खुर्चीवर बसले होते. खोलीतल्या खिडकीजवळ ती मुलगी आपल्या भावाबरोबर बसली होती. तिनं त्या मुलांकडे निरखून पाहिलं, तेव्हा तिच्या ध्यानात

आलं की, ती बसर्वा जमातीची होती. त्या मुलीच्या त्वचेचा फिका तपकिरी रंगच सांगत होता. त्या मुलाचे काहीसे तिरके, चिनी माणसांच्या डोळ्यांसारखे डोळेही तेच सांगत होते अन् त्याचा फुगीर, बाळसेदार पार्श्वभागही!

"ही मुलं आता आपल्या इथे राहायला आली आहेत," मातेकोनींनी नजर खाली झुकवत म्हटलं. "दोघं जण अनाथाश्रमातली आहेत, पण मी त्यांचा सांभाळ करणार आहे."

त्यांच्या कामवालीनं डोळे विस्फारून त्यांच्याकडे पाहिलं. तिचा आपल्या कानांवर विश्वासच बसेना. मासर्वा मुलं एका सर्वसामान्य माणसानं आपल्या घरात आणून ठेवायची! असली गोष्ट कधी कुणी ऐकलीही नसेल; चांगल्या घरंदाज माणसानं ती करणं तर दूरचीच गोष्ट! ही मासर्वा माणसं चोऱ्यामाऱ्या करतात, हे तिला पक्कं ठाऊक होतं. त्यांना सभ्य बोट्स्वाना घरात आणून ठेवायला उत्तेजन देता कामा नये, असं तिचं मत होतं. मातेकोनी दयाळू बनण्याचा प्रयत्न करत असतील, पण दानशूरपणालाही काही मर्यादा हवी की नाही?

तिनं आपल्या मालकाकडे नजर रोखून पाहिलं. "ही मुलं इथं राहणार आहेत? किती दिवसांसाठी?"

मातेकोनींची नजर खालीच वळलेली राहिली. यांना फार शरम वाटतेय, असं तिला वाटलं. "ती दोघं इथं बराच काळ राहणार आहेत. त्यांना परत नाही पाठवायचं मला."

ती गप्प बसली. 'त्या रामोत्स्वे बाईचा तर संबंध नसेल ना या सगळ्याशी? तिनंच ठरवलं असेल की, ही मुलं इथं राहतील. नवऱ्यावर पूर्ण कब्जा मिळवण्यासाठीच तिनं हा डाव रचला असेल. आधी कुठली तरी मासर्वा मुलं घरात आणून ठेवायची आणि मग स्वत: घुसायचं. हा सगळा डाव तिनं मला हुसकून लावण्यासाठीच रचला असेल, मला खात्री आहे. असली मुलं या घरात राहायला आलेली मला आवडणार नाहीत, ह्याचा तिला अंदाज आला असेल आणि म्हणूनच मला घराबाहेर काढण्यासाठी तिनं ही खेळी खेळली असेल. ठीक आहे, बाईसाहेब, हा जर तुमचा डाव असेल ना, तर तो तुमच्यावर उलटवण्यासाठी मीही सगळी ताकद पणाला लावेन. मलाही मुलं खूप आवडतात. ती इथं राहिली, तरी मला आनंदच वाटेल, असं मी तिला दाखवून देईन. सोपं नाहीये ते, पण मी नक्की प्रयत्न करेन.'

चेहऱ्यावर हसू आणत ती त्या मुलीला म्हणाली, "तुला भूक लागली असेल ना? मी छान रस्सा केलाय. मला माहीत आहे, मुलांना रस्सा आवडतो."

"आभारी आहे मी तुमची, इतका चांगूलपणा दाखवल्याबद्दल." तीही हसून म्हणाली.

तो मुलगा मात्र काहीच बोलला नाही. तिला अस्वस्थ वाटेल, अशा नजरेनं तो

तिच्याकडे एकटक बघत राहिला. त्या नजरेनंच तिच्या अंगावर काटा उभा राहिला. स्वयंपाकघरात जाऊन तिनं बशा भरल्या. मुलीची बशी तिनं सढळ हातानं भरली. आपल्या मालकाच्या बशीतही तिनं भरपूर रस्सा घातला. मुलाच्या बशीत मात्र तिनं रस्सा थोडा आणि उकडलेला बटाटाच जास्त घातला. त्या पोराला काबूत ठेवायचं असेल, तर त्याला अर्धपोटीच ठेवलेलं बरं.

आपापल्या विचारात गढल्यासारखे तिघे जण काही न बोलताच जेवले. मातेकोनींच्या उजव्या बाजूला ती मुलगी आणि डाव्या बाजूला मुलगा बसला होता. चाकांची खुर्ची टेबलाच्या अगदी जवळ आणणं शक्य नसल्यामुळे तिला पुढे झुकून जेवायला लागत होतं, पण विशेष बाऊ न करता तिनं बशीतलं जेवण संपवलं. मुलानं तर वाघ पाठीशी लागल्यासारखं जेवण संपवलं आणि मग एखाद्या शहाण्या मुलासारखा तो दोन्ही हातांची घडी घालून बसून राहिला.

जेवण उरकल्यानंतर मातेकोनी बाहेर गेले आणि त्यांनी ट्रकमधून मुलांच्या कपड्यांच्या पिशव्या आत आणल्या. अनाथाश्रमातून निघताना दाईनं अगदी आठवणीनं त्यांच्याकरिता कपड्यांचे जास्तीचे जोड दिले होते. सर्वसाधारणपणे अनाथाश्रमातली मुलं मोठी झाल्यानंतर स्वतःच्या पायावर उभी राहण्यासाठी म्हणून बाहेर पडत, तेव्हा त्यांना त्यांचं सामान ठेवण्यासाठी म्हणून एक पुठ्ठ्याची पेटी दिली जात असे. तशाच प्रकारची एक तपकिरी रंगाची पेटी या मुलांबरोबर देण्यात आली होती. तिच्या झाकणावर चिकटपट्टीच्या साह्यानं एक यादी लावलेली होती. मुलांबरोबर दिलेल्या कपड्यांची नोंद केलेली होती– मुलासाठी : विजारी– दोन, खाकी विजारी– दोन, शर्ट– दोन, गरम कोट– एक, मोजेजोड– चार, बूटजोडी– एक, सेत्स्वाना बायबलची प्रत– एक.

मुलीकरिता– चड्ड्या– तीन, शर्ट– दोन, जाकीट– एक, स्कर्ट– एक, बुटाचा जोड– एक, सेत्स्वाना बायबलची प्रत– एक.

मातेकोनींनी पेटी आत नेली आणि मुलांना त्यांची खोली दाखवली. ही छोटीशी खोली त्यांनी खास पाहुण्यांसाठी राखून ठेवली होती, पण आत्तापर्यंत कुणीच पाहुणे त्यांच्या घरी राहायला आले नव्हते. खोलीत फक्त दोन गाद्या, काही गरम पांघरुणं आणि केवळ एकच खुर्ची होती. त्यांनी पेटी खुर्चीवर ठेवली आणि उघडलीही. मुलीनं आपली चाकांची खुर्ची पेटी ठेवलेल्या खुर्चीजवळ नेली. नवे कपडे पाहून तिला आनंद झाला. हळुवार हातानं तिनं कपड्यांना स्पर्श केला. नवे कपडे पहिल्यांदाच मिळाले असल्यामुळे तिच्या चेहऱ्यावर खुशीचा भाव उमटला.

दोघा भावंडांना खोलीत सोडून मातेकोनी बाहेर पडले आणि बागेत जाऊन उभे राहिले. त्यांच्या मनाची अस्वस्थता अजून कमी झाली नव्हती. आपण फार मोठा निर्णय घेतलाय, हे त्यांना सतत जाणवत होतं; पण आता मुलं प्रत्यक्षात घरी घेऊन

आल्यानंतर तर त्यांच्या मनावरचं दडपण फारच वाढल्यासारखं झालं. दोन व्यक्तींच्या आयुष्याचा मार्ग त्यांच्या या निर्णयामुळे बदलला होता. यापुढे त्यांच्या जीवनातल्या प्रत्येक घटनेला ते जबाबदार असणार होते, या विचारानंही त्यांना क्षणभर धास्तावल्यासारखं झालं. मुलांसाठी काय नाही करावं लागत? आता केवळ खाणारी दोन तोंडंच वाढणार नव्हती, तर त्यांच्या शाळेचाही विचार करावा लागणार होता. त्यांच्या रोजच्या गरजा भागवण्यासाठी एखादी बाई ठेवायचा विचार करायला हवा होता. लहान मुलांची काळजी घेण्यासाठी बाईमाणूसच हवं; पुरुषांना असली काम जमणार नाहीत आणि त्यांना ती आवडतही नाहीत. अनाथाश्रमात जी दाई त्यांच्याकडे लक्ष पुरवायची, तिच्यासारखी बाई ठेवावी, असा विचार त्यांनी केला. या विचारापाशी ते अडखळले. 'आपलं जवळजवळ लग्न झालंय, ही गोष्ट आपण विसरूनच गेलो होतो की!' ते स्वतःशीच उद्गारले. आता मॅडम रामोत्स्वे या मुलांना त्यांच्या आईच्या जागी असणार होती.

मनावरचं दडपण त्यांना असह्य झालं अन् ते जवळच पडलेल्या पेट्रोलच्या पिंपावर बसले. ही मुलं यापुढे मॅडम रामोत्स्वेची जबाबदारी असणार अन् आपण एका शब्दानंही त्यांना त्याविषयी सांगितलं नाही की, त्यांचं मत विचारण्याची तसदी घेतली नाही. मॅडम पोतोक्वानेंनी आपल्याला भरीला घातलं आणि आपण त्यांच्या दडपणाला बळी पडलो. पण या सगळ्याचे परिणाम काय होतील, ह्याचा विचार आपण केलाच नाही. आपण त्यांना परत नेऊन सोडलं तर? त्या आपल्या कृतीला कुणीही आक्षेप घेऊ शकणार नाही, कारण कुठल्याच कायदेशीर कागदपत्रांवर आपण सह्या वगैरे केलेल्या नाहीत. त्यामुळेच त्या आपल्याला शब्दात नाही पकडू शकणार. पण मुलांना अनाथाश्रमात परत नेऊन सोडण्याचा विचारही ते करू शकत नव्हते. त्यांनी मुलांना सांगितलं होतं की, ते त्यांचा सांभाळ करणार होते आणि मुलांना दिलेल्या शब्दाची किंमत त्यांच्या लेखी त्यांच्या स्वतःच्या सहीपेक्षा किंवा कायदेशीर कागदपत्रांपेक्षा नक्कीच जास्त होती.

आजपर्यंतच्या त्यांच्या आयुष्यात त्यांनी कुणाला दिलेला शब्द कधीच मोडला नव्हता. आपल्या व्यावसायिक जीवनात त्यांनी असा एक अलिखित नियम केला होता की, एखाद्या गिऱ्हाइकाला जर आपण शब्द दिला, तर तो काहीही झालं तरी मोडायचा नाही. स्वतःला घालून घेतलेल्या या मर्यादेपायी त्यांनी अनेकदा नुकसानही सोसलं होतं. उदाहरणार्थ– एखाद्या गिऱ्हाइकाला त्यांनी सांगितलं की, त्याची गाडी दुरुस्त करायला तीनशे पुला खर्च येईल, तर ते कधीही त्याच्याकडून एक पुलाही जास्त मागत नसत; मग भलेही त्यांना खूप जास्त वेळ खर्च करावा लागो! अन् अनेकदा तसंच घडायचं. अर्थात त्याला जबाबदार असायचे त्यांचे ते आळशी आणि चेंगट कामगार. अगदी साध्या कामालासुद्धा ते बराच वेळ लावत असत. गाडीचं

साधं तेलपाणी बदलायचं, तर ही पोरं तीन-तीन तास लावत. त्यांना कळतच नसे एवढा वेळ त्यांनी का लावावा ते! इंजिनातलं जुनं तेल काढायचं, नवीन तेल घालायचं, मग तेलाच्या गाळण्या बदलायच्या, ब्रेक नीट काम करावेत म्हणून जे तेल वापरतात त्याची पातळी योग्य आहे ना ते बघायचं आणि गिअरबॉक्समध्येही वंगण घालायचं; की झालं काम! एवढ्या कामासाठी ते दोनशेऐंशी पुला आकारत असत. हे काम करायला जास्तीत जास्त दीड तास लागावा, अशी त्यांची अपेक्षा असायची. पण त्यांचे कामगार मात्र त्याच्याहून पुष्कळ जास्त वेळ लावत असत.

'छे!' ते स्वत:शीच म्हणाले, 'एकदा मुलांना वचन दिल्यानंतर मागं हटणं योग्य होणार नाही.' काहीही होवो, आता ती मुलं त्यांची मुलं होती. रामोत्स्वे मॅडमबरोबर बोलायचं आणि त्यांना सांगायचं, 'आपल्या देशाला मुलांची गरज आहे. त्यासाठी ज्या मुलांना आपलं म्हणावं असं कुणीच नसेल, त्यांना आपण मदत केली पाहिजे.' प्रेश्यस रामोत्स्वे फार चांगली स्त्री होती. तिला त्यांचं मन समजेल आणि ती त्यांना साथ देईल याची त्यांना खात्री होती. ठरलं तर! आपण हेच करायचं, असा निर्धार त्यांनी केला. पण लगेच नको.

प्रगतीच्या मार्गात अदृश्य अडसर

'नं. वन लेडीज डिटेक्टिव्ह एजन्सी'तील सेक्रेटरी, 'बोट्स्वाना सेक्रेटरियल कॉलेज'ची सन्मान्य पदवीधर मॅडम माकुत्सी आपल्या नेहमीच्या खुर्चीवर बसून बाहेरचा परिसर न्याहाळत होती. ऑफिसमध्ये फारसं काही काम नसेल किंवा कुणी अशील आलेलं नसेल, तेव्हा समोरचं दार उघडंच ठेवायला तिला आवडत असे. (म्हणजे बऱ्याच वेळा!) पण तसं करण्याचेही काही तोटे होते– आसपासच्या कोंबड्या आत शिरून सगळ्या ऑफिसभर वावरू लागत– जणू काही ते त्यांचंच खुराडं असावं, अशा समजुतीनं. तसा अनेक कारणांमुळे तिला या कोंबड्यांचा राग येत असे. पहिली गोष्ट म्हणजे, एखाद्या ऑफिसमध्ये कोंबड्यांचा वावर ही गोष्ट ऐकायला आणि बघायलादेखील किती विचित्र वाटते! ती गोष्ट बाजूला ठेवली, तरी एकूणच तिला या कोंबड्यांचा रागच येत असे. नेहमी त्याच-त्या कोंबड्या त्यांच्या ऑफिसमध्ये घुसायच्या– तीन कोंबड्या आणि एक मरतुकडा, अंगात जीव नसल्यासारखा वावरणारा कोंबडा. बिचाऱ्याला त्याच्या माद्याच पोसत असाव्यात, असं तिला त्याच्याकडे पाहून वाटत असे. एक तर, तो लंगडा होता आणि दुसरं म्हणजे, त्याच्या एका पंखावरची बहुतेक सगळी पिसं झडून गेलेली होती. आपला आता काही वरचष्मा राहिलेला नाही, याची जाणीव झालेल्या त्या बिचाऱ्याची अवस्था इतकी दयनीय झाली होती की, तो नेहमी कोंबड्यांच्या मागे-मागेच राहत असे.

सार्वभौम राजाची पत्नी किंवा राणीचा पती ज्याप्रमाणे राजशिष्टाचाराचा भाग म्हणून कायम मागे राहतो, तसं त्याचं वागणं वाटायचं मॅडम माकुत्सीला.

गंमत म्हणजे, त्या कोंबड्यांनाही मॅडम माकुत्सीची अडचण होत असल्याप्रमाणे त्या कायम चिडचिडाट करत असायच्या. जणू काही तिनंच त्यांच्या जागेवर अतिक्रमण केलं आहे, असं त्या दर्शवायच्या. दोन लहानशा खिडक्या असलेली ही छोटीशी इमारत त्यांच्या दृष्टीनं कोंबड्यांच्या खुराड्यासारखीच होती. एका डिटेक्टिव्ह एजन्सीचं ऑफिस म्हणून तर ती मुळीच शोभत नव्हती. 'आपण या बाईकडे एकसारखं रागीट नजरेनं बघितलं, तर कदाचित आपल्याला घाबरून ती पळून जाईल आणि मग आपल्याला मुक्तपणे खुर्च्यांवर बसता येईल, फायली ठेवलेल्या कपाटात अंडी घालता येतील,' असं त्यांना वाटत असावं.

घडी घातलेल्या वृत्तपत्रानं त्यांना हाकलत ती ओरडली, "चला, निघा इथून. मला कोंबड्या नकोयत आमच्या ऑफिसमध्ये."

तिचा आवाज ऐकल्यावर त्यांच्यापैकी सगळ्यात गुबगुबीत कोंबडीनं मान वळवून रागानं तिच्याकडे पाहिलं. बिचारा कोंबडा मात्र घाबरला. परत एकदा मॅडम माकुत्सी त्या कोंबडीवर ओरडली, "ए, मी तुला सांगतेय गं– हे काही कुक्कुटपालन केंद्र नाही. चल, निघ इथून."

तिच्या आवाजामुळे सगळ्याच कोंबड्यांनी एकदम कलकलाट करून आपला निषेध नोंदवला, पण निघायचं मात्र नाव काढेनात त्या. जेव्हा मॅडम माकुत्सीनं आपली खुर्ची मागं ढकलून उठण्याचा पवित्रा घेतला, तेव्हाच त्यांनी आपला मोहरा दरवाज्याकडे वळवला. या वेळी मात्र त्यांचा म्होरक्या असल्यासारखा तो कोंबडा, लंगडत-लंगडत का होईना, पण आधी दरवाज्याबाहेर पडला.

कोंबड्यांचा प्रश्न निकालात काढून झाल्यावर मॅडम माकुत्सीनं परत आपली नजर दरवाज्याबाहेर लावली. आपल्याला कोंबड्या हुसकवायचं काम करावं लागलं, हा तिला एक प्रकारचा अपमानच वाटला. 'बोट्स्वाना सेक्रेटरियल कॉलेज'मधून आपण प्रथम वर्गात, तेही विशेष प्रावीण्यानं उत्तीर्ण झालो, ही काही साधी गोष्ट नव्हती. 'पहिल्या वर्गात उत्तीर्ण होणाऱ्या किती उमेदवारांना हे असलं काम करावं लागत असेल?' तिनं स्वत:लाच हा प्रश्न विचारला. गॅबोरोनमध्ये अनेक ऑफिसेस छान मोठ्या इमारतींमध्ये होती. तिथल्या खिडक्यादेखील कशा मोठ्या असतात, सेक्रेटरीपदावर काम करणारे तरुण-तरुणी वातानुकूलन यंत्रणा असलेल्या प्रशस्त दालनात चमकदार टेबलापाशी बसून काम करतात, त्यांच्या टेबलाच्या खणांना चकचकीत कड्या असतात, हे तिला माहीत होतं. कारण कार्यानुभव देण्याच्या निमित्तानं कॉलेजनं विद्यार्थ्यांना अशा प्रकारच्या कचेऱ्यांमध्ये नेलेलं होतं. तिथं सेक्रेटरीपदावर काम करणाऱ्या मुलींना तिनं पाहिलं होतं. महागडे कपडे आणि

कानांतली वापरणाऱ्या तिथल्या हसतमुख, तरतरीत मुली कामापेक्षा हुशार अन् श्रीमंत नवऱ्याची वाट पाहतच वेळ काढत असाव्यात, असं तिचं मत झालं होतं त्या वेळी. आपल्यालाही त्यांच्यासारखी नोकरी मिळावी, असं तिला त्या वेळी वाटलं होतं. अर्थात, तिनं कामातच जास्त रस घेतला असता, ह्याबद्दल तिच्या मनात काही शंका नव्हती. खरं सांगायचं तर, तिला त्या वेळी असं वाटलं होतं की, तिला नक्कीच तशी एखादी नोकरी मिळेल. पण अभ्यासक्रम संपला, सगळे विद्यार्थी मुलाखतींना गेले, तरी तिच्या वाट्याला एकही नोकरी आली नाही. असं का घडावं, हे तिला समजू शकलं नाही. तिच्यापेक्षा पुष्कळ कमी गुणवत्ता असलेल्या मुलींना चांगल्या नोकऱ्या मिळाल्या. एक-दोघींना तर जेमतेम ५१ टक्के गुण (म्हणजे काठावरच पास झाल्या होत्या त्या!) मिळूनही नोकऱ्या मात्र उत्तम मिळाल्या, पण ९७ टक्के गुण (जवळजवळ अशक्यप्राय!) मिळालेल्या तिच्यासारख्या विद्यार्थिनीच्या वाट्याला मात्र निराशाच आली होती.

ह्या प्रश्नाचं उत्तर तिला तिच्यासारख्याच एका अयशस्वी मुलीनं दिलं होतं. तीदेखील अनेक मुलाखतींना गेली होती, पण प्रत्येक ठिकाणी तिच्यासाठी नकारघंटाच वाजवण्यात आली होती.

"मला सांग, आपल्यासारख्या सेक्रेटरी झालेल्या मुलींना नोकऱ्या कोण देतं? पुरुष– खरं की नाही?'' तिनं मॅडम माकुत्सीला विचारलं.

"बरोबर आहे तुझं. बहुतेक व्यवसाय पुरुषांच्या हातात असतात अन् तेच सेक्रेटरी ठेवतात.'' मॅडम माकुत्सी म्हणाली.

"होय ना? मग मला सांग, ते कोणते निकष लावत असतील सेक्रेटरीची निवड करताना? तुला काय वाटतं, ते आपले परीक्षेतील गुण बघतात? तुला खरंच तसं वाटतं का?''

मैत्रिणीच्या प्रश्नाचं उत्तर देण्याची गरजच नव्हती. ते तिच्या प्रश्नातच दडलेलं होतं. पण सरळ मनाच्या मॅडम माकुत्सीला तसं वाटलं नव्हतं, एवढं मात्र खरं. 'बोट्स्वाना सेक्रेटरियल स्कूल'मध्ये त्यांना हेच शिकवण्यात आलं होतं की, यश हे कष्टसाध्यच असतं आणि चांगली नोकरी तुमच्या परीक्षेतील यशावर अवलंबून असते; प्रत्यक्षात किती वेगळा अनुभव आला होता तिला!

एक प्रकारचं कडवट हसू चेहऱ्यावर आणत तिची मैत्रीण तिला म्हणाली, "तुझ्या मनात हाच गैरसमज होता, हे मला स्पष्ट दिसतंय तुझ्या चेहऱ्यावर. आता तुला माझं म्हणणं पटलं असेल. तुला सांगते, हे पुरुष आपल्यासाठी सेक्रेटरीची निवड करताना तिच्या रूपालाच महत्त्व देतात. बाकीच्या उमेदवारांना ते म्हणतात, 'माफ करा, पण सगळ्या जागा आधीच भरल्या गेल्या आहेत. आमचा अगदी नाइलाज आहे.' जागतिक मंदी आहे ना सध्या! आणि अशा मंदीच्या काळात सुंदर

मुलींपुरत्याच नोकऱ्या उपलब्ध असतात. हा सगळा जागतिक मंदीचा परिणाम आहे. हे सगळं अर्थशास्त्राशी निगडित आहे.''

मॅडम माकुत्सी आश्चर्यचकित होऊन मैत्रिणीचं बोलणं ऐकत राहिली. ऐकायला कटू असलं, तरी त्यात तथ्य आहे, हे ती जाणत होती. तिच्या मनाच्या खोलवरच्या कप्प्यात तिनंही हे सत्य अनुभवांती जाणलं होतं, स्वीकारलं होतं आणि ते गाडून टाकण्याचा प्रयत्नही केला होता. उघडपणे ते स्वीकारण्याची हिंमत तिच्यात नव्हती, हेच खरं. खरी गोष्ट हीच होती की, देखण्या मुलींनाच ते-ते सगळं मिळतं, ज्याची त्या अपेक्षा करतात; तिच्यासारख्या सामान्य रंगरूपाच्या मुलींच्या वाट्याला मात्र नेहमी निराशाच येते.

त्या दिवशी संध्याकाळी तिनं आपला चेहरा आरशात न्याहाळला होता. यापूर्वी एकदा तिनं आपल्या केशरचनेत बदल करायचा प्रयत्न करून पाहिला होता, पण तो फसला होता. केस सरळ करण्यासाठी तिनं कसलं तरी तेल लावलं होतं, केस खेचले होते; पण नाना प्रयत्न करूनही त्यांच्यात काहीही फरक पडला नव्हता. कांती सुधारावी म्हणून चेहऱ्यालाही तिनं अनेक प्रकारची मलमं लावून पाहिली होती, पण त्यामुळे सुधारणा न होता विपरीत परिणामच घडला होता– तिची त्वचा त्यानंतर इतकी काळवंडली होती की, तिच्या संपूर्ण कॉलेजात तिच्याइतकी काळी मुलगी कुणीच नव्हती. तिला आपल्या चेहऱ्याचा तिरस्कार वाटायला लागला होता. त्यात काही बदल होण्यासारखा नाही, असं वाटून शेवटी तिनं मोठ्या भिंगांचा चष्मा वापरायला सुरुवात केली होती. पण त्या महागड्या चष्म्यानंही तिचा काळा रंग दडून राहत नव्हता. उजळ रंगाच्या, भडक लिपस्टिक वापरणाऱ्या मुलीच पुरुषांना आकर्षक वाटत होत्या, हेच खरं. आपण स्वतःला कितीही फसवायचा प्रयत्न केला, तरी तेच अंतिम सत्य आहे, ही गोष्ट ती नाकारू शकत नव्हती. औषधं लावा, मनाची समजूत काढा, तरी वस्तुस्थिती बदलता येत नाही. आयुष्यात वाट्याला येणारी मजा, चांगल्या नोकऱ्या, श्रीमंत नवरे ह्यांचा संबंध तुमच्या अंगातील गुणांशी नसतो; तो असतो एकाच चिरंतन, अटळ अशा वास्तवाशी– तुमच्या शरीराशी!

मैत्रिणीनं ज्या दिवशी ही कटू वस्तुस्थिती तिला समजावून सांगितली, त्या दिवशी संध्याकाळी मॅडम माकुत्सी आरशासमोर उभी राहिली आणि ढसढसा रडली. कॉलेजात शिकत असताना तिनं जिवाचं रान करून अभ्यास केला होता आणि ९७ टक्के गुण मिळवले होते; पण त्याचा काय उपयोग झाला होता? त्याऐवजी तिनं मजेत वेळ घालवला असता, मित्रांबरोबर हिंडली-फिरली असती, तरी काही बिघडलं नसतं. अभ्यास करून तरी तिनं असे काय मोठे दिवे लावले होते? तिला नोकरी मिळणार होती की नाही? की घरातच बसून तिला आपल्या आईला घरकामात मदत

करायला म्हणजे कपडे धुवायला आणि धाकट्या भावांच्या खाकी पँट्सना इस्त्री करायला लागणार होती? असे प्रश्न तिच्या मनाला भेडसावत राहिले.

तिच्या सुदैवानं दुसऱ्याच दिवशी तिच्या दैवानं तिला हवा असलेला कौल दिला होता– तिनं मॅडम रामोत्स्वेकडे अर्ज पाठवला आणि लगेचच तिला सेक्रेटरी म्हणून नोकरी मिळाली होती. तिच्या प्रश्नाचं उत्तर तिला मिळालं होतं– तिच्या गुणांच्या जोरावर पुरुषांनी काम द्यायला तिला नकार दिला, तर एखाद्या स्त्रीकडे जायचं आणि नोकरी मिळवायची. तिचं इथलं काम आकर्षक नसेलही, पण ते निश्चितच उत्तेजक वाटावं असं होतं. एका खासगी गुप्तहेर स्त्रीची सेक्रेटरी असणं, हे नक्कीच एखाद्या बँकेतील किंवा वकिलाच्या ऑफिसमधील सेक्रेटरी असण्यापेक्षा अधिक गौरवास्पद असं काम होतं. उशिरानं का होईना, पण तिला योग्य असा न्याय मिळाला होता. शिक्षणासाठी तिनं घेतलेल्या कष्टांचं चीज झालं होतं.

ते सगळं खरं असलं, तरी ही कोंबड्यांची कटकट होतीच ना!

मॅडम रामोत्स्वे सकाळी तिच्या ऑफिसमध्ये आली की, तिची सेक्रेटरी तिच्यासाठी तिच्या आवडीचा बुश टी बनवत असे. गरम आणि कडक चहाचा आस्वाद घेता-घेता दोघी जणी दिवसभरात करायच्या कामाची आखणी करत असत. त्या दिवशीदेखील मॅडम माकुत्सी चहा बनवत होती, तेवढ्या वेळात प्रेश्यसनं तिला आपल्या शोधमोहिमेविषयी सांगायला सुरुवात केली, "तर, मी काय सांगत होते... मी मोलेपोलोलेला गेले आणि तिथून पुढे जाऊन त्या भाजीमळ्याच्या प्रकल्पालाही भेट दिली. त्या काळी तिथं राहत असलेल्या एका बाईलाही मी भेटले, तिच्याशी बोलले अन् जे-जे काही मला बघायचं होतं, ते-ते सगळं मी माझ्या नजरेखालून घातलं."

"मग, काही आढळलं तुम्हाला तिथं?" चहाच्या किटलीत गरम पाणी ओतत आणि चहाची पत्ती हलवत मॅडम माकुत्सीनं आपल्या मालकिणीला विचारलं.

"मला तिथं एक प्रकारची भावना आढळली," प्रेश्यसनं उत्तर दिलं. "मला सारखं वाटत राहिलं की, मला काही तरी जाणवतंय."

मॅडम माकुत्सी लक्ष देऊन मॅडम रामोत्स्वेचं बोलणं ऐकत होती; पण तिच्या या वाक्याचा अर्थ तिला लागला नाही. मला काही तरी जाणवतंय, अशी भावना माझ्या मनात निर्माण झाली, म्हणजे नक्की काय म्हणायचं होतं तिला? एक तर तुम्हाला काही तरी समजतं किंवा काहीच समजत नाही. मला काही तरी जाणवतं, असं मला वाटतं, असं काही आपण म्हणत नाही. जर तुम्हाला त्याच वेळी काही समजलं नाही, तर नंतर काही तरी समजेल असं मला वाटतं; या तुमच्या म्हणण्याला काय अर्थ आहे?

"मला तुमचं बोलणं नीटसं समजलं नाही..." ती म्हणाली.

मॅडम रामोत्स्वे हसली. ''या प्रकाराला अंत:प्रेरणा असं नाव आहे. त्याविषयी तुला अधिक माहिती अँडरसनच्या पुस्तकात मिळेल. ते नेहमी या अंत:प्रेरणेविषयी बोलतात. काय आहे सांगू का– काही गोष्टी तुम्हाला मनात खोल कुठे तरी जाणवतात, पण त्या नक्की शब्दात तुम्ही व्यक्त नाही करू शकत.''

''आणि ही जी अंत:प्रेरणा तुम्हाला त्या ठिकाणी झाली,'' काहीशी अडखळत मॅडम माकुत्सी बोलू लागली, ''तिनं तुम्हाला काय सांगितलं? तो अमेरिकन मुलगा कुठे असावा?''

''तिथंच आहे तो–'' शांतपणे मॅडम रामोत्स्वेनं उत्तर दिलं. ''तो अमेरिकन तरुण तिथेच आहे.''

क्षणभर दोघी गप्प बसल्या. मॅडम माकुत्सीनं हातातली किटली टेबलावर ठेवली आणि तिच्यावर झाकण ठेवलं.

''तो अजून तिथंच राहतोय? अजूनही?''

''नाही–'' प्रेश्यसनं उत्तर दिलं. ''तो केव्हाच मेलाय, तरीही तो तिथंच आहे, हे नक्की. मला काय म्हणायचंय, ते तुला कळतंय का?''

मॅडम माकुत्सीनं मान डोलावली. तिच्या लक्षात आलं. आफ्रिकेत राहणाऱ्या कुणाही संवेदनशील व्यक्तीच्या ध्यानात आलं असतं, मॅडम रामोत्स्वेला काय सांगायचं होतं ते. आपण जेव्हा मरतो, तेव्हा आपलं शरीर नष्ट होतं, पण आपला काही अंश त्याच जागी मागं राहतो. एका अर्थानं आपण तिथं अजूनही असतोच– आपलं अस्तित्व पूर्णपणे कधीच पुसलं जात नाही. आपला आत्मा तिथं वास करत असतो; तो ती जागा सोडून कुठेही जात नाही. गोऱ्या लोकांना ही गोष्ट कधीच कळत नाही. त्यांच्यामते, ही निव्वळ अंधश्रद्धा असते. ते एक प्रकारच्या अडाणीपणाचं लक्षण असतं. खरं पाहिलं, तर तेच लोक अडाणी असतात. आपण मनुष्यप्राणी आपल्या भोवताली असलेल्या सृष्टीचा एक स्वाभाविक अंश असतो, ही गोष्ट त्यांना समजतच नाही. हे सत्य त्यांनी नाकारलंय– त्यांनी डोळे मिटून घेतलेत; आपण नाही.

मॅडम माकुत्सीनं कपात चहा ओतला आणि मॅडम रामोत्स्वेसमोर ठेवला.

''ही गोष्ट तुम्ही त्या अमेरिकन बाईला सांगणार आहात?'' तिनं विचारलं, ''त्यावर ती नक्कीच म्हणेल, पण माझ्या मुलाचं प्रेत कुठे आहे? त्याला ज्या ठिकाणी पुरण्यात आलं, ती जागा मला दाखवा तुम्ही. हे अमेरिकन लोक कसा विचार करतात, ते तुम्हाला माहीतच आहे. तो तिथंच कुठे तरी आहे, पण मला ती जागा दाखवता येणार नाही, असं तुम्ही तिला सांगितलंत; तर ती तुमच्यावर विश्वास ठेवणार नाही.''

मॅडम रामोत्स्वेनं कप उचलून तोंडाला लावला. तिची सेक्रेटरी जे बोलत होती,

ते ती लक्षपूर्वक ऐकत होती. 'हुशार आहे हं ही बाई!' ती स्वत:शीच म्हणाली. त्या अमेरिकन बाईच्या मनात काय विचार येतील, याची हिला बरोब्बर कल्पना आहे. तिलादेखील स्वत:समोरच्या अडचणीची कल्पना आली. ज्या माणसांना या विश्वातील सगळ्या गोष्टी विज्ञानाच्या निकषांवर पारखून घ्यायची सवय लागलेली असते, अशा लोकांना आपण समजावून सांगत असलेली तरल सत्यं कशी पटणार? हे अमेरिकन लोक खूप हुशार होते. त्यांनी अवकाशात यानं पाठवली... अशी यंत्रं शोधून काढली, जी माणसापेक्षा किती तरी अधिक पटींनी जलदपणे विचार करू शकतात; पण या सगळ्या बौद्धिक हुशारीमुळेच ते काही बाबतींत अगदी आंधळ्यासारखे वागतात. त्यांना वाटतं, या पृथ्वीवरले सगळे लोक त्यांच्याप्रमाणेच विचार करतात. किती चुकीचा विचार करत होते ते! या जगात अशा इतर अनेक गोष्टी आहेत, ज्यामुळे हे जग आज दिसतं तसं आहे; पण या अमेरिकनांना आपल्या डोळ्यांसमोरच्या गोष्टी दिसत नाहीत, हेच खरं!

मॅडम रामोत्स्वेनं हातातला कप खाली ठेवला आणि खिशातून एक कागद काढून तो मॅडम माकुत्सीसमोर धरला. ''मला हा कागददेखील सापडला तिथं!'' ती म्हणाली आणि तिनं तो आपल्या सेक्रेटरीच्या दिशेनं सरकवला. मॅडम माकुत्सीनं त्याची घडी उघडली आणि आपल्या टेबलावर ठेवून तो सरळ करायचा प्रयत्न केला. काही बोलण्याआधी तिनं बारकाईनं तो कागद न्याहाळला आणि मग ती मॅडम रामोत्स्वेला म्हणाली, ''फार जुना वाटतोय हा. जमिनीवर पडलेला होता का हा?''

''अंहं, भिंतीवर लावलेला होता. भिंतीवर आणखी काही कागदही टोचून ठेवलेले होते. मुंग्यांच्या तडाख्यातून ते कसे वाचले, याचंच मला आश्चर्य वाटतंय.''

मॅडम माकुत्सीनं परत एकदा आपली नजर कागदाकडे वळवली. ''याच्यावर काही नावं दिसतायत. सेफस कालुमानी, ओस्वॉल्ड रांटा, मॅडम सोलॉय. कोण आहेत ही माणसं?''

''ते लोक तिथं राहत असत, त्या वेळीही ते तिथं असले पाहिजेत,'' मॅडम रामोत्स्वेनं आपला अंदाज सांगितला.

मॅडम माकुत्सीनं खांदे उडवल्यासारखं केलं आणि ती म्हणाली, ''पण समजा, आपण या लोकांना शोधून काढलं आणि त्यांच्याबरोबर बोललो, तरी काय फरक पडणार आहे? त्या वेळी पोलीस त्यांच्याबरोबर बोलले असणारच. पोलीसच कशाला, मॅडम कर्टिनदेखील तिच्या पहिल्या भेटीत त्यांच्याशी बोललीच असणार.''

तिचं म्हणणं पटलंय, या अर्थी प्रेश्यसनं मान डोलावली. ''तू म्हणतेस ते बरोबर आहे; पण या फोटोवरून काही अंदाज बांधणं शक्य आहे, असं मला वाटतंय. त्या चेहऱ्यांकडे निरखून बघ, म्हणजे तुला कळेल– मला काय म्हणायचंय ते.''

मॅडम माकुत्सीनं आपली नजर पुन्हा एकदा त्या पिवळ्या पडलेल्या कागदाकडे वळवली. फोटोत दोन पुरुष त्या बाईबरोबर पुढच्या रांगेत उभे होते. त्यांच्या मागच्या बाजूला एक पुरुष आणि एक स्त्री उभी होती. त्या माणसाचा चेहरा पुसटसा, ओळखू न येणारा असा होता, तर त्या बाईची पाठ अर्धवट फिरवलेली अशी होती. फोटोखाली छापलेली नावं पुढील रांगेत असलेल्या तिघांची होती. सेफस कलुमनी एक उंच, पण हाडकुळ्या अंगकाठीचा माणूस होता. अशी माणसं कुठल्याही फोटोत बावळटासारखी खांदे पाडून उभी असतात. त्याच्याशेजारी उभ्या असलेल्या मॅडम सोलॉयच्या चेहऱ्यावर प्रसन्न हसू होतं. कुठल्याही परिस्थितीत सुखासमाधानात राहू शकणारी ही बाई सर्वसाधारण मोट्स्वाना स्त्रियांसारखीच कष्टाळू बाई होती, जिच्यावर नेहमीच मोठ्या कुटुंबाचा भार असतो आणि जी आपली जबाबदारी– सगळं घरदार स्वच्छ ठेवणं, मुलाबाळांचं प्रेमानं करणं– अगदी इमानेइतबारे पार पाडत असते, तीसुद्धा कपाळावर एक आठीही येऊ न देता! हा फोटो एका अशा धीरोदात्त स्त्रीचा होता, जिच्या कामाची दखल कुणी कधी घेत नाही; पण जी खऱ्या अर्थानं एक शूरवीर महिला असते.

फोटोतली तिसरी व्यक्ती म्हणजे ओस्वॉल्ड रांटा हा माणूस होता. हा बाकीच्यांपेक्षा अगदी वेगळा होता, हे पाहता क्षणी लक्षात येत होतं. उत्तम कपडे परिधान केलेला रांटा हुशार असावा. त्याच्या अंगावर पांढरा शर्ट होता आणि त्यानं टायही बांधलेला होता. मॅडम सोलॉयसारखा तोही कॅमेराकडे पाहून हसत होता, पण त्याच्या चेहऱ्यावरलं स्मित काही तरी वेगळंच होतं.

''याच्याकडे पाहा– या रांटाकडे नीट बघ.'' मॅडम रामोत्स्वे म्हणाली.

''मला काही तो आवडला नाही,'' मॅडम माकुत्सीनं आपलं मत स्पष्टपणे सांगितलं. ''त्याच्या चेहऱ्यावरला भावच मला बिलकुल आवडला नाही.''

''अगदी योग्य तेच बोललीस बघ. मला तरी तो एक दुष्ट माणूस वाटतोय.'' प्रेश्यसनं आपलं मत अधिकच स्पष्टपणे नोंदवलं.

मॅडम माकुत्सी त्यावर काही बोलली नाही. काही काळ दोघी जणी न बोलता बसून राहिल्या. मॅडम माकुत्सीची नजर फोटोवर होती, तर प्रेश्यस आपल्याच नादात चहाच्या कपावर नजर खिळवून बसली होती. मग प्रेश्यसनं बोलायला सुरुवात केली, ''मला वाटतं, जर तिथं काही तरी वाईट कृत्य घडलं असेल, तर ते या माणसाच्या हातून घडलं आहे. माझं म्हणणं तुला पटतंय का?''

''हो, मलाही तसंच वाटतंय.'' क्षणभरानं तिनं विचारलं, ''त्याचा शोध घ्यायचा प्रयत्न करणार आहात तुम्ही?''

''हो. आता यापुढची पायरी तीच असणार आहे. इकडे-तिकडे थोडी चौकशी करून बघते कुणाला त्याच्याविषयी काही माहिती आहे का ते. पण त्या आधी

आपल्याला काही पत्रं टाइप करायला हवी आहेत. आपल्याला इतर केसेसचा विचारही करायला हवाय. तो मद्यार्क कारखान्याचा मालक आठवतो ना? त्याला आपल्या भावाविषयी काळजी वाटतेय. मला त्यासंबंधी थोडीफार माहिती मिळालीय, ती आपण त्याला दिली पाहिजे. पण आधी त्या लेखापालासंबंधी पत्र लिहायला हवंय.''

मॅडम माकुत्सीनं आपल्या टाइपरायटरमध्ये कागद घातला आणि पत्र टाइप करण्यासाठी ती सज्ज झाली. हे पत्र तसं काही खास नव्हतं. एका लेखापालानं आपण काम करत असलेल्या कंपनीची बहुतेक सगळी मालमत्ता विकून टाकली होती आणि नंतर तो पसार झाला होता; त्याला आता शोधून काढायचं होतं. पोलिसांनी त्यांच्यातर्फे केला जाणारा तपास थांबवला होता; पण कंपनीला मालमत्ता परत मिळवायची होती, त्यामुळे त्यांना त्या लबाड माणसाला शोधून काढायचं होतं.

मॅडम माकुत्सीनं ते पत्र अगदी सहजपणे टाइप केलं. तिचं मन त्यात गुंतलं नव्हतं. ती दुसऱ्या कशाचा तरी विचार करत असूनही तिला अगदी अचूकपणे पत्र टाइप करता आलं. तिच्या मनात आता ओस्वॉल्ड रांटाचा विचार घोळत होता. त्याला कसं शोधून काढायचं, ह्याचाच विचार ती करत होती. त्याचं नाव थोडं विचित्र वाटत होतं, तरी टेलिफोन नावसूचीत ते नक्कीच सापडलं असतं. त्याच्यासारख्या हुशार माणसाकडे टेलिफोन असणारच, ह्याची तिला खात्री होती, त्यामुळे त्याचं नाव आणि पत्ता शोधून काढायचं काम तेवढं तिला करायचं होतं. त्यानंतर तिला पुढची चौकशी करता आली असती आणि मॅडम रामोत्स्वेकडे सगळी माहिती सुपूर्द करता आली असती.

पत्र पुरं होताच तिनं सहीसाठी ते मॅडम रामोत्स्वेकडे सरकवलं. तेवढ्या वेळात तिनं पाकिटावर पत्ता लिहिण्याचं काम पुरं केलं. सही झाल्यानंतर प्रेश्यस रामोत्स्वेनं पत्राची नोंद तिच्याजवळच्या फाइलमध्ये केली, तोपर्यंत मॅडम माकुत्सीनं आपल्या टेबलाचा खण उघडला आणि त्यातून बोट्स्वानाची टेलिफोन नावसूची बाहेर काढली. तिच्या अपेक्षेप्रमाणे त्यात फक्त एकाच ओस्वॉल्ड रांटाचं नाव होतं.

''मला एक छोटासा फोन करायचाय,'' ती प्रेश्यस रामोत्स्वेला म्हणाली. ''दोन-चार मिनिटांत आटोपेल.''

''हं–'' एवढाच प्रतिसाद प्रेश्यसनं दिला. आपली सेक्रेटरी कारण नसताना फोनवर मित्र-मैत्रिणींबरोबर गप्पा मारत बसत नाही, हे तिला अनुभवानं माहीत झालं होतं. बहुतेक सेक्रेटरी मात्र आपल्या मालकाच्या फोनचा गैरवापर करतात, ह्या गोष्टीची तिला चीड यायची; कारण त्या मौन किंवा ओरापासारख्या बाहेरगावातील आपल्या मित्रांबरोबर खुशाल गप्पा मारत असत.

मॅडम माकुत्सी अगदी हळू आवाजात बोलत असल्यामुळे, ती काय बोलतेय,

ते प्रेश्यसला ऐकू आलं नाही.

"रांटासाहेब आहेत का घरी?"

"नाही. ते आता कामावर गेलेत. मी त्यांची कामवाली बाई बोलतेय."

"मी तुम्हाला त्रास देतेय, त्याबद्दल मला माफ करा. पण मला तातडीनं त्यांच्याशी बोलायलाच हवंय. ते आत्ता कुठे असतील, ते सांगाल का?"

"ते विद्यापीठात असतील या वेळी. रोज तिकडेच जातात ते."

"अस्सं? मला त्यांचा फोन नंबर सांगाल का?"

कामवालीनं सांगितलेला नंबर तिनं एका कागदावर लिहून घेतला आणि फोन बंद केला.

मग तिनं परत एकदा एक फोन केला आणि परत एकदा पेन्सिलीनं काही तरी लिहिलं.

"मॅडम रामोत्स्वे," ती शांतपणे म्हणाली, "तुम्हाला हवी असलेली सगळी माहिती मी मिळवली आहे."

प्रेश्यसनं झट्कन नजर वर केली आणि प्रश्न केला, "कशाविषयीची माहिती?"

"ओस्वॉल्ड रांटाविषयी. तो इथं गॅबोरोनमध्येच राहतो. इथल्या विद्यापीठात 'ग्रामीण अर्थशास्त्र' या विषयाचा प्राध्यापक आहे तो. तिथल्या सेक्रेटरीनं दिलेल्या माहितीनुसार, तो रोज सकाळी आठ वाजता विद्यापीठात जातो आणि कुणीही व्यक्ती आधी ठरवून त्याची भेट घेऊ शकते. याहून अधिक माहिती मिळवण्याची काही गरज नाही, असं मला वाटतं."

मॅडम रामोत्स्वे हसली.

"खरंच, तू फार हुशार आहेस हं!" ती कौतुकानं म्हणाली. "ही एवढी माहिती तू मिळवलीस तरी कुठून?"

"मी टेलिफोन नावसूचीतून त्याचं नाव शोधून काढलं आणि मग त्याच्याविषयी माहिती मिळवण्यासाठी काही फोन केले." मॅडम माकुत्सीनं उत्तर दिलं.

तिच्यावर खूश होत प्रेश्यस म्हणाली, "व्वा! गुप्तहेरगिरी छान जमतीय तुला."

या प्रशंसेनं मॅडम माकुत्सीचा चेहरा एकदम खुलला. 'गुप्तहेरगिरी!' ती केवळ सेक्रेटरीच होती, पण या क्षणी तरी तिनं गुप्तहेराची भूमिका निभावली होती.

"माझं हे काम तुम्हाला आवडलं, हे ऐकून मला फार बरं वाटलं. मला खरोखरच गुप्तहेर व्हायची इच्छा आहे. म्हणजे, सेक्रेटरीपदावर काम करण्याचं मला वाईट वाटत नाही; पण त्यात गुप्तहेर असण्याची मजा नाही, हेही खरंच."

प्रेश्यसच्या कपाळावर आठी उमटली. "तुला हे काम करायचंय?" तिनं विचारलं.

“रोज, अगदी रोज मला वाटत आलंय की, आपण गुप्तहेर व्हावं!” मॅडम माकुत्सीनं अधीरपणानं सांगितलं.

आपल्या सेक्रेटरीचे शब्द ऐकून प्रेश्यस विचारात पडली. आपली ही सेक्रेटरी कष्टाळू आहे, हुशार आहे आणि तिला ह्या कामाची जर इतकी आवड असेल, तर तिला आपण बढती का देऊ नये, असं तिला मनापासून वाटलं. दिवसाचा बराच वेळ ती इथं नुसतीच बसून असते. एखादा फोन आला, तर तो घ्यायचा, एवढंच काम ती बहुतेक वेळा करत असते. तिला चौकशीचं काम दिलं, तर आपलं काम हलकं होईल. ती इथं नसताना फोन आले, तर मशीनवर त्याची नोंद घेता येईल. तिला एक संधी दिली, तर बिचारी खूश तरी होईल.

“तुझी इच्छा मी पुरी करू शकेन.” प्रेश्यस तिला म्हणाली. “उद्यापासून तुला मी ‘सहायक गुप्तहेर’ म्हणून बढती देणार आहे.”

मॅडम माकुत्सीनं तशी अपेक्षा केली नसावी, त्यामुळे मॅडम रामोत्स्वेचे शब्द कानावर पडले, तेव्हा तिला खूप आश्चर्य वाटलं. ती उठून उभी राहिली. बोलण्यासाठी तिनं तोंड उघडलं, पण भावनावेगामुळे तिच्या तोंडून शब्दच उमटेना. ती परत एकदा खाली बसली.

प्रेश्यसला तिच्या मन:स्थितीची कल्पना आली. “तुला आनंद झालाय, हे पाहून मला बरं वाटतंय. तुझ्या प्रगतीच्या मार्गातला अदृश्य अडसर तू पार केला आहेस. बहुतेक सर्व सेक्रेटरींच्या मार्गात त्या हुशार असूनही असा अडथळा येत असतो.”

मॅडम माकुत्सीनं अभावितपणे वर पाहिलं. आपण कोणतं छप्पर फाडून वर गेलो, हे ती पाहत असावी... पण तिच्या नजरेला वरती लावलेले लाकडी फलक होते तसेच दिसले; ते काही अदृश्य झाले नव्हते! त्या क्षणी मात्र ते छत तिला अगदी ‘सिस्टिन चॅपेल’च्या छतासारखंच आकर्षक वाटलं.

गॅबोरोनमध्ये रात्रीच्या वेळी

'झेब्रा ड्राइव्ह'वरील आपल्या घरात प्रेश्यस रामोत्स्वे एकटीच राहते. बऱ्याच वेळा झोप पुरी झाल्यानंतर तिला जाग येते, तेव्हा बाहेर काळोखच असतो. अजून पहाट व्हायलाही काही वेळ उरलेला असतोच. त्या दिवशीही तिला अशीच लवकर जाग आली. सगळं शहर अजून झोपेची दुलई घेऊन शांत झोपलेलं होतं; ह्याच वेळी उंदीर, इतर लहान प्राणी– नाग, मांबासारखे विषारी साप सावज पकडण्यासाठी शांतपणे इकडे-तिकडे वावरत असतात. रात्रीत केव्हा तरी जागं होण्याची, मग बराच वेळ झोपेची आराधना करण्याची तिला सवय झाली होती. अशा प्रकारे तास-दोन तास तरी तिला काढावे लागत असत, पण त्याचा तिला फारसा त्रास होत नसे; कारण रात्री लवकर झोपल्यामुळे तिला सात तास झोप मिळत असे आणि तेवढी झोप तिच्या दृष्टीनं पुरेशी असे. तिनं कुठे तरी वाचलं होतं की, माणसाला आठ तास झोपेची गरज असते आणि त्यानं एखादे वेळी कमी झोप घेतली, तर ही कमी पडलेली झोप त्याचं शरीर बरोब्बर वसूल करतं. ह्या गोष्टीत तथ्य असलं, तर तिच्या बाबतीतही ते घडत होतं, कारण शनिवारी आणि रविवारी ती कधीच लवकर उठत नसे. त्यामुळेच रोज रात्री दोन-तीनच्या सुमारास तासभर तिची झोपमोड झाली, तरी तिला काळजी वाटत नसे.

अलीकडेच एकदा ब्यूटी पार्लरमध्ये गेली असताना एका मासिकात तिनं 'झोप'

या विषयावर एक लेख वाचला होता. एका नामांकित डॉक्टरानं 'झोप' या विषयाचा बराच अभ्यास केला होता. झोपेविषयी तक्रार असणाऱ्या लोकांना त्यानं अनेक मोलाच्या सूचना दिल्या होत्या. या डॉ. शापिरोच्या खास दवाखान्यात त्यानं निद्रानाशाचा विकार असलेल्या लोकांवर काही प्रयोगही केले होते. रुणाच्या डोक्याला विजेच्या तारा जोडून त्यानं काही उपचारही केले होते आणि त्यांच्या निद्रानाशाचं कारण शोधून काढायचा प्रयत्न केला होता. लेखासोबत जोडलेल्या एका फोटोत स्वत: डॉ. शापिरो आणि चुरगळलेल्या कपड्यांतील, पेंगुळलेल्या अवस्थेतील एक स्त्री व एक पुरुष दिसत होता. दोघांच्या डोक्याला तारा जोडलेल्या होत्या. तो फोटो पाहून प्रेश्यसच्या मनाचा गोंधळ उडाला अन् तिला त्या रुग्णांची दयाही आली. ती स्त्री तर फारच केविलवाणी दिसत होती. एखाद्याला त्याच्या मनाविरुद्ध कसल्या तरी कंटाळवाण्या कामात गुंतवावं आणि त्यातून त्याला स्वत:ची सुटका करून घेता न आल्यामुळे त्याची जी अवस्था होईल, तसा भाव त्या बाईच्या चेहऱ्यावर तिला स्पष्ट दिसला. कदाचित हॉस्पिटलमधल्या चुरगळलेल्या कपड्यांमध्ये तिचा फोटो काढल्यामुळेही तिला वैताग आला असेल. आपला फोटो एखाद्या मासिकात छापून यावा, अशी त्या बाईची खूप दिवसांची इच्छा असेल आणि आता ती पुरी झाली असली, तरी ती अशा प्रकारे– हॉस्पिटलच्या कपड्यांत!

लेख वाचत असताना एका मुद्द्यापाशी प्रेश्यस थांबली; तिला एकदम संताप आला. त्यात एक विधान असं होतं– लठ्ठ माणसांना बऱ्याच वेळा हा त्रास जाणवतो. पुढे लेखकानं असंही म्हटलं होतं– अशा लोकांच्या श्वसनमार्गात अडथळा निर्माण झाल्यामुळे त्यांची झोप चाळवते. यावर एकच उपाय संभवतो– वजन कमी करणे.

म्हणे, यावर एकच सल्ला– वजन कमी करा! माणसाच्या वजनाचा त्याच्या झोपेशी काय संबंध, हेच प्रेश्यसला समजेना. जगात असे किती तरी लठ्ठ लोक होते, ज्यांची झोपेसंबंधी काहीही तक्रार नव्हती. तिला तर असा एक लठ्ठ माणूस माहीत होता, जो नेहमी तिच्या घरासमोरच्या झाडाखाली बसून झोपा काढत असायचा. आता त्या माणसाला कुणी वजन कमी करण्याचा सल्ला देईल का? प्रेश्यसच्या दृष्टीनं असा सल्ला नुसता चुकीचाच नव्हता, तर तिला खात्री होती की, त्यामुळे बिचाऱ्याच्या दु:खात भरच पडेल. सध्या बिचारा आरामात झाडाच्या सावलीत बसून झोप काढतोय; त्याला वजन कमी करायला लावलं, तर तो हाडकुळा होईल आणि स्वत:ची हाडं टोचायला लागल्यामुळेच कदाचित त्याच्या झोपेचं खोबरं होईल!

आणि तिच्यासारख्या स्त्रीचं काय? ती लठ्ठ होती– बोट्स्वानातल्या बहुतेक बायका तशाच असतात– पण तिला कधी झोप न येण्याचा त्रास झाला नव्हता. ह्या डॉक्टरासारखे जे लोक ऊठसूट लोकांना सगळ्या विषयांवर सल्ला देत असतात;

नव्हे, त्यांच्यावर उपदेशाचा भडिमार करत असतात, त्यातलाच एक प्रकार म्हणजे हा उपदेश होता. लोकांच्या आयुष्यात चांगला बदल कसा घडवून आणता येईल, ह्याविषयी यांच्याकडे इतक्या चांगल्या कल्पना असतात की, ते वृत्तपत्रात लेख लिहितात, रेडिओवर भाषणं देतात अन् आणखीही काय-काय करतात! प्रामाणिकपणे सांगायचं, तर ते लोकांच्या आयुष्यात नाक खुपसतात आणि त्यांना 'हे करा' आणि 'ते करू नका,' असं सांगत असतात. तुम्ही काय खाता, याच्याकडे त्यांचं बारकाईनं लक्ष असतं. लगेच ते तुम्हाला सांगणार, 'हे तुम्ही खाऊ नका, तुमच्या प्रकृतीसाठी योग्य नाही ते.' मग ते तुमच्या घरात डोकावतात आणि मुलं कशी वाढवावीत, याविषयीही तुम्हाला उपदेशाचे डोस पाजतात. एवढ्यावरच ते थांबत नाहीत. मग ते तुम्हाला एक गंभीर धोक्याची सूचना देतात– 'आमचा सल्ला मानला नाहीत, तर तुमच्या जीवाला धोका निर्माण होऊ शकतो.' तात्पर्य काय, तर ते लोकांच्या मनात अशी काही दहशत निर्माण करतात की– लोकांना वाटतं, ह्यांचा उपदेश अमलात आणण्याशिवाय आपल्याला गत्यंतरच नाही!

हे उपदेशाचार्य साधारणपणे दोन प्रकारच्या लोकांना आपलं लक्ष्य बनवतात, असा विचार प्रेश्यसच्या मनात आला. पहिल्या प्रकारात लठ्ठ लोक मोडतात. हल्ली त्यांच्यावर उपदेशाचा भडिमार इतक्या निर्दयपणे होत असतो की, त्यांना आता या सगळ्या प्रकाराची सवयच होऊन गेलेली असते. दुसऱ्या गटात असतात, ते पुरुष लोक. ही मंडळी म्हणजे अगदी सद्गुणांचे पुतळे, असं तिचं मुळीच मत नव्हतं. कित्येक पुरुष अतिशय दुष्ट, स्वार्थी आणि आळशी असतात. त्यांच्यापैकी काहींनी या संपूर्ण आफ्रिका खंडाचीच वाट लावलीय, याबद्दलही तिच्या मनात काही शंका नाही. असं असलं, तरीही सरसकट त्यांना झोडण्याचंही काही कारण नाही, असं तिचं प्रामाणिक मत होतं. जसे वाईट लोक होते, तसे चांगले लोकही होतेच की. उदाहरणार्थ, मातेकोनींसारखे, सर सेरेत्से खामांसारखे पुरुष. खामा हे बोट्स्वानाचे पहिले राष्ट्राध्यक्ष होते. बांगवाटो जमातीचा प्रमुख असलेला हा थोर पुरुष एक उत्तम राजनीतिज्ञही होता. आणि अर्थातच तिचे परमपूज्य वडील, स्वर्गवासी ओबेद रामोत्स्वे. एक निवृत्त खाणमजूर असलेल्या या माणसाला गाई-गुरांची उत्तम जाण होती अन् आपल्या या ज्ञानाच्या जोरावरच त्यांनी तिच्यासाठी मोठी धनदौलत मागं ठेवली होती.

प्रेश्यसला आपल्या वडिलांची आठवण सतत येत असे. त्यांची आठवण आली नाही असा एकही– अगदी एकही दिवस जात नसे. बऱ्याचदा ती अशी रात्रीच्या वेळी जागी होत असे आणि काही वेळ जागीच राहत असे. बहुतेकदा मग ती मुद्दामच वडिलांच्या आठवणींना उजाळा देत असे : दोघांमधलं एखादं संभाषण, त्यांची एखादी विशिष्ट लकब किंवा दोघांनी घेतलेला एखादा अनुभव. या आठवणी

काही वेळा पुसट झालेल्या असत आणि त्यांना उजाळा देण्यात तिला आनंदच वाटत असे. तिच्या दृष्टीनं त्या सगळ्याच आठवणी अतिशय मौल्यवान होत्या, पवित्र होत्या. ज्या माणसानं रक्ताचं पाणी करून खाणींमध्ये कष्ट उपसले होते, आपल्या कमाईतला प्रत्येक सेंट, रँड प्रयत्नपूर्वक वाचवला होता आणि एकेक करून गाई-गुरांच्या संख्येत भर घातली होती; त्या ओबेद रामोत्स्वेनं फक्त आपल्या मुलीच्याच भवितव्याचा विचार केला होता. त्यानं ना कधी दारूचं व्यसन केलं होतं, ना कधी सिगारेट ओढली होती.

तिला नेहमी वाटायचं, नोते मोकोतीबरोबर काढलेली आपल्या आयुष्यातली ती दोन काळीकुट्ट वर्षं आपल्याला पुसून टाकता आली असती, तर किती बरं झालं असतं! त्या काळात तिच्या वडिलांनीही अपरिमित मानसिक त्रास भोगला होता, कारण नोते आपल्या लेकीला दुःखाशिवाय दुसरं काही देणार नाही, हे त्यांना माहीत होतं. प्रेश्यसच्या आयुष्यातून नोते निघून गेल्यानंतर ती खालमानेनं त्यांच्याकडे परत आली, तेव्हा तिला आपल्या मिठीत घेताना तिच्या अंगावरचे ताजे व्रण त्यांच्या नजरेस पडले, तरी त्यांनी त्याविषयी एक अक्षरही तोंडातून काढलं नाही; इतकंच नव्हे, तर तिलाही त्याबद्दल काही बोलू दिलं नाही. ते तिला एवढंच म्हणाले, "काहीही सांगण्याची जरुरी नाही गं पोरी. आपण आता त्या विषयाबद्दल बोलायचंच नाही– संपला तो विषय!"

तिला खूप वाटलं होतं, 'मला माफ करा, डॅडी' एवढं तरी आपण त्यांना म्हणावं. 'मी तुमचं ऐकायला हवं होतं... लग्नापूर्वी तुमचं नोतेबद्दलचं मत काय आहे, ते जाणून घ्यायला हवं होतं.' पण ते सगळं त्यांच्यापाशी बोलायची हिंमत तिच्यात नव्हती आणि त्यांचीही तशी अपेक्षा नव्हती.

तिला त्यांचं आजारपण आठवलं. ज्या रोगानं हजारो खाणकामगारांचा घास घेतला होता, त्याच रोगानं ओबेद रामोत्स्वेंनाही ग्रासलं होतं. त्यांच्या फुफ्फुसांची चाळणी केली होती, छातीचं खोकं बनवलं होतं. त्यांच्या आयुष्याच्या अखेरच्या दिवसांमध्ये त्यांचा कृश हात आपल्या हातात घेऊन, प्रेश्यस त्यांच्या पलंगाशेजारी बसून राहत असे. काही दिवसांनी ते गेले, तेव्हा आपण गळा काढून रडावं, असं तिला वाटलं होतं– प्रियजनांचा मृत्यू झाला की असंच रडण्याची प्रथा होती, पण ती रडू नाही शकली. मनाच्या सुन्न अवस्थेत ती बाहेर जाऊन उभी राहिली होती. तिला नंतर केव्हा तरी आठवलं होतं, अशा अशुभ घटनेची सूचना देणारा एक पक्षी त्या वेळी एका झाडावरून तिच्याकडे टक लावून बघत होता... काही वेळानं तो त्या फांदीवरून उडाला, दुसऱ्या फांदीवर बसला; पण त्याची नजर मात्र तिच्यावरच रोखलेली राहिली... एक लाल रंगाची गाडी त्याच वेळी रस्त्यावरून गेली. मागच्या सीटवर दोन लहान मुली बसल्या होत्या... त्यांच्या अंगावर पांढरे कपडे होते आणि

केसांना रिबिनी बांधलेल्या होत्या... तिला पाहताच त्यांनी हात हलवले होते... तिनं वर पाहिलं, तेव्हा आकाशात काळ्या ढगांनी गर्दी केल्याचं तिला जाणवलं होतं... दूर अंतरावर कलहारीच्या दिशेला वीज चमकली होती... तिनं आकाशाला जणू काही जमिनीशी जोडलं होतं क्षणभरासाठी... अशा वादळी वातावरणात तिला बाहेर उभी राहिलेलं बघून हॉस्पिटलमधल्या एका अनोळखी बाईनं तिला ओरडून सांगितलं होतं, "आत ये गं मुली– वादळ होण्याची लक्षणं दिसताहेत. बाहेर उभी नको राहूस..." तिला प्रेश्यसच्या मन:स्थितीची काही कल्पनाच नसणार...

तिथून काही अंतरावरच एक छोटंसं विमान गॅबोरोनच्या दिशेनं जात होतं. धरणावरून पुढे गेल्यानंतर विमानतळावर उतरण्याच्या बेतात असलेलं ते विमान खाली झेपावलं. त्या भागाला लोक व्हिलेज – खेडेगाव – या नावानं ओळखत असत. त्लॉक्वेंग पथावरील काही दुकानांवरून ते थोडं पुढे गेलं. जमिनीवर उतरण्याआधी काही क्षण ते धावपट्टीच्या बाजूला असलेल्या, झुडपांनी वेढलेल्या बैठ्या घरांवरून पुढे गेलं आणि मग हलकेच धावपट्टीवर टेकलं. याच घरांपैकी एका घरात एक लहान मुलगी खिडकीपाशी बसली होती. तिचं सगळं लक्ष त्या उडणाऱ्या विमानावर केंद्रित झालेलं होतं. तासाभरापूर्वीच तिला जाग आली होती. पुन्हा झोप येणार नाही, असं तिला वाटलं, तेव्हा तिनं उठायचं ठरवलं. खिडकीपाशी बसून वेळ काढावा, असं तिला वाटलं. तिची चाकांची खुर्ची तिच्या पलंगाजवळच होती. थोडा प्रयत्न केल्यानंतर तिला खुर्चीत बसणं जमलं. हळूहळू तिनं खुर्ची खिडकीच्या दिशेनं ढकलली. बाहेर अजून काळोख आहे, हे तिच्या लक्षात आलं.

विमान नजरेस पडण्याआधी तिला त्याचा आवाज ऐकू आला, तेव्हा तिच्या मनात आश्चर्याची भावना उमटली. इतक्या भल्या पहाटे हे विमान गॅबोरोनमध्ये कशाला येत होतं? अंधारात वैमानिकांना विमान कसं उडवता येतं? सगळीकडे गर्द काळोख पसरलेला असताना कुठे जायचं, ते त्यांना कसं समजतं? चुकून एखादे वेळी त्यांनी कलहारीच्या दिशेनं विमान उडवलं तर? त्यांना मार्ग दाखवण्यासाठी वाळवंटात काही दिवेही नसतात. अंधाऱ्या गुहेतच विमान उडवल्यासारखं वाटेल त्यांना!

काही वेळानं विमान अगदी ती राहत असलेल्या घरावरूनच गेलं, तेव्हा तिला विमानाच्या पंखांचा आकार स्पष्ट दिसला. समोरच्या बाजूनं एक प्रखर प्रकाशाचा त्रिकोणी झोत पुढे सरकत होता. आता विमानाचा आवाज खूप वाढला होता, घरघरच वाटत होती. आपल्या घरातील सगळी माणसं या आवाजानं जागी होतील, असं तिला वाटलं. पण तसं काही झालं नाही. विमान धावपट्टीवर उतरलं, त्याच्या इंजिनाचा आवाज बंद झाला, तरी घरात सगळीकडे शांतताच होती.

तिनं परत एकदा बाहेर नजर वळवली. दूर अंतरावर– धावपट्टीवरही असेल– एक दिवा लागलेला दिसत होता; बाकी सगळीकडे नुसता काळोखच होता. ती राहत असलेल्या घराचं प्रवेशद्वार गावाच्या दिशेला नव्हतं. घरासमोरची बाग जिथं संपायची; तिथून पुढे फक्त झुडपं, काटेरी झाडं आणि खुरटं गवतच नजरेला पडत असे. अधूनमधून मुंग्यांची लाल मातीची वारुळं दिसत. याव्यतिरिक्त सगळीकडे कोरडं शुष्क वातावरणच दिसत असे.

त्या क्षणी तिला खूप एकटं-एकटं वाटलं. तसं पाहिलं, तर घरात अजून दोघे जण झोपलेले होते: तिचा धाकटा भाऊ गाढ झोपायचा, त्याला रात्रीत एकदाही जाग यायची नाही आणि दुसरे ते दयाळू अंत:करणाचे गृहस्थ– ज्यांनी ती अनाथाश्रमात राहत असताना एकदा तिची चाकाची खुर्ची दुरुस्त केली होती आणि तेच या दोघा बहीण-भावंडांना आपल्या घरी घेऊन आले होते. इथं राहण्याची तिला भीती वाटत नव्हती. त्या गृहस्थांचा तिला विश्वास वाटत होता– आपल्या दोघांची ते चांगली काळजी घेतील, याची तिला खात्री वाटत असे. तिचं मन त्याची तुलना जेमसन यांच्याबरोबर करायचं. जेमसन हे अनाथाश्रम चालवणाऱ्या धर्मादाय संस्थेचे संचालक होते. तिथल्या मुलांच्या कल्याणाव्यतिरिक्त दुसरा कुठलाही विचार त्यांच्या मनात येत नसे. सुरुवातीला तिला फार आश्चर्य वाटायचं. जगात इतकी चांगली माणसं कशी असू शकतात, असं तिला वाटायचं. जी माणसं आपल्या कुटुंबातलीही नाहीत; अशा माणसांविषयी त्यांना प्रेम, जिव्हाळा कसा वाटू शकतो, हे कोडं तिला उलगडत नसे. ती स्वत: तिच्या भावाची देखभाल करायची, पण ते तिचं कर्तव्य होतं म्हणूनच.

एकदा तिच्या दाईनं तिच्या मनातल्या प्रश्नांना उत्तरं द्यायचा प्रयत्न केला होता.

''त्याचं काय असतं बाळ, आपण इतरांची काळजी घ्यायलाच हवी,'' ती म्हणाली होती. ''ही माणसंदेखील आपले भाऊ-बहीणच आहेत. ते दु:खी असले, तर आपणदेखील दु:खीच असणार ना? त्यांची उपासमार झाली, तर आपणही भुकेले असल्यासारखंच होईल ना? पटतंय का तुला माझं बोलणं?''

''हो.'' तिनं एकाच शब्दात उत्तर दिलं. तिला ते पटलंदेखील. तिनं मनाशी निश्चय केला, आपणही इतरांची काळजी घ्यायचा प्रयत्न करायचा. तिला स्वत:ला मुलं होणार नसली, तरी ती इतर अनाथ मुलांची काळजी घेणार होती; एवढंच नव्हे, तर ती मातेकोनींची काळजी घेण्याचा मनापासून प्रयत्न करणार होती. आपण त्यांच्या घरात सगळीकडे स्वच्छता ठेवायची आणि घर टापटीप ठेवायचं, असं तिनं मनाशी ठरवलं.

काही नशीबवान लोकांची काळजी घ्यायला त्यांची आई असते. तिचं नशीब तेवढं थोर नव्हतं. आपली आई कशानं वारली, ते आता तिला नीटसं आठवत

नव्हतं. तिची आई तिला आता अगदी पुसटशीच आठवत होती. तिचा मृत्यू तिला आठवत होता, त्यानंतरचा इतर स्त्रियांचा आक्रोशही तिला आठवत होता. तिच्या हातातून तिच्या तान्ह्या भावाला त्यांनी ओढून घेतलं होतं, मग त्याला जमिनीत पुरलं होतं... या आठवणी तिच्या मनात आता धूसरशाच राहिल्या होत्या. आपण खड्डा खणला आणि आपल्या चिमुकल्या भावाला बाहेर काढलं, असं तिला वाटायचं, पण तिला हे आपण केल्याची खात्री नव्हती. कदाचित दुसऱ्या कुणी तरी ते केलं असेल. एवढं मात्र निश्चित की, त्यानंतर ती तिथून निघाली होती अन् एका अगदी अनोळखी ठिकाणी येऊन पोहोचली होती.

पुढेमागे जमलं, तर आपण अशा ठिकाणी जायचं; जिथं आपल्याला कायमचं राहता येईल, स्वत:चं घर बांधता येईल, असा विचार तिच्या मनात आला. आपली म्हणता येईल, अशी जागा घेण्याची आशा तिच्या मनात पालवली.

नैतिक तत्त्वज्ञानातील एक समस्या

मॅडम रामोत्स्वेकडे येणाऱ्या अशिलांपैकी काही जण असे असत की, ज्यांची कहाणी ऐकताक्षणीच तिला त्यांच्याविषयी सहानुभूती वाटत असे; पण काही अशील अगदी नग म्हणावेत असे असत की, ज्यांच्याविषयी तिच्या मनात तिरस्कार निर्माण होत असे. कारण त्यांच्या स्वभावातला स्वार्थ, त्यांचा लोभीपणा किंवा उघडपणे दिसून येणारी भीती, हे त्यांच्या समस्येचं मूळ कारण असे. आणखी काही केसेस अशा असत की, ज्या तिचं मन विदीर्ण करत. एका खासगी गुप्तहेराचं काम मग खऱ्या अर्थानं एक उदात्त व्रत ठरत असे. लेत्सेन्याने बादुले तिच्याकडे आले, तेव्हा थोड्याच वेळात तिला वाटलं, ह्या माणसाला मदत करणं हे माझं पवित्र कर्तव्य आहे.

लेत्सेन्याने तिच्या ऑफिसमध्ये आधी वेळ ठरवून आले नव्हते. मॅडम रामोत्स्वे मोलेपोलोलेला जाऊन आली आणि दुसऱ्याच दिवशी ते तिला भेटायला आले. त्याच दिवशी मॅडम माकुत्सीला 'सहायक गुप्तहेर' म्हणून बढती मिळालेली होती. प्रेश्यसनं तिला हेही स्पष्ट सांगितलं होतं की, ही बढती मिळाली असली, तरी तिला सेक्रेटरीपदही सांभाळावं लागणारच होतं.

चाणाक्ष प्रेश्यसच्या हे लक्षात आलं होतं की, या गोष्टी सुरुवातीलाच स्पष्ट करून सांगायला हव्यात, नाही तर गैरसमज होण्याचीच शक्यता अधिक.

“हे पाहा, ‘सेक्रेटरी’ आणि ‘सहायक गुप्तहेर’ अशी दोन वेगळी माणसं नेमणं मला परवडणार नाही. ही संस्था तशी लहानच आहे. मला यातून फारसा फायदा होत नाही, हेही तुला माहीत आहे; कारण अशिलांना बिलं तूच पाठवतेस.”

आपल्या मालकिणीचे हे शब्द ऐकून मॅडम माकुत्सीचा चेहरा पडला. बढती मिळाल्याच्या आनंदाखातर बिचारी छानसा ड्रेस घालून आली होती. केसांचीही नवी रचना करायचा प्रयत्न केला होता, पण तो मात्र फसला होता. तिच्या डोक्यावरचे ताठ केसांचे पुंजके-पुंजके गंमतशीरच, नव्हे, विचित्रच दिसत होते.

मॅडम रामोत्स्वेनं आपल्या सेक्रेटरीच्या चेहऱ्यावरचा हा बदल टिपला आणि ती घाईघाईनं म्हणाली, “तू गैरसमज करून घेऊ नकोस. मी माझा विचार बदललेला नाही. आता तू ‘सहायक गुप्तहेर’ म्हणून काम करणारच आहेस, पण कुणी तरी टायपिंगही करायलाच हवं ना? तेव्हा ते कामही तुला करावं लागेल. ते काम आणि तशीच इतर बारीकसारीक कामं.”

त्या शब्दांनी मॅडम माकुत्सीचा चेहरा खुलला. “ते ठीक आहे. आधीची सगळी कामं मी करेनच, पण त्याहून जास्तीची कामंही मी करू शकेन. मला माझे स्वत:चे अशीलपण असतील ना?”

मॅडम रामोत्स्वेनं एक दीर्घसा श्वास घेतला. मॅडम माकुत्सीला तिचे असे स्वतंत्र अशील द्यायची कल्पना तिच्या डोक्यात आलेली नव्हती. तिनं असं ठरवलं होतं की, आपल्या देखरेखीखाली काही लहान-मोठी कामं तिच्याकडून करून घ्यायची, पण मुख्य जबाबदारी मात्र आपल्याच हातात ठेवायची. तितक्यात तिला काही तरी आठवलं. ती लहान होती, तेव्हा मोचुडीतल्या ‘स्मॉल अपराइट जनरल डीलर स्टोअर’ असं लांबलचक नाव असलेल्या एका छोट्याशा दुकानात तिला एक नोकरी मिळाली होती. वयानं लहान असूनही अन् कामाचा विशेष अनुभव नसूनही मालकानं तिच्यावर दुकानातल्या सगळ्या मालाची मोजदाद करण्याची जबाबदारी टाकली, तेव्हा तिला किती आनंद झाला होता! आता सगळी अशिलं तिनं स्वत:कडेच ठेवली, तर तो स्वार्थीपणा होईल. एखाद्याला नोकरीत नव्यानं जबाबदारी द्यायची असेल, तर महत्त्वाची कामंही त्याच्यावर सोपवायला हवीतच. वरच्या हुद्द्यावर काम करणाऱ्यानं तेवढा विश्वास दाखवला नाही, तर नवा उमेदवार नवं काम शिकणार तरी केव्हा?

“हो,” शांतपणे प्रेश्यसनं उत्तर दिलं. “तुझी स्वत:ची अशी स्वतंत्र अशिलं असतील. मात्र, कोणती कामं तुझ्यावर सोपवायची, हा निर्णय मी घेणार आहे. मोठे अशील मी तुला देणार नाही... निदान सुरुवातीला तरी. छोट्या कामांनी तू सुरुवात कर आणि मग पुढचं पुढे बघू.”

“हे मला पसंत आहे,” मॅडम माकुत्सी कृतज्ञतेनं म्हणाली. “मी छोट्या

कामांनीच सुरुवात करेन. 'आधी चालायला शिका आणि मग धावायला,' असंच आम्हाला आमच्या सेक्रेटरियल कॉलेजमध्ये शिकवण्यात आलं होतं. आधी सोपी कामं अन् मग अवघड, असा क्रम हवा; उलटा नाही.''

''अतिशय योग्य विचारसरणी आहे ही,'' प्रेश्यसनं तिच्या विचाराला दुजोरा देत म्हटलं. ''पण आजकालच्या तरुणांना ही गोष्ट कुणी शिकवत नाही की काय, असं वाटतं मला त्यांच्याकडे पाहिल्यावर. त्यांना अगदी सुरुवातीपासूनच मोठ्या नोकऱ्या हव्या असतात. वरची जागा, भरपूर पगार आणि मोठ्ठी मर्सिडिझ-बेंझ गाडी मिळावी, अशी अपेक्षा असते त्यांची.''

''ते काही शहाणपणाचं लक्षण नाही.'' मॅडम माकुत्सी म्हणाली. ''तरुण असताना छोटी कामं करा आणि शिकत-शिकत प्रगती करा, हेच योग्य असतं.''

''हं,'' स्वत:शीच बोलल्याप्रमाणे प्रेश्यस बोलू लागली, ''आपल्या आफ्रिकेसाठी या मर्सिडिझ गाड्या योग्यच नाहीत, असं मला वाटतं. म्हणजे त्या गाड्या छानच आहेत, त्याबद्दल वाद नाही; पण आपल्याकडच्या सगळ्या महत्त्वाकांक्षी तरुणांना मर्सिडिझ गाडीच हवी असते– मग त्यांची लायकी असो वा नसो.''

''तुम्हाला माझ्या मनातली गोष्ट सांगू? कुठल्याही देशाचं उदाहरण घ्या– तिथं जितक्या मर्सिडिझ-बेंझ गाड्यांची संख्या अधिक, तितकी त्या देशाची स्थिती वाईट. माझ्या मते, या गाड्या ज्या देशात नसतील, तो देश चांगला. अगदी खरं आहे बघा हे.''

प्रेश्यस रामोत्स्वे एकटक आपल्या सेक्रेटरीकडे बघत राहिली. 'या विचारसरणीत तथ्य असेलही कदाचित. पाहू, करू चर्चा या विषयावर कधी तरी. तूर्तास, दुसऱ्या एक-दोन महत्त्वाच्या कामांकडे लक्ष द्यायला हवंय.' ती स्वत:शीच म्हणाली.

''हे पाहा, चहा करण्याचं कामही तूच सांभाळायचं आहेस हं–'' तिनं ठाम शब्दांत सांगितलं. ''तुला छान जमतंही ते.''

''जरूर करेन मी!'' हसतमुखानं मॅडम माकुत्सी म्हणाली. ''माझ्या हाताखाली जोपर्यंत दुसरं कुणी येत नाही, तोपर्यंत 'सहायक गुप्तहेर' असले, तरी हे काम मीच करणार आहे.''

ही सगळी चर्चा काहीशी विचित्र, अवघड वाटावी अशी होती. त्यामुळे ती व्यवस्थित पार पडली, याचंच प्रेश्यसला समाधान वाटलं. आता तिला एखादी केस लवकरात लवकर द्यावी, म्हणजे तिचं समाधान होईल. त्याच दिवशी थोड्या वेळानं लेत्सेन्याने बादुले तिच्याकडे आपली समस्या घेऊन आले, तेव्हा तिनं त्यांची केस आपल्या सहायकाला द्यायचा निर्णय घेतला. ते एका मर्सिडिझ-बेंझमधून आले, पण त्यांची गाडी तशी जुनीपुराणीच वाटत होती– मागच्या बाजूला काही ठिकाणी पत्रा

गंजला होता आणि चालकाच्या बाजूच्या दाराला मोठा पोचा पडलेला दिसत होता, त्यामुळे नैतिकदृष्ट्या ती महत्त्वाची नव्हती, असा निष्कर्ष प्रेश्यसनं काढला.

"मी सहसा कुणा खासगी गुप्तहेराकडे जात नाही," खुर्चीवर बसत असतानाच त्यांनी स्पष्टीकरण दिलं. त्यांच्या हालचालींतून त्यांच्या मनाची अस्वस्थता दोघींनाही जाणवली, तरीदेखील प्रसन्न स्मितानं त्यांनी आपल्या नव्या अशिलाचं स्वागत केलं आणि त्याला धीर देण्याचा प्रयत्नही केला. त्यांनीही या दोघींना एका दृष्टिक्षेपात न्याहाळायचा प्रयत्न केला. त्यांच्या समोरच्या खुर्चीत बसलेली लठ्ठशी स्त्री या संस्थेची चालक असावी, असा अंदाज त्यांनी बांधला; कारण त्यांनी तिचा फोटो वृत्तपत्रात पाहिलेला होता. दुसरी काहीशा विचित्र केसांची, पण छान ड्रेस घातलेली स्त्री बहुतेक तिची सहायक असावी.

"तुम्हाला विचित्र वाटायचं काही कारण नाही," मॅडम रामोत्स्वेनं त्यांना धीर दिला. "आमच्याकडे नाना प्रकारचे लोक येतात आपल्या अडचणी घेऊन. आणि मदत मागण्यात लाज वाटायचं काहीच कारण नाही."

मॅडम माकुत्सीनं मध्येच म्हटलं, "खरं सांगायचं, तर मनानं खंबीर असणारे लोकच मदत मागायला येतात. दुबळ्या मनोवृत्तीच्या माणसांना आपल्या समस्यांच्या बाबतीत इतकं लाजीरवाणं वाटत असतं की, आमच्याकडे येण्याचं धाडसच त्यांच्यात नसतं."

तिच्या मताला प्रेश्यस रामोत्स्वेनं मान हलवून दुजोरा दिला. मॅडम माकुत्सीच्या शब्दांनी त्याला धीर आलाय, असं तिला वाटलं. प्रेश्यसला त्या गोष्टीचं बरं वाटलं. आपल्या अशिलाच्या मनातली भीती, संकोच दूर करण्याचं काम सगळ्याच गुप्तहेरांना जमतं, असं नाही. मॅडम माकुत्सीनं योग्य शब्दांची निवड करून हवा तो परिणाम साधला, अशी तिनं स्वत:च्या मनाला पावती दिली.

बादुले थोडे सैलावल्यासारखे बसले. सुरुवातीला त्यांनी आपली हॅट हातात घट्ट धरून ठेवली होती, आता तिच्यावरची त्यांची बोटं सैलावली आणि ते खुर्चीत मागे सरकून बसले.

"गेले काही दिवस माझ्या मनाला एक घोर लागून राहिलाय. त्यामुळे रात्रीत मला अचानक जाग येते आणि मग परत झोप लागतच नाही. अंथरुणात मी या कुशीवरून त्या कुशीवर करत राहतो, पण एक त्रासदायक विचार काही केल्या माझी पाठ सोडत नाही. माझ्या डोक्यात तो अगदी गिरमिट लावल्यासारखा फिरत राहतो. मी स्वत:ला एकच प्रश्न सतत विचारत राहतो."

"अन् तुम्हाला त्याचं उत्तर सापडतच नाही!" मॅडम माकुत्सीनं विचारलं. "अशा अनुत्तरित प्रश्नांनी आपली पाठ धरली की, रात्र अगदी संपता संपत नाही, हे मात्र खरं आहे."

बादुलेंनी तिच्याकडे बघितलं. ''ताई, किती अचूक शब्दांत सांगितलंत तुम्ही! खरंच, रात्रीच्या वेळी सतावणाऱ्या प्रश्नांइतकी वाईट गोष्ट दुसरी कोणतीच नसेल.''

ते बोलायचे थांबले. काही क्षण कुणीच काही बोललं नाही. मग मॅडम रामोत्स्वे शांततेचा भंग करत म्हणाली, ''भाऊ, स्वत:विषयी थोडं सांगाल का तुम्ही आम्हाला? त्यानंतर मग आपण तुम्हाला छळणाऱ्या प्रश्नाकडे वळू. माझी सहायक आधी आपल्या सगळ्यांसाठी चहा बनवेल. चहा घेऊन झाल्यावर बोलू आपण सावकाशपणे.''

बादुलेंनी उत्साहानं मान डोलावली. त्याआधी त्यांच्या मनावरचा ताण त्यांना इतका असह्य झाला होता की, कोणत्याही क्षणी त्यांना रडू कोसळेल, अशी भीती प्रेश्यसला वाटली होती. गरम चहाचे घुटके घेता-घेता त्यांचं मन थोडं शांत होईल आणि आपली समस्या सांगण्याइतपत त्यांच्या मनाला धीर वाटेल, ह्याची तिला खात्री होती.

''मी एक साधासुधा माणूस आहे,'' बादुलेंनी आपली कहाणी सांगायला सुरुवात केली. ''मूळचा मी लोबात्से गावचा. तिथल्या उच्च न्यायालयात अनेक वर्षं माझ्या वडिलांनी शिपाई म्हणून नोकरी केली. त्या काळी आपल्या देशावर ब्रिटिशांचं राज्य होतं. बाबांच्या उत्कृष्ट कामगिरीबद्दल सरकारनं त्यांचा दोन वेळा पदकं देऊन गौरव केला. त्या पदकांवर राणीचं मस्तक कोरलेलं आहे. बाबांना फार अभिमान वाटायचा या गोष्टीचा. म्हणूनच ते दोन्ही पदकं नेहमी आपल्या छातीवर अतिशय अभिमानानं मिरवायचे, अगदी निवृत्त झाल्यानंतरही. त्यांची नोकरी संपली, तेव्हा शेत नांगरण्यासाठी एका न्यायाधीशानं त्यांना एक नांगर भेट म्हणून दिला. त्यांनी तो खास बनवून घेतला होता तुरुंगातल्या कैद्यांकडून. त्यांनी कैद्यांना त्यावर काही शब्द कोरण्याचाही हुकूम दिला होता. ते शब्द असे होते :

> प्रथम श्रेणीतील शिपाई बादुले–
>
> *राणीची आणि बोट्स्वाना संघराज्याची पन्नास वर्षं चाकरी केल्याबद्दल- एक निष्ठावान आणि प्रामाणिक सेवक म्हणून- तुमचं अभिनंदन!*
>
> जस्टिस मॅक्लीन, प्रिंस्ने न्यायाधीश, उच्च न्यायालय, बोट्स्वाना, यांजकडून.

न्यायाधीशसाहेब फार दयाळू आणि सज्जन होते. मलादेखील ते अतिशय प्रेमानं वागवत असत. कॅथॉलिक स्कूलमधील एका धर्मगुरूंजवळ ते माझ्याविषयी बोलले, त्यामुळे मला चवथ्या इयत्तेत प्रवेश दिला गेला. तिथं मी खूप अभ्यास करत

असे, पडेल ते कामही करत असे. एकदा एका मुलाला मी स्वयंपाकघरात चिकनचा तुकडा चोरताना पाहिलं आणि त्याबद्दल वरिष्ठांना सांगितलं. माझ्या प्रामाणिकपणावर खूश होऊन मला त्यांनी कनिष्ठ विद्यार्थिप्रमुख म्हणून नेमलं.

मी केंब्रिजची शालांत परीक्षा उत्तीर्ण झाल्यानंतर मला 'मांसविभागात' चांगली नोकरी मिळाली. तिथंही मी प्रामाणिकपणे नोकरी केली आणि सहकाऱ्यांच्या चोऱ्या-लबाड्या वरिष्ठांना दाखवून दिल्या. हे काम मी कुठल्याही स्वार्थी हेतूनं– मला बढती मिळावी म्हणून– करत नसे, तर मला कुठल्याही प्रकारचा अप्रामाणिकपणा खपत नसे, म्हणून मी ते करत असे. हा गुण मी माझ्या वडिलांकडून घेतला होता. न्यायालयात शिपायाची नोकरी करत असताना अनेक प्रकारचे गुन्हेगार त्यांनी पाहिले होते, त्यांच्यामध्ये अट्टल खुनी लोकही होते. स्वत:चा बचाव करण्यासाठी हे लोक वाट्टेल ते खोटं बोलत असत. अशा माणसांना न्यायाधीशांनी देहांताची शिक्षा ठोठावल्यानंतर इतरांचा निर्दयपणे खून करणारे हे गुन्हेगार लहान मुलासारखे घाबरतात, हुंदके देऊन रडू लागतात, स्वत:च्या गुन्ह्यांची कबुली देतात– हे सगळं माझ्या वडिलांनी प्रत्यक्ष पाहिलेलं होतं. त्यामुळे त्यांना खोटं बोलणाऱ्यांविषयी कमालीचा तिरस्कार वाटत असे.

अशा वातावरणात अनेक वर्षं घालवलेल्या माझ्या वडिलांनी त्यांच्या मुलांना प्रामाणिकपणाचे धडे दिले असले, तर त्यात नवल ते काय? याच कारणामुळे मीही माझ्या सहकाऱ्यांची लबाडी उघडी पाडायला कचरत नसे. साहजिकच, माझे साहेब माझ्यावर नेहमी खूश असत.

"हे दुष्ट लोक आपल्या बोट्स्वानातल्या मांसमटणाची चोरी करत होते, त्यांना तू आळा घातला आहेस. आमचे कामगार काय करतात ते आम्ही पाहू शकत नाही, पण तुझ्यामुळे त्यांची चोरी उघडकीला आली, ह्याचा आम्हाला आनंद होतोय."

हे करताना मी बक्षिसाची अपेक्षा ठेवत नसे, पण त्यांनी मला वरची जागा दिली. माझी नेमणूक मुख्यालयात करण्यात आली. तिथं तर अनेक जण मोठ्या प्रमाणात मटण चोरत होते– अर्थात अप्रत्यक्षपणे आणि तेही जास्त अक्कलहुशारी वापरून; पण माझ्या दृष्टीनं तीदेखील चोरीच होती. मग मी थेट मुख्य व्यवस्थापकांनाच पत्र लिहिलं, 'इथं, प्रत्यक्ष तुमच्या ऑफिसमध्येच मटणाची चोरी होत आहे, हे मला सांगावंसं वाटत.' पत्राच्या शेवटी मी सगळ्या संभावित चोरांची नावं आद्याक्षरांनुसार लिहिली आणि पत्र पाठवून दिलं.

माझ्या पत्रानं ते खूप खूश झाले आणि त्यांनी मला आणखी वरची जागा दिली. पण आता काय झालं की, जे-जे अप्रामाणिक लोक होते, ते सगळे घाबरून नोकरी सोडून जायला लागले, त्यामुळे माझ्यासाठी त्या प्रकारचं करण्यासारखं असं काही कामच उरलं नाही. तरीही माझी प्रगती होत राहिली आणि शेवटी स्वत:चा

कत्तलखाना उघडण्याइतके पैसे माझ्याकडे साठले. माझ्या कंपनीनं मला मोठ्या रकमेचा चेक दिला. मी त्यांची नोकरी सोडत होतो त्याबद्दल त्यांना वाईट वाटलं. काही दिवसांनी मी गॅबोरोनच्या जवळच माझा कत्तलखाना सुरू केला. लोबात्सेच्या मार्गावरच आहे आणि त्याचं नाव आहे 'ऑनेस्ट डील बुचरी.'

माझा कत्तलखाना तसा चांगला चाललाय, पण माझ्याकडे फारसा पैसा शिल्लक राहत नाही. त्याला कारण आहे माझी पत्नी. तिला आधुनिक पद्धतीनं राहायला आवडतं, चांगले भारी कपडे वापरायला आवडतात आणि तिला कामाचीही फारशी आवड नाही. ती काम करत नाही, त्याविषयी माझं काही म्हणणं नाही; पण ती स्वत:च्या छानछोकीवर फार पैसे उडवते, ते मला आवडत नाही. उदाहरण द्यायचं झालं, तर ती केसांच्या वेण्या घालून घेण्यासाठी दुकानात जाते, भारतीय शिंप्याकडून महागडे कपडे शिवून घेते. मी आपला साधासुधा माणूस आहे, पण माझी बायको मात्र चारचौघांचं लक्ष वेधून घेईल, अशी आहे.

लग्नानंतर बरीच वर्षं आम्हाला काही मूलबाळ वगैरे नव्हतं. मग तिला दिवस राहिले आणि आम्हाला एक मुलगा झाला. मला फार अभिमान वाटला की, मी बाप झालो. पण एका गोष्टीचं वाईटही वाटलं की, माझ्या वडिलांना काही त्यांच्या नातवाचं तोंड बघायला मिळालं नाही.

माझा मुलगा बुद्धीनं बेताचाच आहे, असं मी म्हणेन. आम्ही त्याला आमच्या घराजवळच्याच एका प्राथमिक शाळेत घातलं. शाळेतून नेहमीच आम्हाला प्रगतीचे अहवाल यायचे, मुलाकडे अधिक लक्ष द्या, त्याचं अक्षर सुधारायला हवं, तो खूप चुका करतो– एक ना दोन. माझी बायको नेहमी म्हणायची, ''आपण ह्याला खासगी शाळेत घालू या. तिथले शिक्षक अधिक शिकलेले असतात, मुलांकडे नीट लक्ष देतात. ते आपल्या मुलाकडून व्यवस्थित अभ्यास करून घेतील, त्याच्यावर नीट लिहिण्याची सक्ती करतील.'' पण मला वेगळीच काळजी वाटत होती– खासगी शाळा आपल्याला परवडणार नाही, अशी.

मी तिला माझ्या मनातली काळजी बोलून दाखवली, तेव्हा ती माझ्यावर भडकली, ''तुला नसेल परवडत, तर मी एखाद्या धर्मादाय संस्थेकडे जाईन आणि त्यांना म्हणेन, 'माझ्यावर दया करा, माझ्या मुलाच्या शिक्षणासाठी पैसे द्या.' ''

''अशा काही धर्मादाय संस्था नसतात, बरं का!'' मी तिला म्हटलं, ''तशा असत्या, तर लोकांच्या विनंत्यांचा पाऊस पडला असता त्यांच्यावर. सगळ्यांनाच वाटतं, आपल्या मुलाला खासगी शाळेत घालावं. अशा संस्थांबाहेर लोकांची रीघ लागेल, रीघ.''

''हो?'' वेडावल्यासारखं करत ती म्हणाली. ''मी उद्याच जाते एका संस्थेकडे आणि मग बघाच तुम्ही– कळेल तुम्हाला.''

दुसऱ्या दिवशी ती खरोखरच शहरात गेली आणि काही वेळानं परत आल्यावर मला म्हणाली, "झाली सगळी व्यवस्था. ती संस्था त्याला थॉर्नहिल शाळेत पाठवण्याचा सगळा खर्च करणार आहे. पुढच्या सत्रापासून आपण त्याला नव्या शाळेत घालू शकतो."

मी चाटच पडलो.

मॅडम, तुम्हाला माहीत असेलच, थॉर्नहिल ही शाळा खूप चांगली आहे. आपला मुलगा त्या शाळेत शिकणार, या विचारानं मला अतिशय आनंद झाला; पण मला हे कळेना की, माझ्या बायकोनं धर्मादाय संस्थेला कसं पटवलं की, त्यांनी आमच्या मुलाची फी भरावी? त्यांनी दाखवलेल्या औदार्याबद्दल मला त्यांचे आभार मानावेसे वाटले, म्हणून मी तिच्याकडे त्या संस्थेविषयी अधिक माहिती विचारली, तेव्हा ती म्हणाली, त्यांना याविषयी गुप्तता पाळायची आहे. अशा काही धर्मादाय संस्था असतात, ज्यांना आपल्या कार्याचा गाजावाजा करायचा नसतो. म्हणून त्यांनी मला सांगितलं की, मी कुणाजवळ त्याबद्दल बोलू नये, पण तुला खरोखरच आभार मानायचे असतील, तर तू लिही एक पत्र. मी नेऊन देईन त्यांना."

त्याप्रमाणे मी पत्र लिहिलं, पण मला त्यांच्याकडून काही उत्तर आलं नाही.

"अरे, त्यांना पुष्कळ कामं असतात. प्रत्येक आई-वडिलांना कुठे पाठवत बसणार ते पत्रं?" माझ्या बायकोनं त्यांची बाजू घेतली. "पण तुला त्यात तक्रार करण्यासारखं काय आहे, तेच मला समजत नाही. ते आपल्या मुलाची फी देताहेत ना; मग झालं तर! अन् उगीच त्यांच्यावर तुझ्या पत्रांचा मारा करत बसू नकोस."

खरं पाहिलं, तर मी त्यांना फक्त एकच पत्र लिहिलं होतं, पण माझ्या बायकोला अतिशयोक्ती करायची सवयच आहे– विशेषत: माझ्याशी संबंधित एखादी गोष्ट असेल तर. माझ्या खाण्यावर टीका करताना ती म्हणेल, तुम्ही शेकडो भोपळे खाता. वास्तविक पाहता, माझ्यापेक्षा तीच जास्त भोपळे खाते. माझ्या घोरण्याविषयी बोलताना तर तिला काही मर्यादाच राहत नाही. म्हणे, माझं घोरणं विमानाच्या घरघरीपेक्षा जास्त जोरात असतं! हे शक्य तरी आहे का? माझा एक बेकार पुतण्या आहे, त्याच्याविषयी बोलताना ती म्हणते, "मी त्याच्यावर दर वर्षी हजारो पुला खर्च करतो." वस्तुस्थिती अशी आहे की, मी त्याला त्याच्या वाढदिवसाला शंभर पुला देतो आणि नाताळच्या सणाच्या वेळी शंभर पुला त्याच्या ख्रिसमस बॉक्समध्ये टाकतो. हा हजारो पुलांचा आकडा ती कोणत्या आधारावर काढते, हे तिचं तिलाच ठाऊक! मला हेही कळत नाही की, आपल्या चैनबाजीसाठी ती इतका पैसा कुठून आणते. मी तिला त्याबद्दल कधी विचारलं की म्हणते, "घरात काटकसर करून मी पैसे वाचवते." पण मला तरी तिच्या बोलण्याचा थांग लागत नाही. असो. त्याविषयी मी नंतर सांगेन.

मात्र, मला तुम्हा दोघींना इथं एक गोष्ट आवर्जून सांगावीशी वाटते. मला माझी बायको आवडत नाही, असा गैरसमज कृपा करून तुम्ही करून घेऊ नका. मी तसल्या नवऱ्यांपैकी नाही. एरवी माझी माझ्या बायकोविषयी काही तक्रार नाही. मला ती आवडतेदेखील. तुम्हाला नवल वाटेल, पण दिवसातून एकदा तरी मी माझ्या भाग्याचा हेवा करतो. मला तिच्यासारखी टापटिपीत राहणारी बायको मिळाली, जिच्याकडे लोक माना वळवून बघतात, ही काही लहानसहान गोष्ट नाही. कित्येक खाटीक असे आहेत की, ज्यांच्या बायका दिसायला अगदी सामान्य आहेत. मी त्यांच्याहून वेगळा आहे. मला देखणी बायको मिळाली आहे, याचा मला अभिमानच वाटतो.

मला माझ्या मुलाचादेखील अभिमान वाटतो. तो थॉर्नहिल शाळेत गेला, त्या वेळी तो जवळजवळ सगळ्या विषयांत कच्चा होता. त्यामुळे मला अशी भीती वाटत होती की, त्याला एक वर्ष मागच्या वर्गात बसवतात की काय? माझ्या मनातली भीती मी त्याच्या वर्गशिक्षिकेजवळ बोलून दाखवली, तेव्हा ती मला म्हणाली, ''तुम्ही काही काळजी करू नका. तुमचा मुलगा चांगला हुशार आहे. लवकरच तो मागचं सगळं भरून काढेल. अशा मुलांनी एकदा मनावर घेतलं की, ते आपल्या बालपणीच्या अडचणींवर फार लवकर मात करू शकतात.''

माझ्या मुलाला ती शाळा आवडली. लवकरच त्याला गणितात उत्तम गुण मिळू लागले आणि त्याचं अक्षर तर इतकं सुधारलं की, ते बघून तुम्हाला वाटलं असतं हे कुणा दुसऱ्याच मुलानं लिहिलंय की काय! त्यानं एक निबंध लिहिलाय, त्याचं शीर्षक आहे 'बोट्स्वानातील जमिनीची धूप होण्यामागील कारणं'. मी तो माझ्याजवळ अगदी जपून ठेवलाय. दाखवेन तुम्हाला कधी तरी. तुम्हाला सांगतो, इतका छान लिहिलाय त्यानं तो निबंध की, वाचून मला वाटलं, एक दिवस हा मुलगा बोट्स्वानाचा खाणमंत्री नाही तर जलनियोजनमंत्री होईल. आणि विचार करा, त्या उच्च पदावर विराजमान होणारा हा मुलगा उच्च न्यायालयातील एका शिपायाचा नातू आणि एका सामान्य खाटकाचा मुलगा असेल!

हे सगळं ऐकल्यावर तुमच्या मनात विचार येईल, इतकं सगळं छान चाललं असतानादेखील हा माणूस का कुरकुरतो आहे? याची बायको छान हुशार, तरतरीत आहे... मुलगा अभ्यासात उत्तम प्रगती करतोय; त्याचा स्वतःचा कत्तलखाना आहे... मग याची तक्रार आहे तरी कशाबाबत? खरोखरच कुणी असा विचार केला माझ्या बाबतीत, तर मी त्याला चूक म्हणणार नाही; पण त्यामुळे माझं दुःख कमी होत नाही, हेही तितकंच खरं आहे. रोज रात्री मला जेव्हा जाग येते, तेव्हा हाच विचार माझ्या मनाला कुरतडू लागतो. रोज मी कामावरून घरी परत येतो आणि मला दिसतं

की, माझी बायको अजून घरी आलेली नाही. आणि रात्री दहा-अकरा वाजेपर्यंत मी तिची वाट पाहत बसून राहतो, तेव्हाही ही एकच चिंता माझ्या मनाला कुरतडत राहते, एखाद्या भुकेलेल्या श्वापदानं आपल्या भक्ष्याला कुरतडावं त्याप्रमाणे. ह्यामागचं कारण हेच आहे ताई, की मला अगदी खात्री आहे की, माझी बायको दुसऱ्या कुणा पुरुषाला भेटते आहे. हेच सत्य आहे, यात मला तरी शंका वाटत नाही. लोक म्हणतील, असे बरेच नवरे या जगात आहेत, जे आपल्या बायकोबद्दल अशी शंका मनात आणतात. मीदेखील त्यांच्यापैकीच एक आहे असंच सिद्ध व्हावं, अशीच मला आशा आहे– पण जोपर्यंत ही गोष्ट सिद्ध होत नाही, तोपर्यंत माझ्या जिवाला शांती लाभणार नाही, हेदेखील तितकंच खरं!

जेव्हा लेत्सेन्याने बादुले निघून गेले, तेव्हा मॅडम रामोत्स्वेनं आपल्या सेक्रेटरीकडे दृष्टिक्षेप टाकला अन् ती हसली. ''किती सोपी आहे ही केस! मॅडम माकुत्सी, तुम्हाला अगदी सहज सोडवता येईल ह्या गृहस्थांची समस्या.''

मॅडम माकुत्सी परत एकदा आपल्या जागी जाऊन बसली. आपल्या नव्या ड्रेसवरच्या चुण्या साफ करत तिनं मॅडम रामोत्स्वेचे आभार मानले आणि म्हणाली, ''मी प्रयत्नांची शिकस्त करेन त्यांना मदत करण्यासाठी.''

प्रेश्यसनं मान डोलावली. ''खरंच अगदी साधी, नेहमी आढळते तशी संसारकथा आहे ही. नवी नवलाई संपली की बायको संसाराला, नवऱ्याला कंटाळते आणि काही तरी रोमांचक घडेल, या आशेनं घराबाहेर मन रमवू पाहते. मी कुठल्या तरी मासिकात वाचलं होतं की, फ्रेंच लोकांना अशा गोष्टी वाचण्यात रस असतो. एका फ्रेंच स्त्रीची नावाजलेली कथा आहे. तिचं नाव होतं मादाम बॉवरी. ती या आपल्या अशिलाच्या बायकोसारखीच होती. लहान गावात राहणाऱ्या या बाईचं लग्न एका अशाच सर्वसामान्य माणसाबरोबर झालं होतं अन् तिला आपला नवरा मुळीच आवडायचा नाही.

''अशा सामान्य माणसाबरोबर लग्न करणंच चांगलं असतं. ती मादाम बॉवरी मूर्ख बाई होती, असं मी म्हणेन. साधेसुधे पुरुषच नवरा म्हणून चांगले असतात. ते आपल्या बायकोशी प्रामाणिक असतात अन् कुणा दुसऱ्या स्त्रीबरोबर पळून नाही जात कधी. तुम्हीदेखील भाग्यवान आहात मॅडम, तुमचं लग्न एका...''

बोलता-बोलता मॅडम माकुत्सी एकदम थांबली. आपण हे काय वेड्यासारखं बरळलो, असं तिला वाटलं. अर्थात तिला तसं काही सुचवायचं नव्हतं; पण शब्द तोंडातून सटकले, एवढं मात्र खरं. मातेकोनी सामान्य आहेत, असं तिचं मुळीच मत नव्हतं. उलट, ते अतिशय विश्वासार्ह होते, एक उत्तम मेकॅनिक होते आणि पती म्हणून तर त्यांच्यात काहीच खोट काढता आली नसती. तिला खरं तर हेच

म्हणायचं होतं. ते कंटाळवाणे आहेत, असं तिला अजिबात सुचवायचं नव्हतं.

मॅडम रामोत्स्वेनं नजर रोखून तिच्याकडे बघितलं आणि विचारलं, ''कशा पुरुषाबरोबर म्हणायचंय तुला? कुणाशी लग्न ठरल्याबद्दल मी भाग्यवान आहे, असं म्हणायचंय तुला?''

बावचळून जाऊन मॅडम माकुत्सीनं आपली नजर खाली बुटांकडे वळवली. तिला फार गोंधळून गेल्यासारखं झालं. आपल्या हातापायांना कापरं सुटलंय, अशी भावना तिच्या मनात निर्माण झाली. तिला क्षणभर असा भास झाला की, आपले वरती चकचकीत बटण लावलेले बूट आपल्याकडे बघताहेत. बटणं असलेले बूट नेहमी आपल्याचकडे बघत असतात!

इतक्यात तिला मॅडम रामोत्स्वेचं प्रसन्न हसणं ऐकू आलं आणि पाठोपाठ तिचे शब्द. ''काही काळजी करू नकोस गं. तुला काय म्हणायचंय ते आलंय माझ्या ध्यानात अन् ते अगदी बरोबरही आहे. खरंच, मातेकोनी शहरातले सगळ्यात अभिरुचिसंपन्न पुरुष नसतीलही, पण ते एक फार चांगली व्यक्ती आहेत यात शंकाच नाही. कुणीही त्यांच्यावर डोळे झाकून विश्वास टाकावा, असा स्वभाव आहे त्यांचा. एकदा त्यांनी एखाद्याला शब्द दिला की ते तो पाळणार म्हणजे पाळणारच. मला ह्याचीही खात्री आहे की, ते माझ्यापासून काहीही दडवून ठेवणार नाहीत. माझ्या दृष्टीनं ही बाब फार महत्त्वाची आहे.''

मॅडम माकुत्सीनं मनातल्या मनात सुटकेचा श्वास घेतला. आपल्या मालकिणीनं आपल्याला काय म्हणायचं होतं ते समजून घेतलं, याबद्दल तिच्या मनात कृतज्ञतेचा भाव दाटून आला. तिनं मॅडम रामोत्स्वेच्या मताला लगेच दुजोरा दिला. ''असेच पुरुष सर्वांत चांगले. मलाही त्यांच्यासारखा पुरुष भेटेल आणि लग्नाची मागणी घालेल, अशी मी आशा करते.''

पुन्हा एकदा तिची नजर बुटांकडे वळली आणि तेदेखील तिच्याचकडे पाहत होते. तिला उगीचच वाटलं, बूट नेहमी खरं तेच बोलतात. 'स्पष्टच सांगतो, म्हणून राग मानू नका; पण तशी शक्यता जरा कमीच आहे,' असं ते आपल्याला सांगत आहेत, असा भास तिला झाला...

''चला, आता हा पुरुषांचा विषय थोडा वेळ बाजूला ठेवू या आणि बादुलेंविषयी बोलू या. तुझं काय मत झालं त्यांच्याविषयी? आमचे गुरू, अँडरसनसाहेब असं म्हणतात की, तपासाला सुरुवात करण्यापूर्वी आपल्यापाशी काही तरी गृहितक असलं पाहिजे. म्हणजे असं की, अमुक गोष्ट खरी की खोटी हे ठरवण्याच्या दृष्टीनं आपण वाटचाल केली पाहिजे. आता आपण दोघींनी असा निष्कर्ष काढलाय की, श्रीमती बादुलेंना आपल्या नवऱ्याचा कंटाळा आला असला पाहिजे. तुझ्या मनात आणखी काही वेगळा विचार येतोय का?''

मॅडम माकुत्सीच्या कपाळावर एक आठी उमटली. ''तिथं नक्की काही तरी पाणी मुरतंय, यात शंकाच नाही. तिला कुठून तरी पैसे मिळताहेत, हे उघड आहे. याचाच अर्थ असा की, ते तिला दुसऱ्या एखाद्या पुरुषाकडून मिळत असले पाहिजेत. त्यातले जे पैसे तिनं बाजूला ठेवलेत, त्यातूनच ती शाळेची फी भरत असणार.''

मॅडम रामोत्स्वेला तिचं म्हणणं पटलं. ''मग आता तुला काय करायचंय, तर एक दिवस तिचा पाठलाग करायचा आणि ती कुठे जाते ते शोधून काढायचंस. तू सरळ त्या माणसापर्यंत जाऊन पोहोचशील. त्यानंतर ती तिथं किती वेळ थांबते ते पाहा आणि मग तिथं काम करणाऱ्या बाईची भेट घे. तिच्या हातावर शंभर पुला टेकव आणि बघ, ती कशी पोपटासारखी बोलायला लागते ते. आपल्या मालकाच्या घरात जे काही घडत असतं, त्याची बित्तंबातमी या नोकरांना असते. मालक नेहमी अगदी भोळसटासारखे विचार करतात की, आपल्या नोकरांना काही दिसत नाही, की काही ऐकू येत नाही. त्यामुळे ते त्यांच्याकडे हवं तेवढं लक्ष देत नाहीत. मग एक दिवस त्यांना समजतं की, त्यांची कामवाली बाई सगळं पाहत होती, ऐकत होती अन् कुणी तरी तिला त्याविषयी विचारण्याची वाटच पाहत होती. ती बाई तुला हवी असलेली सगळी माहिती देईल. त्यानंतर तू ती माहिती बादुलेंना दे, की झालं तुझं काम.''

''तो शेवटचा भाग मात्र मला आवडणार नाही.'' मॅडम माकुत्सी म्हणाली. ''बाकीच्या कामाचं काही वाटत नाही मला, पण बादुलेंना त्यांच्या बायकोच्या बदफैलीपणाविषयी सांगायचं काम खरंच खूप अवघड आहे.''

प्रेश्यसनं आपल्या सेक्रेटरीला धीर देत म्हटलं, ''तू वाईट वाटून घेऊ नकोस. आपण गुप्तहेर याच कामासाठी नेमलेलो असतो. खरी गंमत अशी असते की, आपण जे काही आपल्या अशिलाला सांगतो, त्यातलं बहुतेक सगळं त्याला अगोदरपासून माहीतच असतं. आपण गुप्तहेर त्याला फक्त पुरावा देतो, एवढंच. आपण त्याला काहीही नवं सांगत नसतो, ह्याची खात्री बाळग.''

''तरीदेखील मला बिचाऱ्या बादुलेंविषयी वाईट वाटतंय,'' मॅडम माकुत्सी म्हणाली.

''मला कळतंय ते,'' प्रेश्यसनं तिला दुजोरा दिला. ''पण एक गोष्ट ध्यानात ठेव– बोट्स्वानातल्या फसवेगिरी करणाऱ्या दर बाईमागे किमान साडेपाचशे तसे पुरुष तुला आढळतील.''

आश्चर्यानं शीळ घालत मॅडम माकुत्सी उद्गारली, ''बाप रे, ही माहिती तुम्हाला कुठे मिळाली?''

''कुठे नाही गं,'' खुदकन् हसून प्रेश्यस म्हणाली. ''मीच माझ्या मनानं एक आकडा तुला सांगितला. ते राहू दे– तो आकडा काल्पनिक असला, तरी त्यामुळे

सत्य परिस्थिती बदलत नाही, हे खरंच ना?''

आपल्या पहिल्या तपासमोहिमेवर मॅडम माकुत्सी निघाली, तो क्षण तिच्या दृष्टीनं फारच उत्तेजक होता. तिच्याकडे गाडी चालवण्याचा परवाना नसल्यामुळे तिला आपल्या मामाची मदत घ्यावी लागली. निवृत्त होण्यापूर्वी तिचे हे मामा ट्रक चालवत असत. या कामासाठी त्यांनी एक जुनी ऑस्टिन गाडी वापरली. लग्न असो वा अंत्ययात्रा असो; मामाजींची गाडी आणि ते स्वत: असे दोन्ही सेवेला हजर असत. आपल्या भाचीबरोबर एका वेगळ्याच साहसमोहिमेवर जायला मिळणार, या विचारानं ते भलतेच उत्तेजित झाले होते. गुप्तता राखण्याच्या हेतूनं त्यांनी डोळ्यांवर भला मोठा काळा चष्मा चढवला होता.

बादुलेंचं घर त्यांच्या कत्तलखान्याच्या जवळच होतं. तिकडे जाण्यासाठी दोघं जण भल्या पहाटेच निघाले. प्रथमदर्शनी ते घर मॅडम माकुत्सीला फारच साधं वाटलं. बंगल्याच्या आजूबाजूला पपयांची झाडं होती. मॅडम माकुत्सीनं मनात आणखी एका गोष्टीची नोंद केली. घरावरील पत्र्याचं छप्पर रुपेरी रंगाचं होतं, पण त्याला पुन्हा रंग देण्याची गरज होती. घराच्या मागील बाजूस तारेच्या कुंपणानजीक नोकरमाणसांसाठी निवासस्थानं होती आणि एक अगदी साधंसं पत्र्याचं गॅरेज होतं.

घरावर नजर ठेवण्यासाठी त्यांना जवळपास थांबावं लागणार होतं. त्यासाठी योग्य अशी जागा पाहणं आवश्यक होतं. कुणाला संशय येणार नाही, अशा पद्धतीनं थांबण्यासाठी शेवटी मॅडम माकुत्सीनं ठरवलं की, घराजवळच्या कोपऱ्यावर गाडी उभी करावी म्हणजे तिथं असलेल्या एका छोट्याशा खाद्यपदार्थाच्या ठेल्यामुळे त्यांची गाडी कुणाला सहजपणे दिसणार नाही. सर्वसाधारणपणे प्रेमी युगुलं अशा ठिकाणी वेळ घालवत असत किंवा गावाकडून येणार असलेल्या आपल्या नातेवाइकाची वाट पाहत एखादा माणूस तिथं थांबत असे. अशी माणसं फ्रान्सिसटाऊन मार्गावरून येणाऱ्या जुन्यापुराण्या बसनं येत असत.

तिचे मामा या वेगळ्या कामगिरीवर पहिल्यांदाच आले असल्यामुळे ते भलतेच उत्तेजित झाले होते. गाडी उभी करून झाल्यावर त्यांनी एक सिगारेट शिलगावली आणि दमदार झुरका ओढत म्हणाले, ''यापूर्वी मी अनेक चित्रपटांमध्ये अशी हेरगिरीची दृश्यं पाहिली आहेत, पण मीच स्वत: तसलं काही काम करेन आणि तेदेखील इथं गॅबोरोनमध्ये– असं मला स्वप्नातही वाटलं नव्हतं.''

''मामा, खासगी गुप्तहेराच्या कामात आकर्षक किंवा उत्तेजक म्हणावं असं काही नसतं, बरं का!'' त्यांना वास्तवात आणत मॅडम माकुत्सी म्हणाली. ''आपल्याला शांतपणे इथं थांबावं लागणार आहे. बऱ्याच वेळा आपलं काम म्हणजे, निव्वळ एका जागी बसून वाट पाहणं एवढंच असतं.''

"ते मला माहीत आहे," मामा म्हणाले. "चित्रपटांमध्ये तेही पाहिलंय मी. त्यातले गुप्तहेर गाडीत बसून वाट पाहतात अन् सँडविच खात वेळ काढतात. मग कुणी तरी गोळीबार सुरू करतो."

मॅडम माकुत्सीनं एक भुवई वर चढवत आपल्या मामांकडे बघितलं. "मामा, आपल्या बोट्स्वानात गोळीबार वगैरे काही होत नाही, बरं का? आपण लोक सभ्य आणि सुसंस्कृत आहोत."

त्यानंतर काही क्षण दोघंही बोलायचे थांबले. सकाळच्या वेळी दिसून येते, तशी कामावर जाणाऱ्या लोकांची ये-जा चालू होती. सात वाजता बादुलेंच्या घराचं दार उघडलं आणि एक मुलगा बाहेर पडला. त्याच्या अंगावर थॉर्नहिल शाळेचा गणवेश होता. तो काही क्षण घरासमोर उभा राहिला, त्यानं खांद्यावर अडकवलेल्या दप्तराचा पट्टा सरळ केला आणि तो फाटकाच्या दिशेनं चालू लागला. फाटकातून बाहेर पडताच तो झट्कन डावीकडे वळला आणि रस्त्यानं चालू लागला.

"हा त्या गृहस्थांचा मुलगा," हळू आवाजात मॅडम माकुत्सी म्हणाली. खरं म्हणजे तिचं बोलणं ऐकू जाईल, असं कुणीच नव्हतं जवळपास. "त्याला थॉर्नहिल शाळेकडून शिष्यवृत्ती मिळालीय. खूप हुशार आहे अन् हस्ताक्षरही अगदी वळणदार आहे म्हणे."

मामांनी तिचं बोलणं लक्ष देऊन ऐकलं.

"तुझ्या बोलण्याची नोंद करून ठेवू का मी माझ्या डायरीत," त्यांनी अधीरतेनं विचारलं. "इथं जे काही घडेल, त्याची नोंद मी ठेवू शकेन."

'त्याची काही गरज नाही, मामा–' असं म्हणावंसं वाटलं तिला, पण तिनं आपला विचार बदलला. त्यामुळे मामांचा वेळ तरी जाईल आणि तसं केल्यानं काही बिघडणार नाही, हे तिच्या लक्षात आलं. मामाजींनी मग खिशातून एक कागद काढला आणि त्यावर लिहिलं– सकाळी सात वाजता बादुलेंचा मुलगा शाळेत जाण्यासाठी घराबाहेर पडला आणि पायीच शाळेत गेला.

नोंद केल्यानंतर मामांनी ती आपल्या भाचीला दाखवली, तेव्हा तिनं पसंतीदाखल मान डोलावली. "मामा, तुम्हाला गुप्तहेरगिरी चांगली जमेल. पण वाईट एवढंच वाटतं की, तुमचं वय ह्या कामासाठी थोडं जास्त आहे." मॅडम माकुत्सी म्हणाली.

आणखी वीसेक मिनिटांनंतर बादुले घराबाहेर पडले आणि चालतच आपल्या कत्तलखान्याकडे गेले. त्यांनी दाराचं कुलूप काढून आपल्या दोन नोकरांना आत घेतलं. दोघं जण झाडाखाली त्यांच्या येण्याची वाट पाहत उभे होते. काही वेळानं त्यांच्यापैकी एक नोकर बाहेर आला. त्याच्या अंगावर रक्ताळलेला एप्रन होता आणि हातात एक मोठा स्टीलचा ट्रे होता, तो त्यानं जवळच असलेल्या एका नळाखाली धुतला. मग दोन गिऱ्हाइकं आली– एक रस्त्यावरून चालत आला, तर दुसरा एका

मिनीबसमधून उतरला.

गिऱ्हाइकं दुकानात शिरली आणि हातात कसली तरी पुडकी घेऊन बाहेर पडली. बहुतेक करून त्यात मटण असावं. मामाजींनी न विसरता नोंद केली अन् पुन्हा एकदा आपल्या भाचीला दाखवली. तिनंही पसंती दर्शवली. ''फारच छान! अत्यंत उपयोगी ठरेल ही माहिती, मामा. पण आपल्याला त्यांच्या बायकोविषयी माहिती गोळा करायचीय. आता ती काय करते, ते बघायचंय आपल्याला.''

त्यानंतर तब्बल चार तास दोघं जण गाडीत वाट पाहत बसले. मग बारा वाजायच्या थोडा वेळ आधी जेव्हा त्यांची गाडी उन्हामुळे भट्टीसारखी गरम व्हायला लागली, त्यातच मामाजींच्या सततच्या नोंदींमुळे मॅडम माकुत्सीचाही पारा वर चढायला लागला, तेव्हा कुठे श्रीमती बादुले घराबाहेर पडल्या आणि गॅरेजच्या दिशेनं चालू लागल्या. आपल्या जुन्यापुराण्या मर्सिडिझ-बेंझमध्ये बसल्यावर तिनं गाडी मागं घेत बाहेरच्या फाटकातून बाहेर काढली. मामाजींनी पण आपली गाडी सुरू केली आणि योग्य अंतर ठेवून ते तिच्या मागावर राहिले. बादुलेंच्या बायकोनं गावाच्या दिशेनं गाडी चालवायला आरंभ केला.

बादुलेंची बायको गाडी वेगानं चालवत होती. तिचा पाठलाग करणं मामांना कठीण जात होतं, कारण त्यांची गाडी छोटी होती आणि जुनीही होती. तरीदेखील ते चिकाटीनं तिचा पाठलाग करत राहिले. काही वेळानं ती मर्सिडिझ-बेंझ न्येरेरे ड्राइव्हवर असलेल्या एका भल्या मोठ्या घराच्या फाटकातून आत शिरली. माकुत्सीच्या मामांनी आपली गाडी सावकाशपणे थोडी पुढे नेली, तेव्हा त्यांना बादुलेंची बायको आपल्या गाडीतून उतरून घराच्या दिशेनं पावलं टाकताना दिसली. त्यानंतरचं त्यांना काही दिसू शकलं नाही, कारण घरासमोरच्या बगीच्यात दाट झाडांची गर्दी होती. बादुलेंच्या घराच्या मानानं ही बाग पुष्कळच चांगली राखलेली दिसत होती.

मॅडम माकुत्सीच्या दृष्टीनं त्या दिवशी त्यांनी बराच मोठा शोध लावला होता. तरीही थोडं पुढे गेल्यावर एका जॅकरांडाच्या झाडाखाली त्यांनी गाडी उभी केली.

''आता यापुढे काय करायचंय,'' मामांनी विचारलं. ''ती घरातून बाहेर येईपर्यंत आपण इथेच थांबायचं का?''

काय करावं, ते मॅडम माकुत्सीला कळेना. ''इथं नुसतं बसून राहण्यात काही अर्थ नाही, असं मला वाटतं.'' ती म्हणाली. ''त्या घराच्या आत काय घडतंय, ते जाणून घेण्यात आपल्याला खरा रस आहे.''

तेवढ्यात तिला मॅडम रामोत्स्वेचा उपदेश आठवला. माहिती मिळवण्याचा सगळ्यात चांगला मार्ग म्हणजे घरात काम करणारी बाई. त्यांना बोलतं करायला जमलं पाहिजे. दुपारचे बारा वाजून गेले असल्यामुळे कामवाली बाई आता जेवण बनवण्याच्या गडबडीत असणार, असा अंदाज तिनं बांधला. पण आणखी तास-दोन

तासांनंतर तिचीच जेवणाची सुट्टी होईल आणि ती आपल्या घरी परत येईल. नोकरांच्या घरी जाणं अवघड नसे. मोठ्या घरांच्या मागील बाजूस जी सफाई कामगारांसाठी गल्ली असे, तिथून नोकरमाणसांच्या निवासस्थानात सहजपणे प्रवेश करता येत असे. कालच मॅडम रामोत्स्वेंननी दिलेल्या पन्नास पुलांच्या कोऱ्या करकरीत नोटा तिच्या हातावर ठेवायच्या, की आपलं काम फत्ते!

या हेरगिरीच्या कामात भलताच उत्साह दाखवणाऱ्या मामाजींनाही तिच्याबरोबर कामवालीच्या घरी जायचं होतं, पण मोठ्या मुश्किलीनं तिनं त्यांच्या विनंतीला नकार दिला, तेव्हा त्यांनी आपल्या मनातली भीती तिला बोलून दाखवली.

''एकट्यादुकट्या बाईनं जाणं बरं नव्हे. तुझं रक्षण करायला कुणी तरी असलं, तर बरं नाही का होणार?''

तिनं त्यांच्या शंकाकुशंका उडवून लावल्या. ''त्यात कसली आलीय भीती, मामा? भर दुपारी दोन कामवाल्या बायकांशी बोलायला गॅबोरोनमध्ये कधीपासून कुणाला भीती वाटायला लागली?''

तिच्या प्रश्नावर ते काही बोलू शकले नाही, तरी त्यांच्या चेहऱ्यावरची भीती कमी झाली नाही. सावकाशपणे पावलं टाकत ती मागील गल्लीतून नोकरांच्या निवास-स्थानापाशी पोहोचली. पुढे जावं की नाही, या विचारानं ती काही काळ तिथंच थबकली, पण मग मामांच्या दृष्टीआड गेली. पुढल्याच क्षणी त्यांनी आपल्या कागदावर नोंद केली : मॅडम माकुत्सीनं नोकरांच्या घरात प्रवेश केला. वेळ : दुपारी दोन वाजून दहा मिनिटं.

तिचा अंदाज खरा ठरला. त्या घरात दोन स्त्रिया काम करत होत्या. एक जरा वयस्कर वाटत होती. तिच्या डोळ्यांच्या कोपऱ्यातल्या सुरकुत्यांवरून तिचं वय लक्षात येत होतं. भारदस्त बांध्याच्या या बाईच्या अंगावर नोकराणींच्या अंगावर दिसून येणारा हिरव्या रंगाचा ड्रेस होता आणि परिचारिका घालतात तसले पांढरे बूट पायांत होते. तिच्याहून बरीच तरुण असलेली दुसरी नोकराणी साधारण पंचविशीची– मॅडम माकुत्सीच्या वयाची– होती. तिनं लाल रंगाचा कोट घातला होता आणि तिच्या चेहऱ्यावरचा भाव त्रासलेला असा होता. तिच्याकडे पाहताच मॅडम माकुत्सीला वाटलं, हिच्या अंगावर याहून चांगले कपडे असते आणि चेहऱ्यावर थोडी रंगरंगोटी असती, तर ही नक्की एखादी बारबाला म्हणून शोभली असती. कदाचित ती बारबालाच असेल, असं तिला वाटलं.

तिला पाहताच दोघींनी तिच्याकडे नजर रोखून पाहिलं. त्या तरुण स्त्रीनं तर अगदी उद्धटपणेच तिच्यावर आपले डोळे खिळवले.

''कोऽ कोऽ'' मॅडम माकुत्सीनं हाक मारल्यासारखं केलं. दार बंद असतं, तर

तिनं दारावर थाप मारून आपल्या आगमनाविषयीची सूचना दिली असती. अशा प्रकारे या संभाषणाला सुरुवात करणं जरुरीचं होतं, कारण त्या दोघी जणी घरासमोरच्या छोट्याशा पोर्चमध्ये बसलेल्या होत्या.

दोघींपैकी जी थोडी वयस्क होती, तिनं उन्हानं डोळे दिपू नयेत म्हणून डोळ्यांवर हात धरला आणि दाराशी आलेल्या पाहुणीला न्याहाळलं.

संभाषणाचे सुरुवातीचे उपचार– 'काय, कसं काय' वगैरे चौकशी झाल्यानंतर थोडा वेळ शांतता पसरली. तरुण स्त्रीनं हातातल्या काठीनं शेगडीवर असलेल्या काळवंडलेल्या किटलीला हलवल्यासारखं केलं.

"ताई, मला तुमच्याशी थोडं बोलायचं होतं–'' मॅडम माकुत्सीनं आपल्या भेटीचा उद्देश स्पष्ट करत बोलायला सुरुवात केली. "तुम्ही जिथं काम करता, त्या घरी आत्ता एक बाई मर्सिडिझ-बेंझमधून आली. तुम्हाला तिच्याविषयी काही माहिती आहे का?''

त्या तरुण नोकराणीनं आपल्या हातातली काठी खाली टाकली. वयस्कर स्त्रीनं मान डोलावत म्हटलं, "हो, आम्ही ओळखतो तिला.''

"कोण आहे ती?''

तरुण बाईनं काठी पुन्हा एकदा उचलली आणि उत्तर दिलं, "त्या बाई शहरातल्या मोठ्या बाई आहेत. त्या जेव्हा-जेव्हा इथं येतात, तेव्हा-तेव्हा त्या मोठ्या कोचावर बसतात आणि साहेबांबरोबर चहा पितात.''

त्यावर दुसरी बाई छद्मीपणे हसली अन् म्हणाली, "पण बहुतेक वेळा बिचारी इतकी थकली-भागलेली असते की, ती सरळ आत जाते आणि पलंगावर आराम करते. काय करणार, थकवा घालवावासा वाटतो बाईसाहेबांना!''

तिचे शब्द ऐकून ती तरुण स्त्री खळखळून हसली. "अहो, काय सांगू तुम्हाला– दुपारच्या वेळी भरपूर आराम चाललेला असतो दोघांचा. आमचे साहेब तिचे पायदेखील चेपतात. बिचारी!''

मॅडम माकुत्सीनंही त्यांच्या हसण्यात आपलं हसणं मिसळलं. जात्याच हुशार असलेल्या मॅडम माकुत्सीच्या ध्यानात आलं की, हा मामला अगदी सहजपणे निपटवता येईल, असा आहे. याही बाबतीत मॅडम रामोत्स्वेचे अनुभवाचे बोल खरे ठरले होते. त्या म्हणाल्या होत्या, "लोकांना अगदी मनापासून बोलायला हवं असतं. आपण त्यांना बोलतं कसं करतो, यावर सगळं अवलंबून असतं. त्यातूनही बहुतेकांना टीका-टिप्पणी करायला आवडते, म्हणूनच नोकरमाणसांना त्यांच्या मालकाविषयी नाही तर मालकिणीविषयी, विशेषत: त्यांच्या लफड्यांविषयी बोलायला अगदी मनापासून आवडतं. त्यांच्या रागामागचं कारण आपण शोधून काढायचं की, आपण गड सर केल्यातच जमा आहे, असं मानायला हरकत नाही.'' तिनं खिशात

हात घालून पन्नास पुलांच्या दोन नोटा चाचपल्या. कुणी सांगावं– पैसे न देताही आपलं काम होऊन जाईल. तसं झालं, तर आपण मॅडम रामोत्स्वेला सांगायचं की, ते पैसे तिच्या मामांना देण्यात यावेत.

"या घरात कोण राहतं? त्याची बायको वगैरे कुणी नाही?"

बायको हा शब्द ऐकताच त्या दोघी एकदम खिदळायला लागल्या.

"बायको का म्हणून नसेल? त्याची बायको आहे तर!" दोघींपैकी वयस्कर बाईनं उत्तर दिलं. "ती त्यांच्या गावी राहते. ते महालप्येच्या वरच्या बाजूला आहे. आठवड्याच्या सुट्टीत तो तिकडे जातो. ही बाई त्याची शहरातली बायको– असं म्हणा हवं तर!"

"अन् त्या गावातल्या बायकोला, या इथल्या बायकोविषयी माहिती आहे की नाही?"

"नाही," पुन्हा त्या वयस्कर बाईनंच उत्तर दिलं. "तिला ते आवडणारही नाही. ती कॅथॉलिक आहे आणि मुख्य म्हणजे चांगली मालदार आहे. तिच्या वडिलांची चार दुकानं होती. मग त्यांनी मोठं शेत विकत घेतलं. काही दिवसांनी कुठले तरी लोक आले आणि त्यांनी तिच्या शेतातच एक खाण खोदली. त्यामुळे त्यांना तिला मोठी भरपाई द्यावी लागली. त्या पैशातूनच तिनं हे मोठं घर आपल्या नवऱ्यासाठी विकत घेतलं, पण तिला गॅबोरोनमध्ये राहायला आवडत नाही."

"लहान गावात राहणारे काही लोक असे असतात ना, ज्यांना आपलं गाव सोडून दुसरीकडे कुठे जायला आवडत नाही, त्यांच्यापैकी आहे त्याची बायको," त्या तरुण कामवालीनं बोलायला सुरुवात केली. "तिचा स्वत:चा इथं कसला तरी धंदा आहे, तो हा माणूस इथे राहून सांभाळतो. दर शुक्रवारी त्याला गावी जावंच लागतं. शहरात राहणाऱ्या शाळकरी मुलाला आपल्या गावी जावं लागतं ना, अगदी तस्संच म्हणा ना."

मॅडम माकुत्सीची नजर चुलीवरच्या किटलीकडे गेली. भयंकर उकडत होतं त्या दिवशी. या दोघींनी आपल्याला चहा दिला, तर किती बरं होईल, असा विचार तिच्या मनात आला. इतक्यात, त्या वयस्कर बाईनं तिला किटलीकडे बघताना पाहिलं आणि समजूतदारपणे 'चहा घेणार का?' असं विचारलं.

"मी तुम्हाला आणखी एक गोष्ट सांगते–" स्टोव्हला काडी लावत तरुण कामवाली म्हणाली. "नोकरी सुटण्याची भीती माझ्या मनात नसती, तर केव्हाच मी त्याच्या बायकोला पत्र लिहून तिच्या नवऱ्याची ही थेरं कळवली असती."

"त्यानं आम्हाला तशी तंबीच दिलीय म्हणा ना. 'माझ्या बायकोच्या कानावर इथल्या गोष्टी गेल्या, तर याद राखा! त्या क्षणी मी तुम्हाला दोघींना बाहेरचा रस्ता दाखवेन.' आम्ही तरी काय करणार? आणि पगार चांगला देतो तो आम्हाला. या

सबंध रस्त्यावर दुसरा कुणी मालक इतका पगार देत नाही. काम गेलं, तर आम्ही कसं जगायचं? बसतो आपल्या आपली तोंडं बंद ठेवून.''

अचानक ती बोलायची थांबली. दोघी जणींनी एकमेकींकडे चिंतीत नजरेनं पाहिलं.

''अरे देवा!'' ती तरुण कामवाली विव्हळल्यासारखी बोलली. ''हे सगळं आम्ही तुमच्याजवळ का बोललो? तुम्ही महालप्येहून तर आलेल्या नाहीत ना? त्याच्या बायकोनं तर नाही धाडलं तुम्हाला? देवा, आता आमचं वाटोळं होणार... किती मूर्खपणा केला आम्ही दोघींनी!''

''छे छे!'' घाईघाईनं मॅडम माकुत्सी म्हणाली. ''मी त्याच्या बायकोला ओळखतदेखील नाही. मला तिच्याबद्दल काहीच माहीत नव्हतं. त्या दुसऱ्या बाईच्या नवऱ्याला जाणून घ्यायचंय की, त्याची बायको कुठे जाते, तिचं काही लफडं आहे का, वगैरे. त्यानं मला पाठवलंय.''

दोघी कामवाल्या बोलायच्या थांबल्या, पण वयस्कर बाईच्या चेहऱ्यावरची काळजी लपून राहत नव्हती. ''पण इथल्या भानगडीविषयी तुम्ही त्या बाईच्या नवऱ्याला सांगितलंत, तर तो इथं येईल, दोघांचं लफडं थांबवेल; एवढंच नाही तर, कदाचित ही भानगड तो त्याच्या बायकोच्या कानावरही घालेल. तसं झालं, तरी आम्हीच खड्ड्यात जाऊ ना? आमच्या नोकरीवर गदा येणारच काही झालं तरी.''

''नाही, तसलं काही एक होणार नाही.'' मॅडम माकुत्सीनं त्यांना धीर देण्याचा प्रयत्न केला. ''मी त्याला एवढंच सांगेन की, बाबा रे, तुझ्या बायकोचं कुणाबरोबर तरी प्रेमप्रकरण चालू आहे, हे मला कळलंय; पण तो माणूस कोण आहे, ते मात्र मला समजलं नाही. त्याला काय फरक पडतो? आपली बायको आपल्याशी प्रामाणिक नाही, इतकंच त्याला जाणून घ्यायचंय– मग तो पुरुष कुणी का असेना!''

त्यावर त्या तरुण कामवालीनं दुसरीच्या कानाशी काही तरी कुजबुज केली, तेव्हा मॅडम माकुत्सीनं तिला विचारलं, ''आता काय झालं?''

वयस्कर बाईनं तिच्याकडे पाहिलं अन् तिला म्हणाली, ''त्या पोराचं काय होईल आता, असं ही म्हणाली. त्या चटकचांदणीला एक मुलगा आहे. खरं सांगायचं, तर आम्हा दोघींनाही ती बया बिलकुल आवडत नाही, पण तिचं पोर मात्र आवडतं. तो मुलगा ह्याच माणसाचा आहे; तिच्या नवऱ्याचा नाही. त्याच्यावर एक नजर टाकायची खोटी– की लक्षात येतं की, त्याचा बाप हाच माणूस आहे! अगदी त्याच्या नाकासारखं मोठं नाक आहे त्याच्या पोराचं. तो पोरगा राहतो मात्र तिच्या नवऱ्यापाशी. शाळा सुटली की रोज दुपारी तो इथंच येतो. आईनं मुलाला सांगून ठेवलंय की, या दुसऱ्या माणसाबद्दल त्यानं आपल्या वडिलांजवळ एक अक्षरही काढायचं नाही. मुलगाही अगदी आज्ञाधारक आहे बिचारा. हे खरं म्हणजे योग्य

नाही. मुलांना आपणच खोटं बोलायला शिकवायचं, म्हणजे काय? अशानं आपल्या देशाचं काय होईल, मॅडम? आपली तरुण मुलं खोटारडी निघाली, तर देशाचं वाटोळं नाही का होणार? देव आपल्याला शिक्षा करेलच या पापासाठी. माझं म्हणणं पटतंय ना तुम्हाला?''

मॅडम माकुत्सी झाडाखाली उभ्या असलेल्या ऑस्टिन गाडीपाशी आली, तेव्हा ती आपल्याच विचारात गढली होती. मामाजी कंटाळून झोपी गेले होते. त्यांच्या तोंडाच्या एका कोपऱ्यातून लाळ गळत होती. तिनं त्यांना हलकेच स्पर्श केला आणि झोपेतून जागं केलं. काहीसे दचकून ते उठले अन् उद्गारले, "हां! तू सुरक्षित आहेस तर! परत आलीस, यातच मला आनंद आहे.''

"चला, निघू या आपण–'' तिनं उत्तर दिलं. "मला हवी होती, ती सर्व माहिती मी मिळवू शकले.''

ते सरळ 'नं. वन लेडीज डिटेक्टिव्ह एजन्सी'च्या ऑफिसमध्येच पोहोचले. त्या वेळी मॅडम रामोत्स्वे कामासाठी बाहेर गेली होती, त्यामुळे मॅडम माकुत्सीनं मामांना पन्नास पुलांची एक नोट काढून दिली आणि ते निघून जाताच ती आपल्या कामाचा अहवाल टाइप करायला लागली.

आपल्या अशिलाच्या मनातली भीती खरी आहे, असं मला खात्रीलायकपणे समजलं आहे. त्याची बायको तिच्या या प्रियकराला गेली अनेक वर्षं भेटते आहे. त्या माणसाची पत्नी एक कॅथॉलिक स्त्री असून तिची स्वतःची अशी भरपूर वडिलोपार्जित मालमत्ता आहे. ती या संपूर्ण प्रकरणाविषयी पूर्णपणे अनभिज्ञ आहे. तिचा मुलगा याच प्रियकरापासून झालेला आहे. आपण काय निर्णय घ्यावा, याबाबत मी अनिश्चित आहे. मला खालील पर्याय सुचवावेसे वाटतात :

(अ) आपल्याला मिळालेली सर्व माहिती आपण आपल्या अशिलाला देणे. त्याला तीच गोष्ट अपेक्षित आहे. जर काही गोष्टी आपण त्याच्यापासून दडवून ठेवल्या; तर आपण त्याला चुकीचं मार्गदर्शन करतो आहोत, असं मी म्हणेन. केस हाती घेतानाच आपण त्याला पूर्ण माहिती देण्याचं कबूल केलं होतं. त्या दृष्टीनं विचार करता, आपण त्याला सगळ्या गोष्टी सांगायला हव्यात, असं माझं प्रामाणिक मत आहे. दिलेलं वचन पाळलं नाही, तर बोट्स्वानात आणि आफ्रिकेतील दुसऱ्या एका देशात काही फरक उरणार नाही. मी नामनिर्देश केला नसला, तरी मला कोणता देश अभिप्रेत आहे, ते तुमच्या लक्षात येईलच.

(ब) आपण आपल्या अशिलाला असं सांगायचं की, त्याच्या बायकोचे एका पुरुषाबरोबर संबंध आहेत, पण त्या माणसाविषयी आम्हाला काही माहिती मिळू

शकली नाही. ही गोष्ट पूर्णपणे सत्य आहे, कारण मी त्या माणसाच्या नावाविषयी काही चौकशी केलेली नाही. अर्थात, तो कुठे राहतो, ते मला ठाऊक आहे. मला स्वत:ला खोटं बोलायला आवडत नाही, कारण मी देवावर विश्वास ठेवते. मात्र, मला कधी कधी असं वाटतं की, आपल्या कृत्याचे काय परिणाम होतील याचा आपण विचार केला पाहिजे, अशी देवाची आपल्याकडून नक्कीच अपेक्षा असते. त्या दृष्टीनं विचार केला, तर मला असं वाटतं की, जर आपण आपल्या अशिलाला सांगितलं, 'बाबा रे, हा तुझा मुलगा नाही,' तर त्याला फार दु:ख होईल. बिचारा साफ कोलमडून पडेल. त्यानं आपल्या मुलाला कायमचं गमावून बसण्यासारखं होईल ते. तात्पर्य– सत्य जाणल्यानंतर तो सुखी होईल का? त्यानं आपलं सुख गमावून बसावं, अशी देवाची इच्छा आहे का? दुसरा मुद्दा असा की, आपण त्याला सत्य परिस्थिती सांगितल्यानंतर जर मोठं भांडण झालं, तर मुलाचंही एक प्रकारे नुकसान होईल. त्याच्या जन्मदात्या वडिलांना त्याच्या शाळेची फी भरणं शक्य होणार नाही, आज तो माणूसच त्याची फी भरत आहे. जर त्या माणसाच्या पत्नीनं त्याला फी भरू दिली नाही, तर मुलगा त्याच्या शिक्षणालाच मुकेल; कारण त्याला शाळेतून काढून टाकण्यात येईल.

वर सांगितलेल्या कारणांस्तव मी निश्चित भूमिका घेऊ शकत नाही.

मॅडम माकुत्सीनं अहवालावर सही केली आणि तो मॅडम रामोत्स्वेच्या टेबलावर ठेवला. मनाची अस्वस्थता कमी व्हावी, म्हणून ती उठून उभी राहिली आणि तिनं खिडकीबाहेर नजर टाकली. बाहेरची अकेशियाची काटेरी झाडं आणि वरती असलेलं विस्तीर्ण आकाशाचं छत पाहूनही तिचं मन शांत झालं नाही. तिच्या मनात विचार आला– आपण बोट्स्वाना सेक्रेटरियल कॉलेजमधून ९७ टक्के गुण मिळवून उत्तीर्ण झालो, पण तिथं आपल्याला नैतिक तत्त्वज्ञान शिकवण्यात आलं नाही. त्यामुळे तिला देण्यात आलेल्या पहिल्यावहिल्या केसमधले धागेदोरे तिच्या हातात आले; तरी त्यावर आपण काय निर्णय घ्यायचा, आपल्या अशिलाला काय सल्ला द्यायचा, हे तिला समजेना. आपण हा निर्णय आपल्या मालकिणीलाच घ्यायला सांगावा, असं तिनं मनाशी ठरवलं. तिच्या मालकिणीला हेरगिरीचा अनुभव तर होताच, पण ती सुज्ञही होती; तिनं खऱ्या अर्थानं जग पाहिलेलं होतं.

मॅडम माकुत्सीनं स्वत:साठी एक कप चहा बनवला आणि ती परत आपल्या खुर्चीत बसली. तिची नजर परत एकदा तिच्या बुटांकडे गेली. त्यांच्यावरची तीन शोभेची बटणं तिच्याचकडे पाहत होती. 'त्यांना माहीत असेल का माझ्या प्रश्नाचं उत्तर?' तिनं स्वत:लाच विचारलं. 'कुणी सांगावं– असेलही!'

शहरभागास भेट

ज्या दिवशी सकाळी मॅडम माकुत्सीनं आपल्यावर सोपवलेल्या लेत्सेन्याने बादुलेंच्या प्रकरणाचा यशस्वीपणे छडा लावला, त्याच दिवशी 'त्लॉक्वेंग रोड स्पीडी मोटर्स'चे मालक, मातेकोनींनी आपल्याकडे राहायला आलेल्या दोन्ही मुलांना घेऊन खरेदीसाठी जायचा बेत आखला. एक उत्तम कार मेकॅनिक म्हणून ते गॅबोरोनमध्ये प्रसिद्ध होते. या मुलांच्या आकस्मिक अशा आगमनामुळे त्यांच्या घरी काम करणारी बाई फारच बिथरल्यासारखी वागत होती. आधीच तिचा स्वभाव खूप चिडखोर होता, त्यात आता या दोन मुलांमुळे तिचं काम वाढलं होतं. मॅडम फ्लॉरेन्स पेको असं नाव असलेल्या या बाईच्या विचित्र वागण्यामुळे बिचारे मातेकोनी कधी गोंधळून जायचे, तर कधी इतके घाबरून जायचे की, त्यांचं त्यांनाच कळत नसे की आपल्याला काय होतंय ते! त्या दिवशी ते अनाथाश्रमातला पंप दुरुस्त करायला म्हणून गेले काय अन् मॅडम पोतोक्वानेंनी त्यांच्या गळ्यात या दोन मुलांची जबाबदारीच टाकली काय– सगळंच अतर्क्य होतं एवढं खरं. बरं, फक्त मुलं मोठी होईपर्यंत त्यांची देखभाल करायची होती, असं म्हणावं; तर तसंही नव्हतं. दोघा भावंडांपैकी जी मुलगी होती, ती चाकाच्या खुर्चीला खिळलेली असल्यामुळे त्यांना जन्मभरच तिची काळजी घ्यावी लागणार होती. उत्साहानं सळसळणाऱ्या मॅडम सिल्व्हिया पोतोक्वानेंनी किती हुशारीनं या मुलांची जबाबदारी स्वीकारायला त्यांचं

मन तयार केलं होतं! ही अवघड कामगिरी त्या कशी काय पार पाडू शकल्या, हे कोडं अजूनही मातेकोनींना उलगडलंच नव्हतं. त्या दोघांमध्ये त्याविषयी काही तरी बोलणं झालं होतं, मग ते म्हणाले होते, ''मी काही तरी करेन या मुलांसाठी,'' एवढंच त्यांना आठवत होतं, पण या मुलांची सगळी जबाबदारी स्वीकारायला आपण कसे काय तयार झालो, तेच त्यांना कळत नव्हतं. त्यांच्या मनानं मॅडम पोतोक्वानेंची तुलना एखाद्या चतुर वकिलाशी केली होती : साक्षीदाराची उलटतपासणी करत असताना वकील ज्याप्रमाणे एखादं अगदी साधं विधान करून त्यावर साक्षीदाराचा होकार मिळवतो आणि मग पुढल्याच क्षणी त्याच्याकडून वेगळीच गोष्ट वदवून घेतो; अगदी तसंच घडलं होतं त्यांच्याबाबतीत. एका बेसावध क्षणी आश्रमाच्या संचालिकाबाईंनी त्यांच्या गळ्यात त्या बहीण-भावांची जबाबदारी टाकली होती खरी.

आता त्याविषयी विचार करून फारसा काही उपयोगही नव्हता, कारण मुलं त्यांच्या घरी येऊन दाखल झाली होती. त्यानंतर एक दिवस आपल्या मोटार दुरुस्तीच्या गॅरेजच्या ऑफिसमध्ये ते बसले होते, तेव्हा समोरच्या टेबलावरचा कागदपत्रांचा पसारा पाहिल्यावर त्यांनी आपल्या मनाशी दोन निर्णय घेऊन टाकले. पहिला निर्णय होता, एक सेक्रेटरी नेमण्याचा. आपण हा निर्णय कधी अमलात आणणार नाही, हेही त्यांना चांगलं ठाऊक होतं. दुसरा निर्णय होता मुलांसंबंधी. ही मुलं आपल्याकडे कशी आली, याविषयीची काळजी करणं यापुढे सोडून द्यायचं. योग्य प्रकारे त्यांचं पालनपोषण करायचं, एवढंच त्यांच्या दृष्टीनं आता महत्त्वाचं होतं. ते स्वत:शीच म्हणाले, 'जर या सगळ्या गोष्टींकडे आपण सकारात्मक दृष्टिकोनातून पाहिलं, तर अनेक चांगल्या गोष्टी दिसून येतात.' दोन्ही मुलं चांगली आणि गुणी वाटत होती– त्या मुलीनं इतक्या कोवळ्या वयात जे अचाट आणि अफाट कर्तृत्व दाखवलं होतं, त्याचंच फळ जणू तिच्या वाट्याला आलं होतं. मातेकोनींच्या रूपानं मुलांना जणू देवच भेटला होता. काल-परवापर्यंत ती दोघं अनाथाश्रमातल्या दीडशे मुलांमधली दोन मुलं होती, तर आज त्यांना त्यांचं स्वत:चं म्हणता येईल, असं घर लाभलं होतं. या घरात त्यांना प्रत्येकाला स्वतंत्र खोली होती आणि त्यांना वडीलही मिळाले होते– हो, तेच आता या मुलांचे वडील होते– ज्यांचं आपल्या मालकीचं गॅरेज होतं! मातेकोनी काही खूप श्रीमंत नव्हते, पण आपल्या गरजा भागवण्यापुरेसा पैसा त्यांच्याकडे निश्चितपणे होता. महत्त्वाची गोष्ट म्हणजे, त्यांच्या गॅरेजवर कुणाचं कर्ज नव्हतं, तसंच त्यांचं घरही पूर्णपणे त्यांच्याच मालकीचं होतं. त्याशिवाय 'बार्क्लेज बँक ऑफ बोट्स्वाना'मधील त्यांच्या तिन्ही खात्यांमध्ये भरपूर शिल्लक होती. त्यांना एका गोष्टीचा सार्थ अभिमान होता : त्यांनी कधीही कुणाकडून एका पुलाचंही कर्ज घेतलेलं नव्हतं. ही गोष्ट किती व्यावसायिकांना

जमते आजकाल? बहुतेक सगळेच जण कर्ज काढून व्यवसाय करत असतात. त्यामुळेच बँकेचे व्यवस्थापक, टिमॉन मोथोकोलींपुढे त्यांना हांजी-हांजी करावी लागते. त्यांनी तर असंही ऐकलं होतं की, जेव्हा मोथोकोली कौंडा मार्गावरील आपल्या घरापासून त्यांच्या कामाच्या ठिकाणी गाडीनं जातात, तेव्हा कमीत कमी चार-पाच जण तरी त्यांना बघून चळचळा कापतात. मातेकोनींची परिस्थिती त्याच्या अगदी उलट होती. जर ते मोथोकोलींना कुठे मॉलमध्ये वगैरे भेटले असते, तर ते त्यांच्याकडे पूर्णपणे दुर्लक्ष करू शकत होते; अर्थात ते इतक्या उद्धटपणे कधी वागले नसते, ही गोष्ट वेगळी!

जर आपल्याकडे इतका पैसा शिल्लक आहे, तर त्यातला काही पैसा आपण या मुलांवर का खर्च करू नये, असा सुज्ञ विचार त्यांनी केला. आपण त्यांना शाळेत घालायचं, असंही त्यांनी मनाशी ठरवलं– साध्या शाळेत नाही, तर खासगी शाळेतच घालू आपण त्यांना, असंही त्यांनी मनाशी पक्कं केलं. तिथं त्यांना चांगले शिक्षक मिळतील. असे शिक्षक– ज्यांना गणित, इंग्रजी साहित्य या विषयांची भरपूर माहिती असेल. चांगली नोकरी मिळवण्यासाठी जे-जे ज्ञान आवश्यक असतं, ते-ते त्यांना या शाळेत मिळेल. ''तो मुलगा कदाचित... छे–छे! उगीच अशी इच्छा मनात बाळगणं बरोबर नाही–'' ते स्वत:शीच म्हणाले, पण तो विचार त्यांना फार सुखद वाटला, हे निश्चित. भविष्यात कधी तरी त्या मुलाला तांत्रिक ज्ञानाविषयी गोडी वाटली, तर कुणी सांगावं, तो काही वर्षांनी आपल्या गॅरेजची जबाबदारी घेईलही स्वत:च्या खांद्यांवर. हे स्वप्न त्यांच्या मनाला इतकं भावलं की, ते काही क्षण त्याच विचारात दंग झाले : त्यांचा मुलगा– हो, त्यांचाच मुलगा– या गॅरेजमध्ये उभा आहे, वंगणानं माखलेले आपले हात तो हातातल्या कळकट फडक्याला पुसतोय. नुकतंच त्यानं एका गाडीच्या गिअरबॉक्सचं काम संपवलंय. तिथंच मागच्या बाजूला असलेल्या त्यांच्या ऑफिसमध्ये ते स्वत: आणि मॅडम रामोत्स्वे बुश टी पीत बसले आहेत... दोघंही आता वृद्धत्वाकडे झुकले आहेत, त्यांच्या डोक्यावरचे केस पिकले आहेत...

''ती बरीच दूरची गोष्ट... ते सगळं घडायचं असेल, तर त्यासाठी आपल्याला बरेच कष्ट घ्यावे लागणार आहेत.'' ते स्वत:शीच म्हणाले. सगळ्यात आधी आपण या मुलांना गावात घेऊन जायचं आणि त्यांच्यासाठी नवे कपडे घ्यायचे, हा विचार त्यांनी मनाशी पक्का केला. अनाथाश्रमातून ही मुलं त्यांच्या घरी पाठवण्यात आली, तेव्हा तिथल्या प्रथेनुसार त्यांना काही नवे कपडे देण्यात आले होते; पण कितीही झालं, तरी ते अनाथाश्रमानं दिलेले कपडे होते. आपले स्वत:चे, आपल्या पसंतीनं दुकानातून विकत घेतलेले कपडे काही वेगळाच आनंद देतात. या मुलांनी आयुष्यात चैन अशी कधी उपभोगलीच नसेल, असा विचार त्यांच्या मनात आला.

दुकानात विकत घेतलेले कपडे कारखान्यात त्यांच्यावर चढवलेल्या प्लॅस्टिकच्या आवरणासह येतात, ते आवरण आपल्या हातानं काढण्यात एक वेगळाच आनंद वाटतो. त्यानंतर त्यांच्या घड्या उलगडायच्या आणि त्यांचा विशिष्ट वास नाकात भरून घेत ते अंगावर चढवायचे– हा सगळा अनुभवही किती छान असतो! आज सकाळीच आपण त्यांना दुकानात घेऊन जायचं आणि त्यांना हवे असलेले सगळे कपडे विकत घ्यायचे, त्यानंतर औषधांच्या दुकानातून त्या मुलीसाठी तिला हवी असलेली प्रसाधनं वगैरे घ्यायची– असंही त्यांनी ठरवलं. त्यांच्या घरात सध्या फक्त ते स्वत: वापरत असलेला साधासा साबण होता. तिच्यासाठी तो नक्कीच योग्य नव्हता.

मातेकोनींनी आपला हिरव्या रंगाचा ट्रक गॅरेजमधून बाहेर काढला. त्याच्या मागच्या भागात तिची चाकांची खुर्ची सहज मावेल इतकी जागा होती. खरेदीला जाण्यासाठी म्हणून ते घरी आले, तेव्हा त्यांची वाट पाहत मुलं बाहेरच्या व्हरांड्यात बसलेली होती. मुलाला कुठे तरी एक काठी सापडली होती, ती तो एका दोरीला बांधण्याचा उद्योग करत वेळ घालवत होता; तर मुलगी दुधाच्या जगावर घालण्यासाठी म्हणून एक क्रोशाची जाळी बनवत होती. अनाथाश्रमात मुलींना अशा प्रकारची कलाकुसरीची काम शिकवत असत आणि काही मुलींनी तर त्यांच्या कलाकृतींसाठी बक्षिसंही मिळवलेली होती. 'ही मुलगी खरंच फार गुणी दिसतेय,' मातेकोनी समाधानानं स्वत:शीच उद्गारले. 'हिला योग्य ती संधी मिळाली, तर ही काहीही साध्य करू शकेल.'

त्यांना पाहताच मुलांनी त्यांना सभ्यतापूर्वक अभिवादन केलं. 'तुम्हाला बाईंनी नाश्ता दिला का?' या प्रश्नाचं त्यांनी मान हलवून होकारार्थी उत्तर दिलं. नेहमीपेक्षा ते तिला हल्ली लवकर यायला सांगायचे, कारण ते गॅरेजला गेल्यानंतर तिनंच त्यांना नाश्ता देणं जरुरीचं होतं. काही कुरकूर न करता तिनं त्यांची विनंती मान्य केली, तेव्हा मातेकोनींना आश्चर्यच वाटलं होतं. पण स्वयंपाकघरातून आत्ता जे काही आवाज येत होते– भांडी आदळण्याचे, भांड्यातला पदार्थ चमच्यानं जोरजोरात हलवण्याचे, वगैरे– त्यावरून तिच्या बिघडलेल्या मन:स्थितीचा अंदाज बांधणं त्यांना अवघड नव्हतं. आपल्या मनातला राग बऱ्याच वेळा ती अशा प्रकारे भांड्यांवरच काढत असे.

मुलं गाडीत बसल्यावर त्यांनी गाडी सुरू केली, तेव्हाही तिची धुसफूस, त्यांच्याकडे रागानं बघणं वगैरे चालूच होतं; पण तिच्याकडे दुर्लक्ष करत त्यांनी गावाच्या दिशेनं आपली वाटचाल सुरू केली. त्यांचा ट्रक अलीकडे थोडा त्रास देत होता– त्याच्या स्प्रिंग्ज जुन्या झाल्या असल्यामुळे फार हादरे बसायचे, पण त्याचं

इंजिन अजूनही उत्तम काम देत होतं. गंमत म्हणजे, गाडीला बसणाऱ्या हादऱ्यांमुळे मुलांना मजा वाटत होती. मुलीनं तर ट्रकविषयी जे प्रश्न विचारले, त्याचं मातेकोनींना आश्चर्य वाटलं. ट्रक किती जुना आहे, तो बरंच तेल पितो का, यांसारखे प्रश्न एक लहान मुलगी विचारेल, असं त्यांना कधीच वाटलं नव्हतं.

''जुनी इंजिनं खूप तेल पितात, असं मी ऐकलंय, ते खरं आहे का दादा?'' तिनं विचारलं.

त्यांनीही तिच्या प्रश्नांला सविस्तर उत्तर दिलं की, इंजिनाचे भाग जुने झाले, झिजले की, ते जास्त तेल पितात वगैरे आणि तिनंही त्यांचं बोलणं अगदी मन लावून ऐकलं. तिच्या तुलनेत मुलानं या चर्चेत मुळीच रस दाखवला नाही. मातेकोनींनी विचार केला, 'ठीक आहे, काही बिघडत नाही. अजून लहानच आहे. थोडा मोठा झाला की आपण त्याला गॅरेजमध्ये घेऊन जाऊ... आपल्याकडे कामाला असलेली पोरं त्याला चाकांचे नट्स कसे काढायचे ते दाखवतील, मग हळूहळू त्याला या कामात रस वाटू लागेल. त्याच्या वयाच्या मुलाला हे काम करायला नक्कीच आवडेल आणि जमेलही. खरं पाहिलं, तर अशा प्रकारची कामं मुलं आपल्या बापाकडून केवळ बघून-बघूनच शिकत असतात. येशू ख्रिस्तसुद्धा वडिलांच्या हाताखालीच सुतारकाम करायला शिकला होता ना?' त्यांच्या मनात एक वेगळीच कल्पना तरळली. 'आज तो या जगात पुन्हा अवतरला, तर कदाचित तो एक मेकॅनिक होईल. तसं झालं, तर तो सगळ्या मेकॅनिकांना आपलाच सन्मान वाटेल. आणि नक्कीच तो आफ्रिकेत जन्म घ्यायचं ठरवेल, कारण इस्त्राईल देश अलीकडे फार अशांत झाला होता.' आपल्या या स्वप्नरंजनात रमत असताना त्यांच्या मनात आणखी एक विचार आला– 'जर येशू ख्रिस्तानं खरोखरच आफ्रिकेत जन्म घ्यायचं ठरवलं, तर तो बोट्स्वाना देशच पसंत करेल आणि बोट्स्वानातही त्याला गॅबोरोनच अधिक आवडेल. खरंच, बोट्स्वानाच्या लोकांचा त्यामुळे फार मोठा गौरव केल्यासारखं होईल.' तेवढ्यात भानावर येत ते स्वत:शीच उद्गारले, 'हे असलं काही एक होणार नाही, तेव्हा उगीच फालतू विचार करण्यात काही अर्थ नाही. परमेश्वर काही पुन्हा या जगात अवतार घेणार नाही; आपल्याला त्यानं एक संधी दिली होती, पण आपणच करंटे ठरलो.'

विचारांच्या तंद्रीतून ते बाहेर आले, कारण त्यांना आता आपला ट्रक उभा करायचा होता. ब्रिटिश हाय कमिशनच्या बाजूला ट्रक थांबवताना त्यांनी उच्चायुक्तांची पांढऱ्या रंगाची रेंज रोव्हर ही गाडी पाहिली. बहुतेक सर्व परकीय वकिलातींतील अधिकाऱ्यांच्या गाड्या मोठ्या गॅरेजमध्ये दुरुस्तीसाठी जात असत, कारण अशा अत्याधुनिक गाड्या तपासण्यासाठी तशाच प्रकारची आधुनिक यंत्रसामग्री लागत असे, पण ब्रिटिश उच्चायुक्तांना मात्र आपल्या गाडीसाठी मातेकोनीच हवे असत.

"ती काही अंतरावर असलेली गाडी पाहिलीस का?" ते मुलाला म्हणाले. "फार उत्तम प्रकारातली गाडी आहे ती. मी त्या गाडीला आतून-बाहेरून चांगली ओळखतो, बरं का?"

काहीही प्रतिसाद न देता मुलानं आपली नजर खाली वळवली.

"फारच छान गाडी आहे," मुलीनं आपलं मत सांगितलं. ती त्यांच्या मागच्या बाजूला बसली होती. "तिच्याकडे पाहिलं की असं वाटतं, जणू काही आकाशातला ढगच खाली उतरून चाकांवर उभा आहे!" तिचे शब्द कानावर पडताच त्यांनी मागं वळून पाहिलं.

"किती छान शब्दांत वर्णन केलंस तू त्या गाडीचं. मी नेहमी लक्षात ठेवेन हे वर्णन." ते कौतुकानं म्हणाले.

"अशा गाडीला किती सिलिंडर्स असतात– सहा का?" तिनं विचारलं.

पुन्हा एकदा मातेकोनींच्या चेहऱ्यावर तिच्या कौतुकादाखल स्मित उमटलं. मग त्यांनी आपली नजर तिच्या भावाकडे वळवली.

"काय रे, किती सिलिंडर्स असतात अशा गाडीच्या इंजिनात?" त्यांनी प्रश्न केला.

जमिनीवर खिळवलेली नजर वर न करताच त्यानं आपला अंदाज व्यक्त केला, "एक सिलिंडर असेल?"

"एक?" त्याची चेष्टा करण्याच्या सुरात ती म्हणाली, "ते काय टू-स्ट्रोक इंजिन आहे का?"

तिचा तो प्रश्न ऐकून त्यांचे डोळे आश्चर्यानं विस्फारले. "टू-स्ट्रोक इंजिन? तू कुठे ऐकलंस टू-स्ट्रोक इंजिनाविषयी?"

खांदे उडवल्यासारखं करत ती म्हणाली, "मला कधीपासून माहिती आहे टू-स्ट्रोक इंजिनाविषयी. अशी इंजिनं खूप आवाज करतात. त्यांच्यामध्ये पेट्रोल घालताना त्यात तेल मिसळतात ना? बहुतेक मोटरसायकलची इंजिनं तसलीच असतात. कुणालाच आवडत नाहीत ही इंजिनं."

मातेकोनींनी तिच्या म्हणण्याला दुजोरा दिला. "खरंच, ती इंजिनं खूप त्रास देतात. पण, चला– इंजिनांविषयी बोलत वेळ नको घालवायला. तुमच्यासाठी कपडे आणि इतर वस्तू विकत घ्यायच्यात ना आपल्याला?"

दुकानातल्या नोकरांनी मुलीविषयी सहानुभूतीचा दृष्टिकोन दाखवला. तिनं जे कपडे निवडले, ते घालून पाहण्यासाठी त्या तिला खास खोलीकडे घेऊन गेल्या. तिची निवड तशी साधीच होती अन् कपडे निवडताना प्रत्येक वेळी तिनं स्वस्तातले स्वस्त कपडे उचलले. 'मला असलेच कपडे हवेत' असं स्पष्टीकरणही तिनं प्रत्येक

वेळी दिलं. तिच्या मानानं मुलानं सगळ्याच खरेदीत मनापासून रस घेतला. त्यानं भडक रंगाचे शर्ट पसंत केले आणि एक पांढऱ्या बुटांचा जोड पसंत केला. या वेळी त्याच्या मोठ्या बहिणीनं त्याला विरोध केला. ती मातेकोनींना म्हणाली, "आपण त्याला हे बूट घेऊन देता कामा नयेत. ते फार लवकर मळतील आणि मग तो ते फेकून देईल. हा फार उधळ्या मुलगा आहे."

"अस्सं!" मातेकोनी गंभीरपणे म्हणाले. तसं पाहिलं, तर तो मुलगा दिसण्या- बोलण्यात चांगलाच होता, नावं ठेवण्यासारखं त्याच्यात काही नव्हतं; तरीही आपल्या मुलाविषयीची जी प्रतिमा त्यांच्या मनात निर्माण झाली होती– मोठा झाल्यावर तो गॅरेजची जबाबदारी सांभाळेल– ती त्याच्या पांढऱ्या बुटांच्या निवडीमुळे काहीशी धूसर झाली आणि तिची जागा एका दुसऱ्याच प्रतिमेनं घेतली. ह्या तरुणानं अंगावर पांढरा शुभ्र, नव्या फॅशनचा शर्ट आणि सूटही घातला होता. आपल्या मुलाचं हे रूप काही त्यांच्या मनाला भावलं नाही...

खरेदीचं काम आटोपल्यावर पोस्ट ऑफिससमोरच्या चौकातून ते आपल्या ट्रककडे निघाले, तेव्हा एका फोटोग्राफरनं त्यांना थांबवलं.

"मी तुमच्या तिघांचा एक छानसा फोटो काढतो. इथं या झाडाखाली तुम्ही तिघं उभे राहा. पाहा, एका मिनिटात फोटो येईल. तुमच्या कुटुंबाचा मस्त फोटो होईल."

"तुम्हाला हवाय का असा फोटो?" त्यांनी मुलांना विचारलं. "आपल्या आजच्या खरेदीची आठवण म्हणून राहील आपल्याजवळ."

दोन्ही मुलांना त्या कल्पनेनं आनंद झाला.

"हो," ती मुलगी उत्साहानं म्हणाली. "आजपर्यंत आमचा फोटो कधीच काढला नाही कुणी."

तिच्या त्या शब्दांनी मातेकोनी अवाक् झाले. 'ही मुलगी जवळजवळ बारा-तेरा वर्षांची होती, पण आत्तापर्यंत कुणीच कधी तिचा फोटो काढलेला नव्हता! तिच्या बालपणाच्या काहीच आठवणी तिच्याजवळ राहणार नाहीत– ती लहानपणी कशी दिसत असेल, हे तिला समजणारच नाही कधी. 'ही मी आहे,' असं कुठल्या फोटोकडे पाहून ती म्हणू नाही शकणार. याचा दुसरा अर्थ असा होता की, कुणालाच कधी तिचे फोटो काढावेसे वाटले नव्हते. कुणाच्याही लेखी तिला तितकं महत्त्वच नव्हतं.'

त्यांनी एक दीर्घ श्वास घेतला. क्षण-दोन क्षण त्यांच्या मनात या मुलांविषयी अपार करुणा दाटून आली. अर्थात ती केवळ दयाभावना नव्हती, तर त्यात प्रेमाचा अंशही खूप मोठा होता. या मुलांना आपण त्यांना हवं असेल ते सगळं काही द्यायचं, त्यांना काही कमी पडू द्यायचं नाही, त्यांच्या आत्तापर्यंतच्या आयुष्यातील सर्व उणिवांची पुरेपूर भरपाई करायची– असा निर्धार त्यांनी आपल्या मनाशी केला.

त्यांच्या वयाच्या सर्वसाधारण मुलांना जे-जे हक्कानं मिळतं; ज्यावर मुलं सहजपणे हक्क सांगतात, ते सगळं प्रेम आपण त्यांना द्यायचं... जे त्यांना गेल्या काही वर्षांत कधी मिळालेलंच नव्हतं, त्या प्रेमाचा वर्षाव आपण त्यांच्यावर करायचा– या विचारानं त्यांचं मन शांत झालं.

फोटोसाठी त्यांनी मुलीची चाकांची खुर्ची झाडाखाली नीट उभी केली. फोटोग्राफरनं तिथं आपला तात्पुरता स्टुडिओ उभारला होता. ती व्यवस्थित उभी राहिल्यावर त्यानं आपला कॅमेरा तिकाटण्यावर उभा केला, तो स्वत: कॅमेऱ्याच्या मागे जाऊन उभा राहिला आणि हातानं खूण करून त्यानं तिचं लक्ष आपल्याकडे वेधून घेतलं. कळ दाबल्याचा आवाज आला, मग थोडी खरखर ऐकू आली आणि पुढल्याच क्षणी फोटोग्राफरनं झर्रकन फोटो बाहेर काढला, त्याच्यावरचं प्लॅस्टिकचं आवरण दूर केलं व फोटो सुकवण्यासाठी म्हणून त्याच्यावरून वारा घातल्याप्रमाणे हलवलं.

मुलीनं फोटो आपल्या हातात घेतला. त्याच्यावर एक नजर टाकताच तिचा चेहरा आनंदानं खुलला. त्यानंतर त्यानं काहीशा नाटकीपणानं मुलाला फोटोसाठी उभं केलं. तोही मजेत दोन्ही हात मागे बांधून, चेहऱ्यावर रुंद स्मित दाखवत तयार झाला. पुन्हा एकदा त्याच नाटकी पद्धतीनं फोटोग्राफरनं सर्व क्रिया केल्या. त्या वेळी मुलाच्या चेहऱ्यावरून आनंद नुसता ओसंडून वाहात होता.

मातेकोनी खुशीत येऊन दोघा मुलांना म्हणाले, ''छान फोटो आलेत दोघांचेही. आता तुम्ही ते आपल्या खोलीत लावा. काही दिवसांनी आपण आणखी फोटो काढू तुमचे.''

मुलीची खुर्ची ट्रककडे नेण्याच्या दृष्टीनं ते मागे वळले आणि पुढल्याच क्षणी थिजल्यासारखे जमिनीला खिळून उभे राहिले. त्यांच्या जणू हातापायातली शक्तीच कुणी तरी काढून घेतलीय, असं वाटलं त्यांना.

उजव्या हातात पत्रांची मोठी टोपली धरून मॅडम रामोत्स्वे त्यांच्यासमोर उभी होती. तिला पोस्टात जायचं होतं. मातेकोनींना पाहताच तीही आश्चर्यानं थबकली होती. या वेळी इथं काय करत होते ते? अन् ही मुलं कोण होती?

कामवालीचा हिसका

'आपण मॅडम रामोत्स्वेबरोबर लग्न करणार आहोत,' असं ज्या दिवशी मातेकोनींनी जाहीर केलं, त्या दिवसापासून फ्लॉरेन्स पेकोचा जो मस्तकशूळ उठला होता, तो काही केल्या थांबत नव्हता. तसं पाहिलं, तर मूळचीच ती एक भडक डोक्याची बाई होती. तिला डोकेदुखीचा जुनाट विकार होता. मनाविरुद्ध काहीही घडलं की तिचा हा आजार डोकं वर काढायचा. उदाहरण द्यायचं झालं, तर तिचा एक भाऊ पोलीसकोठडीत होता. महिन्यातून एकदा ती त्याला भेटायला जायची, तेव्हा कैद्यांना भेटायला आलेल्या नातेवाइकांच्या रांगेत उभी असल्यापासूनच तिचं डोकं चढायला लागत असे. गाड्या चोरण्याच्या प्रकरणात तिचा हा भाऊ अडकलेला होता. त्याला सोडवण्यासाठी तिनं खोटी साक्ष दिली होती– म्हणजे भावानं रचलेल्या खोट्या कहाणीला तिनं दुजोरा दिला होता. पण तसं करताना तिला चांगलं ठाऊक होतं की, आपला भाऊ एक नंबरचा चोर होता आणि सरकारनं त्याच्यावर दाखल केलेले आरोप खरेच होते. 'अंदरकी बात' सांगायची, तर ज्या गुन्ह्यांसाठी त्याला पाच वर्षांची शिक्षा झाली होती, त्याहून किती तरी जास्त गुन्हे त्यानं केले होते. पण तिच्या दृष्टीनं तो महत्त्वाचा मुद्दा नव्हता. त्याला शिक्षा झाली, ह्याच गोष्टीचा तिला भयंकर संताप आला होता आणि तिनं पोलीस-अधिकाऱ्यांना शिवीगाळ करून तो उघड-उघड व्यक्तही केला होता. कोर्टातून निघायच्या बेतात असलेल्या मॅजिस्ट्रेट

मॅडमनी तो सगळा प्रकार ऐकला, तेव्हा त्या परत आपल्या खुर्चीवर बसल्या आणि त्यांनी फ्लॉरेन्सला त्यांच्यासमोर हजर व्हायचा हुकूम दिला आणि शांतपणे पण खंबीर शब्दांत तिला समज दिली, ''हे न्यायालय आहे. इथं तुम्हाला पोलीस अधिकाऱ्यांवर किंवा इतर कोणावरही ओरडता येणार नाही, हे ध्यानात ठेवा. आणखी एक गोष्ट विसरू नका. आज तुमचं नशीब जोरावर होतं, म्हणूनच तुम्ही धादांत खोटं बोलूनही सरकारी वकिलांनी तुमच्यावर त्याबद्दल काही आरोप ठेवलेले नाहीत.''

ते ऐकून फ्लॉरेन्स गप्प बसली होती आणि तिला शिक्षाही झाली नव्हती. पण त्यामुळे तिच्या मनातली अन्यायाची भावना अधिकच गडद झाली होती. बोट्स्वानाच्या सरकारनं तिच्या भावाला तुरुंगात टाकून फार मोठी चूक केली होती, असं तिचं ठाम मत होतं. त्याच्याहून किती तरी मोठे अन् निर्ढावलेले गुन्हेगार उजळ माथ्यानं समाजात वावरत होते; सरकार त्यांना का नव्हतं शिक्षा करत? उदाहरणार्थ– अमुक माणूस, तमुक माणूस... ही यादी तशी खूप मोठी झाली असती. गंमत म्हणजे तिच्या या यादीतले तीन पुरुष तिलाही माहीत होते, त्यातले दोन तर अगदी जवळून!

आता यांच्याचपैकी एकाची, फिलोमन लेआन्येची, मदत घ्यायचा तिनं निश्चय केला. पूर्वी कधी तरी एकदा तिनं त्याला मदत केलेली होती. पोलिसांनी त्याला एका गुन्ह्यासंदर्भात पकडलं होतं, तेव्हा त्याला वाचवण्यासाठी तिनं खोटीच जबानी दिली होती की, ज्या वेळी गुन्हा घडला, तेव्हा तो तिच्याबरोबर होता. वास्तविक पाहता, तो तेव्हा तिच्याबरोबर नव्हताच. विशेष म्हणजे, भावाच्या केसमध्ये खोटी साक्ष देण्याबद्दल कोर्टाकडून तिला तंबी मिळूनदेखील तिनं हे धाडस केलं होतं. म्हणजेच आपण मोठा गुन्हा करतोय, याची तिला पुरेपूर जाणीव असूनही, मित्राला वाचवण्यासाठी तिनं स्वत:चा जीव धोक्यात घातला होता. या फिलोमन लेआन्येची अन् तिची गाठ आफ्रिकन मॉलमधील एका खाद्यपदार्थांच्या स्टॉलवर पडली होती. बोलता-बोलता त्यानं तिला म्हटलं होतं, ''मला ना, काही चांगल्या मुलींशी मैत्री करावीशी वाटतेय. माझ्याच पैशांवर मजा मारणाऱ्या, फुकटात दारू ढोसणाऱ्या बारबालांचा मला अगदी उबग आलाय.'' मग थोडं रंगात येऊन स्वारी म्हणाली होती, ''तुझ्यासारखी बाई मला मैत्रीण म्हणून खूप आवडेल.''

कौतुकाचे हे बोल ऐकल्यावर या बाईसाहेबही पाघळल्या होत्या आणि दोघांची मैत्री जोमानं फुलायला लागली होती. तसं पाहिलं, तर कधी कधी महिन्या-महिन्यांत त्यांची गाठभेट होत नसे; पण तो तिला भेटायला आला की मात्र न चुकता काही तरी भेटवस्तू आणत असे. एकदा त्यानं तिला एक चांदीचं घड्याळ दिलं होतं, तर एकदा एक बॅग दिली होती (तिच्या आत एक पर्सही होती!). आणखी एकदा त्यानं

तिला केप ब्रँडीची बाटली दिली होती. 'ओल्ड नालेदी' असं नाव असलेल्या विभागात तो एका बाईबरोबर राहत असे. तिच्यापासून त्याला तीन मुलंही झाली होती.

अलीकडे तो तिच्याविषयी फ्लॉरेन्सकडे बरीच तक्रार करत असे. ''ती बया हल्ली माझ्यावर सारखी ओरडत असते, शिवीगाळ करत असते. माझी कोणतीही गोष्ट तिला पसंतच पडत नाही. दर महिन्याला अगदी नियमितपणे मी तिला घरखर्चासाठी पैसे देत असतो, पण हिचं आपलं एकच पालूपद– 'पैसे पुरत नाहीत. तुम्ही देता तेवढ्या पैशात काय होणार? माझी पोरं अर्धपोटीच राहतात.' तुला सांगतो, कितीही केलं, तरी तिचं समाधानच होत नाही.''

फ्लॉरेन्सला त्याची दया आली. सहानुभूतीच्या स्वरात ती त्याला म्हणाली, ''मग कशाला राहतोस तिच्याजवळ तू? सोडून दे सरळ तिला आणि ये माझ्याकडे. आपण दोघं लग्न करू आणि सुखानं संसार करू. मी तुझी छान बडदास्त ठेवते की नाही बघ.''

तिनं एवढं मनापासून सांगितलं, पण त्यानं मात्र ते हसण्यावारी नेलं. तिची चेष्टा करत तो म्हणाला, ''काही सांगू नकोस. तूदेखील तिच्यासारखीच वागशील नंतर. मला चांगलं माहीत आहे, तुम्ही बायका लग्न होईपर्यंतच ठीक असता. एकदा का लग्न झालं की, तुमच्या आरडाओरड्याला सुरुवात होते, हे सगळ्या जगाला ठाऊक आहे. कुठलाही विवाहित पुरुष हेच सांगेल!''

त्यामुळे दोघांमधले संबंध केवळ कधी तरी भेटण्यापुरतेच मर्यादित राहिले, तरी त्याला पोलिसांच्या तावडीतून सोडवण्यासाठी तिनं बरीच मोठी लढत दिली होती– सतत तीन तास तिनं त्यांच्या उलटतपासणीला, प्रश्नांच्या भडिमाराला तोंड दिलं होतं आणि पोलिसांना अगदी ठामपणे सांगितलं होतं की, गुन्हा घडला त्या वेळी तो तिच्याचबरोबर होता. त्यामुळेच तिला खात्री वाटत होती की, आता तिच्या अडचणीच्या वेळी तो तिला मदत करेल.

एक दिवस मातेकोनींच्या पलंगावर त्याच्याबरोबर आराम करत असताना तिनं त्याला म्हटलं, ''फिलोमन, मला तू एक बंदूक आणून देशील का रे?''

तिच्या बोलण्यावर तो आधी जोरात हसला, पण मग त्यानं तिच्या चेहऱ्यावरला गंभीर भाव बघितला, तेव्हा तोही गंभीरपणे म्हणाला, ''काय विचार काय आहे तुझ्या मनात? मातेकोनींना गोळी घालून मारणार आहेस की काय? पुन्हा कधी ते स्वयंपाकघरात आले अन् त्यांनी तुझ्या जेवणाला नावं ठेवली, की लगेच 'ढिशँव' करणार का? व्वा!''

''नाही रे, मी कुणाला मारणार-बिरणार नाहीये. मला बंदूक हवी आहे, ती कुणाच्या तरी घरात ठेवण्यासाठी. मग मी पोलिसांत कळवेन त्याविषयी. त्यानंतर

पोलीस तिथं जातील, त्यांना बंदूक सापडेल अन् ते त्या व्यक्तीला अटक करतील.''

''म्हणजे माझी बंदूक मला परत मिळणारच नाही?''

''नाही. पोलीस ती घेऊन जातील ना? पण जिच्या घरात त्यांना बंदूक सापडेल, त्या व्यक्तीलाही पोलीस पकडून घेऊन जातील ना? अशा वेळी पोलीस काय कारवाई करतात? विनापरवाना बंदूक बाळगणं, हा गुन्हा आहे ना?''

फिलोमननं लगेच काही उत्तर दिलं नाही. त्यानं एक सिगारेट शिलगावली आणि वर छताच्या दिशेनं धुराचं नळकांडं सोडलं.

''आपल्या इथं अशा प्रकारच्या विनापरवाना शस्त्रांबाबत फार कडक नियम आहेत. तुमच्याजवळ असं एखादं शस्त्र सापडलं, की पोलीस तुमची रवानगी सरळ तुरुंगात करतात. बस्स! फाशीबिशी नाही देत आरोपीला, पण तुरुंगाच्या कोठडीत सडत राहावं लागतं आयुष्यभर. त्यांना आपल्या देशाचा जोहान्सबर्ग होऊ द्यायचा नाहीये.''

त्याच्या बोलण्यावर खुशीत हसत ती म्हणाली, ''पोलीस याबाबतीत अगदी कडक धोरण स्वीकारतात, त्याचा मला आनंदच वाटतोय. मलाही अगदी तेच व्हायला हवंय.''

आपल्या दोन दातांच्या फटीत अडकलेला तंबाखूचा छोटा तुकडा काढत फिलोमननं तिला विचारलं, ''आणि या बंदुकीचे पैसे मी कुठून द्यायचे? पाचशे पुला पडतील– तेही कमीत कमी. कुणाला तरी सांगून जोहान्सबर्गहून मागवावी लागेल. आपल्या इथं अशा सहजासहजी मिळत नाहीत बंदुका.''

''माझ्याकडे पाचशे पुला नाहीत,'' ती म्हणाली. ''त्यापेक्षा तू चोरत का नाही एखादी बंदूक? तुझ्या एवढ्या ओळखी आहेत– तुझ्याच एखाद्या पोराला सांग ना हे काम.'' मग ती क्षण-दोन क्षण बोलायची थांबली अन् मग म्हणाली, ''माझं एवढं काम कर ना– मी नाही का तुझ्या उपयोगी पडले? किती मोठी जोखीम पत्करली होती मी तेव्हा.''

त्यानं आपली नजर तिच्या चेहऱ्यावर लावली अन् विचारलं, ''खरंच बंदूक हवीय तुला?''

''अर्थातच. माझ्या दृष्टीनं खूप महत्त्वाचं आहे हे काम.''

त्यानं सिगारेट विझवली अन् निघायच्या हेतूनं पलंगावरून पाय खाली सोडले.

''ठीक आहे. बंदूक मिळवायचा प्रयत्न करतो मी तुझ्यासाठी. पण एक गोष्ट ध्यानात ठेवायची– जर काही घोटाळा झाला, तर मी हात वर करणार. मग समजायचं की, मी तुला बंदूक दिलीच नव्हती; काय?''

''मी म्हणेन, मला बंदूक सापडली कुठे तरी. किंवा असं म्हणेन, तुरुंगाबाहेरच्या झुडूपात कुणी तरी टाकली होती, ती मला सापडली. एखाद्या कैद्यानं टाकली

असेल, मला माहीत नाही.''

"ठीक आहे, म्हणजे तुझं हे उत्तर पोलिसांना पटेलही कदाचित,'' फिलोमन म्हणाला. "हवीय केव्हा ही बंदूक तुला?''

"जितक्या लवकर मिळेल, तेवढी बरी!'' ती म्हणाली.

"मग आज रात्रीच आणून देतो.'' तो म्हणाला. "माझ्याकडे एक जास्तीची आहेच नाही तरी. तीच वापर तू.''

लाडात येऊन तिनं त्याच्या मानेला हलकाच स्पर्श केला. "किती चांगला आहेस रे तू! तुला जेव्हा माझ्याकडे यावंसं वाटेल, तेव्हा बिनदिक्कत येत जा– अगदी कधीही. तुला भेटायला मला नेहमीच आनंद वाटतो आणि तुला खूश करायलाही.''

"तूदेखील मला खूप आवडतेस.'' तो हसतच म्हणाला. "रंगेलपणात तू काही कमी नाहीयेस अन् तितकीच हुशारदेखील आहेस!''

म्हटल्याप्रमाणे त्यानं त्याच दिवशी तिला एक बंदूक दिली. एका मोठ्या ओ.के. बाजारच्या थैलीच्या तळाशी त्यानं ही बंदूक प्लॅस्टिकच्या आवरणात व्यवस्थित लपेटून अशा पद्धतीनं ठेवली होती की, कुणाला काही संशयही आला नसता. आणखी खबरदारी म्हणून त्यानं पिशवीत वरच्या बाजूला एबनी मासिकाचे काही जुने अंक ठेवले होते. त्याच्यासमोरच तिनं बंदुकीवरचं वेष्टण उघडलं, तेव्हा त्यानं तिला बंदूक कशी वापरायची, त्याविषयी धडे द्यायला सुरुवात केली. तिनं त्याला लगेच थांबवलं अन् म्हणाली, "त्याची काही जरुरी नाही. मला फक्त बंदुकीत आणि गोळ्यांमध्ये रस आहे.''

बंदुकीबरोबरच त्यानं तिला नऊ गोळ्या दिल्या होत्या. त्या छान चमकत होत्या, जणू काही कुणी तरी त्यांना नुकतंच घासून-पुसून ठेवलं होतं. गोळ्या हाताळताना तिला बरं वाटत होतं. त्यांच्या तळभागात भोकं पाडली आणि त्यातून एखादी नायलॉनची दोरी ओवली किंवा चांदीच्या साखळीत त्या अडकवल्या, तर त्यांचा एक छानसा नेकलेस होईल, असा एक विचारही तिच्या मनात आला.

बंदुकीत गोळ्या कशा भरायच्या, मग बोटांचे ठसे राहू नयेत म्हणून बंदूक कापडानं पुसून स्वच्छ कशी करायची, वगैरे गोष्टी त्यानं तिला समजावून सांगितल्या. त्यानंतर त्यानं तिला क्षणभर जवळ घेतलं, तिच्या गालावर आपले ओठ टेकवल्यासारखं केलं आणि तो निघूनही गेला. दर वेळी यायचा, तसा त्याच्या केसांना एक प्रकारचा मंद सुगंध येत होता, तो तिच्या नाकाला जाणवला. दुपारच्या एक-दोन घटकांपुरतीच आपली दोघांची संगत मर्यादित असते, या विचारानं तिच्या काळजात एक कळ उठली. त्याच क्षणी एक खुनशी विचार तिच्या मनात उमटला–

मी त्याच्या घरी जाऊन त्याच्या बायकोला बंदुकीनं उडवलं, खतम केलं, तर तो करेल का माझ्याशी लग्न? कजाग बायकोपासून त्याची कायमची सुटका केली म्हणून तो माझ्यावर खूश होईल का, की आपल्या मुलांना पोरकं केलं म्हणून आपला रागच करेल? काही सांगता येणार नाही. त्याच्या मनाचा अंदाज घेणं कठीणच आहे... ती स्वत:शीच म्हणाली.

दुसरी गोष्ट म्हणजे, कुणाचाही जीव घेणं तिला जमलंच नसतं. ती एक ख्रिश्चन असल्यामुळे लोकांचा जीव घेणं तिला जमलंच नसतं कधी. तिच्या दृष्टीनं ती स्वत: एक चांगलीच स्त्री होती. हे जे वाईट कृत्य ती करणार होती, ते परिस्थितीनं तिच्यावर लादलं होतं. सज्जन लोक कधी अशा प्रकारची कृत्यं करत नाहीत, हे तिला ठाऊक होतं, निदान तसं ते म्हणतात तरी! वस्तुस्थिती वेगळी असते, हे ती जाणत होती. आयुष्यात कधी ना कधी प्रत्येकाच्याच हातून अशा गोष्टी घडत असतात. मॅडम रामोत्सवेच्या बाबतीत ती जे करणार होती, ते तरी तिला मनापासून थोडंच करायचं होतं? तिच्या मालकांशी लग्न करून ही बया त्यांचं सुखाचं आयुष्य दु:खात ढकलणार होती, म्हणूनच तिच्यावर ही वेळ आली होती. बिचारे तिचे साहेब! त्यांना थोडाच स्वत:चा बचाव करता येणार होता त्या बयेपासून? साहेबांचं काम अगदी निष्ठेनं करणाऱ्या माझ्यासारख्या बाईला ती कामावरून काढून टाकायचा बेत आखत होती काय? तिला काटशह देण्यासाठी आपणच ठामपणे पावलं उचलायला हवीत. काही वर्षं तुरुंगात काढल्यानंतर कळेल तिला की, इतरांचे हक्क पायदळी तुडवले की काय होतं ते! नको तेवढी लुडबूड दुसऱ्याच्या आयुष्यात या गुप्तहेर बाईनं केली, म्हणूनच मला हे कारस्थान रचावं लागलं तिच्याविरुद्ध. आता तिच्यावर जे संकट ओढवणार आहे, त्याला केवळ तीच जबाबदार असणार आहे; दुसरं कुणी नाही.

'माझ्या हातात आता बंदूक आलीय खरी, पण यापुढे जे काही करायचं, त्यासाठी मला कुणाची तरी मदत घ्यावीच लागणार आहे,' फ्लॉरेन्स स्वत:शीच म्हणाली. मनाशी ठरवल्याप्रमाणे झेब्रा ड्राइव्हवरच्या एका घरात ती ठेवणं गरजेचं आहे.

ते काम करण्यासाठी तिला आणखी एकाचे पाय धरायला लागणार होते. ती त्याला फक्त पॉल म्हणूनच ओळखत होती. अधून-मधून तिच्याशी गप्पा मारायला, थोडी लगट करायला तो तिच्याकडे येत असे. दोन वर्षांपूर्वी त्यानं तिच्याकडून काही पैसे उधार घेतले होते. ती रक्कम तशी फार मोठी नव्हती, पण त्यानं ते पैसे परत केले नव्हते, एवढं मात्र खरं. विसरलाही असेल तो कदाचित, पण ती नक्कीच विसरली नव्हती आणि आता त्याला त्या उपकाराची आठवण करून द्यायची वेळ

आली होती. जर त्यानं पैसे परत करण्याबाबतीत टाळंटाळ केली, तर तिच्या हातात हुकुमाचं पान होतंच खेळायला. आपला साधा, नाकासमोर चालणारा नवरा मातेकोनींच्या घरी एका बाईला भेटायला जातो, हे त्याच्या बायकोला माहीत नव्हतं. आपण काय करू शकतो, हे त्याला कळलं, तर तो नक्कीच आपलं म्हणणं ऐकेल, अशी तिला खात्री होती.

पण तशी वेळ आलीच नाही. तिनं फक्त त्याला दिलेल्या कर्जाचा उल्लेख केला आणि तेवढ्यावरच त्यानं काम करायला होकार दिला. पैसे परत करणं शक्य नाही, अशी सुरुवात करून त्यानं नेहमीचं रडगाणं गायला सुरुवात केली... मी कमवलेल्या प्रत्येक पुलाचा हिशोब मला माझ्या बायकोला द्यावा लागतो. आमच्या एका मुलाला बरं नसतं, त्याचं हॉस्पिटलचं बिल भरावं लागतं दर महिन्याला. काही शिल्लक उरतच नाही महिन्याअखेर, पण देईन मी तुझे पैसे एक दिवस.

त्याची अडचण आपल्याला समजते आहे, अशा अर्थानं तिनं मान हलवली. ''पैशाचं काही नाही एवढं,'' ती म्हणाली. ''खरं तर मी तुला ते माफही करेन, पण माझ्यासाठी तू एक काम केलं पाहिजेस.''

त्यानं संशयानं तिच्याकडे पाहिलं होतं. ती पट्कन् म्हणाली, ''मी काही फार मोठं काम करायला सांगत नाहीये. एका रिकाम्या घरी जायचं, तिथं कुणी नसतं त्या वेळी. स्वयंपाकघराची खिडकी फोडायची आणि आत घुसायचं.''

''मी काही कुणी चोर नाहीये-'' तिचं बोलणं थांबवत तो म्हणाला. ''चोरी वगैरे आपल्याला जमणार नाही.''

''पण तुला कोण सांगतंय चोरी करायला? मी तुला तिथं काही तरी ठेवायला सांगणार आहे. चोर काही दुसऱ्याच्या घरात वस्तू ठेवण्यासाठी नाही जात.''

मग तिनं त्याला आपल्या मनातली योजना सविस्तरपणे सांगितली. तिची अशी अपेक्षा होती की, त्यानं एका घरात जाऊन तिथल्या कपाटात एक पुडकं अशा पद्धतीनं ठेवायचं की, जे कुणाला सहजासहजी सापडणार नाही.

''काय आहे ना, मला एक गोष्ट सुरक्षितपणे ठेवायची आहे आणि मी ज्या घरी तुला ती ठेवायला सांगणार आहे, तिथं ती अगदी सुरक्षित राहील, याची मला खात्री आहे.'' तिनं स्पष्टीकरण दिलं.

सुरुवातीला त्यानं कां कूं करायचा बराच प्रयत्न केला, तेव्हा तिनं कर्जाचा विषय काढला; मग तो तयार झाला. त्यानंतरच्या दिवशीच त्यानं त्या घरात प्रवेश करायचा. त्या वेळी घरात कुणीच नसायचं, हे तिनं आधीच हेरून ठेवलं होतं. घरातली कामवाली बाईपण त्या वेळी घरात नसायची आणि कुत्रा तर तिथं नव्हताच.

तिनं त्याला धीर देत म्हटलं, ''खरंच, याहून सोपं काम दुसरं असूच शकत नाही रे. पंधरा मिनिटांच्या आत तू बाहेर येशील. असा आत गेलास आणि असा

बाहेर आलास– असं होईल, बघच तू.''

तिनं त्याच्या हातात ते पुडकं ठेवलं. पहिल्याप्रमाणे बंदूक प्लॅस्टिकच्या आवरणात गुंडाळलेली होतीच, शिवाय आणखी एका साध्या ब्राऊन पेपरमध्येही ती बांधलेली होतीच, त्यामुळे आत नक्की काय वस्तू आहे ते कळत नव्हतं. तरीदेखील पुडकं चांगलंच वजनदार लागत होतं हाताला. त्याच्या मनात परत एकदा संशय बळावला. त्यानं तो बोलून दाखवला, तेव्हा तिनं हातानं उडवून लावत म्हटलं, ''उगीच चौकश्या करू नकोस, प्रश्न विचारू नकोस, म्हणजे तुला काही माहीत नाही असा अर्थ होईल.''

'मला काय ही इतका मूर्ख समजते की काय?' तो स्वत:शीच म्हणाला. 'सरळ कळतंय की ही बंदूक आहे. त्या झेब्रा ड्राइव्हवरल्या घरात मला बंदूक नेऊन ठेवायला सांगतेय काय?'

''मला ही वस्तू नाही घेऊन जावीशी वाटत, बाबा.'' तो नाराजीच्या सुरात म्हणाला. ''फार जोखमीचं काम आहे हे. ह्याच्या आत एक बंदूक आहे, हे मी ओळखलंय. पोलिसांना कळलं, की माझ्यापाशी बंदूक आहे, तर माझी पुरती वाट लागेल. मला तुरुंगाची हवा खायची नाहीये. त्यापेक्षा असं करतो मी. उद्या मीच मातेकोनींच्या घरी येईन आणि बंदूक घेऊन जिथं नेऊन ठेवायची आहे, तिथं जाईन.''

तिनं त्याच्या सूचनेवर विचार केला. ठीक आहे, आपण एका मोठ्या प्लॅस्टिकच्या थैलीतून ही बंदूक नेऊ या. याला तिथून न्यायची असेल, तरी हरकत नाही. कशीही करून ती त्या रामोत्स्वेबाईच्या घरात गेली म्हणजे मिळवली. त्यानंतर दोन दिवसांनी आपण पोलिसांना फोन करून कळवायचं की, आपलं काम फत्ते!

''ठीक आहे. तुझ्या मर्जीप्रमाणे होऊ दे, मग तर झालं? उद्या अडीच वाजता ये, तोपर्यंत साहेब परत गॅरेजला गेलेले असतील.''

तिनं ते पुडकं परत एकदा ओ.के. बझारच्या पिशवीत ठेवलंय ह्याची त्याच्या मनानं नोंद केली.

''आज तू माझं काम करायचं कबूल केलंस– फारच छान वागलास तू. चल, मीही तुला खूश करून टाकते.''

''आज नको. जी जोखीम अंगावर घेतलीय, ती पार पडत नाही, तोपर्यंत माझ्या मनाला स्वस्थता लाभणार नाही. परत येईन कधी तरी मी.''

दुसऱ्या दिवशी दुपारी दोन वाजून गेल्यावर गॅबोरोन सन हॉटेलमध्ये कारकून म्हणून काम करणारा पॉल मॉनसोपाटी हॉटेलातील सेक्रेटरीच्या केबिनमध्ये डोकावला आणि तिला म्हणाला, ''मी जरा बाहेर जाऊन येतो. एक फोन करायचाय. खासगी आहे, एका अंत्ययात्रेसंबंधात.''

सेक्रेटरीनं मान डोलावून परवानगी दिल्यानंतर तो बाहेर पडला. हे प्रकार नेहमीच घडायचे, त्यामुळे तिला त्यात वेगळं असं काही वाटलं नाही. लोक मरतात, मग त्यांच्या अंत्ययात्रा निघतात, झाडून सगळे नातेवाईक तर अशा प्रसंगी हजेरी लावतातच, पण फारशी ओळख नसलेले लोकही जातात. अशा प्रसंगाच्या नियोजनात किती वेळ आणि श्रम खर्ची पडतात, ते ज्याचं त्यालाच ठाऊक!

पॉलनं हातातल्या कागदावर लिहिलेला फोन नंबर फिरवला.

''मला इन्स्पेक्टरसाहेबांशी बोलायचंय. फोन द्या त्यांना. हवालदार वगैरे नको.''

''कोण बोलतंय?'' पलीकडून प्रश्न विचारला गेला.

''ते महत्त्वाचं नाहीये. मी सांगतो तेवढं करा, नाही तर तुम्हीच गोत्यात याल, राव.''

काही क्षणांनंतर पलीकडच्या बाजूनं एक वेगळा आवाज ऐकू आला, तेव्हा त्यानं बोलायला सुरुवात केली. ''मी काय सांगतोय, ते नीट ध्यान देऊन ऐका साहेब. मला जास्त वेळ बोलता येणार नाही, पण मी एवढंच म्हणेन की, मी या देशाचा एक निष्ठावंत नागरिक आहे आणि गुन्हेगारीला माझा सक्त विरोध आहे.''

''अस्सं? फारच चांगली गोष्ट आहे ही.'' इन्स्पेक्टरनं उत्तरादाखल म्हटलं. ''आम्हालाही तुमच्यासारखे लोक फार आवडतात.''

''...तर मी काय सांगत होतो साहेब– मी जो पत्ता तुम्हाला देईन तिथं तुम्ही गेलात, तर तिथं तुम्हाला एक बाई आढळेल. तिच्याकडे तुम्हाला एक बेकायदा शस्त्र सापडेल. ती असलाच धंदा करते. एका मोठ्या पांढऱ्या ओ.के. बझारच्या पिशवीत सापडेल तुम्हाला हे शस्त्र. आत्ता लगेचच्या लगेच गेलात, तर तुम्ही तिला पकडू शकाल, साहेब. पण एक गोष्ट लक्षात ठेवा, ती बाईच हा व्यवहार करते, त्या घराच्या मालकाचा काही संबंध नाही या गोष्टीशी. ही बंदूक पण तुम्हाला तिच्याच पिशवीत सापडेल. तिच्याजवळ स्वयंपाकघरातच असणार ती पिशवी. इतकंच सांगायचं होतं मला साहेब.'' असं म्हणून त्यानं मातेकोनींच्या घराचा पत्ता इन्स्पेक्टरला दिला आणि फोन ठेवून दिला.

पलीकडच्या बाजूला इन्स्पेक्टरसाहेबही खुशीत हसले. फारच सोपं होतं काम. त्याबद्दल त्यांना शाबासकीही मिळाली असती. हे असंच चालत होतं– अवैध शस्त्रं बाळगल्याबद्दल लोकांना शिव्या दिल्या जात. ते कर्तव्यदक्ष नसतात म्हणून आरडाओरडही होत असे. तरीदेखील अधून-मधून हे प्रकार घडायचेच. एखादा प्रामाणिक नागरिक आपली सचोटी सिद्ध करायचा आणि त्यामुळे सामान्य नागरिकांविषयीचं मत बदलत असे. अशा लोकांना काही तरी बक्षीस द्यायला हवं, असा विचार त्याच्या मनात तरळला– फार नाही, निदान पाचशे पुला तरी!

कुटुंबाचा आरंभ

आपण एका अकेशिया वृक्षाच्या फांदीखाली उभे आहोत, ह्या गोष्टीची जाणीव त्या क्षणी मातेकोनींना झाली. त्यांनी वर पाहिलं, तेव्हा निरभ्र निळ्या आकाशाच्या पार्श्वभूमीवर उठून दिसणारी हिरवी पानं त्यांच्या नजरेनं टिपली. माध्यान्हीच्या उन्हापासून आपलं संरक्षण करण्याच्या हेतूनं पानांनी जणू काही हातमिळवणी केली होती. त्यामुळे ती दोन्ही हात जोडून प्रार्थना करत आहेत, असा त्यांना भास झाला. फांदीच्या टोकाला नेहमी आढळणारा एक पक्षी आपले पंजे घट्ट आवळून बसला होता आणि भिरभिरत्या नजरेनं लक्ष्य टिपत होता. प्रेश्यसनं आपल्याला अशा क्षणी पाहिलंय की, आपली भीतीनं बोबडी वळल्यासारखी झालीय... तिच्याशी एक शब्दही आपल्याला बोलता येणार नाही! असं असूनदेखील आजूबाजूच्या गोष्टी आपण इतक्या व्यवस्थितपणे टिपल्या; एवढंच नव्हे तर, त्या आपल्या लक्षातही राहिल्या, याचंच त्यांना नवल वाटलं. ज्याच्या आयुष्याचा अखेरचा दिवस उजाडलाय, काही तासांनंतर ज्याला फाशी देण्यात येणार आहे, अशा वेळी एखाद्या कैद्यानं कोठडीच्या खिडकीतून अखेरची म्हणून बाहेर एक नजर टाकावी आणि बाहेरचं जग पाहावं, तशी काही तरी भावना त्यांच्या मनात निर्माण झाली.

त्यांची नजर खाली वळली, तेव्हा समोरच दहा फुटांवर त्यांना प्रेश्यस रामोत्स्वे उभी दिसली. तिच्या चेहऱ्यावर गोंधळात पडल्याचा भाव होता. तिला हे माहीत होतं

की, अनाथाश्रमासाठी जमेल ती मदत मोतेकोनी करत असत. दुसऱ्याच्या गळ्यात जबाबदाऱ्या अडकवण्याचा मॅडम सिल्व्हिया पोतोक्वानेंचा स्वभावही तिला अपरिचित नव्हता. एका दिवसासाठी मी अनाथाश्रमातल्या दोन मुलांना बाहेर घेऊन आलोय आणि त्यांचे फोटो काढण्याचा कार्यक्रम आखलाय, असं हिला बहुतेक वाटत असणार, असा विचार त्यांच्या मनात आला. 'ह्या मुलांना मी दत्तक घेतलंय, आणि लग्नानंतर ही जबाबदारी तिच्याही गळ्यात पडणार आहे, असं काही हिला वाटत नसणार,' ते स्वत:शीच म्हणाले.

"इथं काय करताय तुम्ही?" प्रेश्यसनं शांततेचा भंग करत विचारलं. तिच्या प्रश्नात आश्चर्य वाटण्यासारखं काहीच नव्हतं. असा साधा-सरळ प्रश्न एखादा मित्रही विचारू शकेल किंवा वाग्दत्त वधूदेखील. मातेकोनींनी मुलांकडे पाहिलं. मुलीनं तिचा फोटो तिच्या चाकांच्या खुर्चीला लावलेल्या पिशवीत ठेवला होता, तर मुलानं त्याचा फोटो दोन्ही हातांत पकडून छातीपाशी घट्ट धरला होता– जणू काही त्याला भीती वाटत होती की, ही समोर उभी असलेली बाई त्याच्या हातातून त्याचा फोटो हिसकावून घेईल.

"ही दोघं अनाथाश्रमातली मुलं आहेत," पुटपुटल्यासारख्या आवाजात मातेकोनी म्हणाले. "ही मुलगी आहे आणि हा मुलगा."

त्यांच्या या वाक्यावर प्रेश्यस मोठ्यानं हसली अन् म्हणाली, "अस्सं होय? मला माहीतच नव्हतं. बरं झालं हं, तुम्ही सांगितलंत ते!"

मुलीनं मंद स्मितासह प्रेश्यसला अभिवादन केलं.

"माझं नाव मोथोलेली आणि माझ्या भावाचं नाव आहे पुसो. ही नावं आम्हाला अनाथाश्रमात देण्यात आली आहेत."

"तुमची तिथं छान काळजी घेत असतील ना? मला माहीत आहे, मॅडम पोतोक्वाने फार चांगल्या स्वभावाच्या बाई आहेत." प्रेश्यसनं प्रेमळपणे दोघांची चौकशी केली.

"हो. खूप चांगला स्वभाव आहे मॅडमचा. अगदी प्रेमळ आहेत." मुलीनं उत्तर दिलं.

तिला आणखी काही तरी सांगायचं असावं, पण तेवढ्यात मातेकोनी घाईघाईन म्हणाले, "आत्ताच मी या मुलांचे फोटो काढून घेतले." मग मुलीकडे वळून ते म्हणाले, "मोथोलेली, मॅडम रामोत्स्वेंना दाखव तुमचे फोटो."

मुलीनं आपली खुर्ची पुढे ढकलली आणि तिचा फोटो प्रेश्यसच्या हातात ठेवला, तेव्हा प्रेश्यसनं मनापासून त्याचं कौतुक केलं, "किती छान आलाय तुझा फोटो! अगदी जपून ठेवण्यासारखा आहे. मी तुझ्या वयाची होते, तेव्हा काढलेले एक-दोन फोटोच माझ्याजवळ शिल्लक राहिलेत. जेव्हा मला वाटतं ना, आपण

म्हाताऱ्या झालोत, तेव्हा मी ते फोटो बघते. मग मला वाटतं, अजून काही आपण फार म्हाताऱ्या नाही झालो. तेवढ्यानंही खूप बरं वाटतं माझ्या मनाला.''

''अजून तू तरुणच आहेस हं!'' मातेकोनी प्रेश्यसला म्हणाले, ''हल्लीच्या दिवसांत सत्तरी येईपर्यंत कुणी म्हातारं नाही समजत स्वत:ला– सत्तरीच नव्हे, कदाचित जास्तच!''

''तसं आपल्या वयाच्या माणसांना वाटतं,'' हसून प्रेश्यस म्हणाली. मुलीच्या हातात तिचा फोटो ठेवत तिनं विचारलं, ''आता मातेकोनी तुम्हाला अनाथाश्रमात नेऊन सोडणार आहेत की, दुपारचं जेवण बाहेरच घेणार आहात तुम्ही?''

''आम्ही काही खरेदी करत होतो इतका वेळ,'' पट्‌कन ते म्हणाले. ''आणखी एक-दोन कामं राहिली आहेत करायची.''

''नंतर आम्ही त्यांच्या घरी जाणार आहोत,'' मुलगी म्हणाली. ''आता आम्ही त्यांच्या घरी राहतो!''

आपलं हृदय जोरजोरात धडधडतंय, असा भास मातेकोनींना झाला. बहुतेक आपल्याला हृदयविकाराचा झटका येणार, अशी भीती त्यांना वाटली. आता आपलं काही खरं नाही, असंही त्यांना वाटलं आणि त्या विचारानं त्यांच्या छातीत दु:खाची कळ उठली. आपलं प्रेश्यसबरोबर लग्न होऊ शकणार नाही, आपण ब्रह्मचारी म्हणूनच अखेरचा श्वास घेणार, ही मुलं परत एकदा अनाथ होणार, आपलं गॅरेज बंद पडणार... हे सगळे विचार त्यांच्या मनात झर्रकन तरळले, पण त्यांच्या सुदैवानं तसं काही घडलं नाही. त्यांच्या भोवतालच्या जगात काहीही फरक झाला नाही.

आश्चर्याच्या भावनेनं प्रेश्यसनं त्यांच्याकडे पाहिलं. ''ही मुलं तुमच्या घरी राहत आहेत? हे नव्हतं मला माहीत. हे केव्हा ठरवलंत तुम्ही? आत्ताच आलीयत का ही दोघं?''

''हो, काल आली.'' उदासपणे ते उद्‌गारले.

प्रेश्यसनं एकवार मुलांकडे पाहिलं अन् मग मातेकोनींकडे.

''एक मिनिट, आपण जरा बोलू या का या विषयावर?'' ती म्हणाली. ''मुलांनो, तुम्ही थांबा इथंच. आम्ही दोघं पोस्ट-ऑफिसात जाऊन येतो.''

'आता काही आपली सुटका नाही,' असा विचार करून ते तिच्या पाठोपाठ निघाले, तेव्हा त्यांची मान एखाद्या चोरी पकडलेल्या शाळकरी मुलासारखी खाली होती. एकाच वेळी आपल्याला निवाडा आणि शिक्षा ऐकायला मिळणार, याची त्यांना खात्री पटली. प्रेश्यस बहुतेक आपल्याला घटस्फोट देणार. ठरलेलं लग्न मोडतं, तेव्हा हाच शब्द वापरतात का, की आणखी काही– हे त्यांना नक्की माहीत नव्हतं. 'आपण तिच्याशी खोटे वागलो, तिला फसवलं– हे सगळं त्या सिल्व्हिया पोतोक्वानेंमुळे घडलं,' ते वैतागून स्वत:शीच म्हणाले. त्यांच्यासारख्या बायका

दुसऱ्या लोकांच्या आयुष्यात नको तेवढी लुडबूड करतात, त्यांच्यावर आपले निर्णय लादतात आणि त्यामुळे त्यांच्या आयुष्याचा पार विचका करून टाकतात.

प्रेश्यसनं आपल्या हातातली पत्रांची टोपली खाली ठेवली आणि त्यांच्याकडे पाहत विचारलं, ''मुलांविषयी मला का नाही बोललात काही? काय ठरवलं आहे तुम्ही?''

तिच्या नजरेला नजर देण्याचा धीर त्यांना झाला नाही. ''मी सांगणारच होतो तुला. काल काय झालं... मी अनाथाश्रमात गेलो होतो. तिथला पाण्याचा पंप त्रास देत होता गेले काही दिवस. खरं म्हणजे फार जुना झालाय तो– अगदी मोडीत काढण्याच्या लायकीचा. त्यांची मिनीबससुद्धा बिघडते अधूनमधून– नवे ब्रेक्स बसवायला झालेत. सध्याचे ब्रेक्स अनेक वेळा दुरुस्त केलेत मी, पण काही उपयोग होत नाही. काही नवे पार्ट पण आणायला हवेत. त्याबद्दलही सांगून झालंय, पण...''

''होय– होय,'' त्यांना मध्येच थांबवत प्रेश्यस म्हणाली. ''त्या ब्रेक्सबद्दल अनेक वेळा सांगितलंयत तुम्ही मला... पण या मुलांचं काय?''

पुन्हा तोच विषय निघालाय, आता त्याविषयी काही न बोलून चालणार नाही, याची त्यांना जाणीव झाली, तेव्हा त्यांनी एक नि:श्वास टाकला. ''त्या मॅडम पोतोक्वाने कशा आहेत, ते तुला माहीतच आहे. त्या काल मला म्हणाल्या, 'तुम्ही काही मुलांची जबाबदारी घेतलीत, तर बरं होईल.' खरं म्हणजे तुला विचारल्याशिवाय मला काही निर्णय घ्यायचा नव्हता, पण त्या माझं काही ऐकायलाच तयार नव्हत्या. सरळ या दोघांना माझ्यासमोर घेऊन आल्या. मग माझ्यापुढे काही पर्यायच उरला नाही. फार कठीण परिस्थितीत सापडलो मी.''

ते एकदम बोलायचे थांबले. एक माणूस त्यांच्याजवळून गेला. खिशातून किल्ली काढत असताना तो स्वत:शीच काही तरी पुटपुटला. प्रेश्यसनं एकवार त्याच्याकडे बघितलं आणि पुन्हा मातेकोनींकडे आपला मोहरा वळवला.

''म्हणून तुम्ही मुलं आपल्या घरी न्यायचा विचार केलात? आणि आता त्यांना वाटतंय की, ती तुमच्याच घरी राहणार आहेत?'' तिनं विचारलं.

''तसंच काहीसं.'' ते तोंडातल्या तोंडात म्हणाले.

''आणि हे किती दिवसांसाठी असणार आहे?'' तिनं पुढचा प्रश्न विचारला.

तेव्हा मात्र मातेकोनींनी एक दीर्घ श्वास घेतला आणि ते म्हणाले, ''जितके दिवस मुलांना गरज असेल, तोपर्यंत. मी तसं सांगितलंय त्यांना.''

त्यांच्यामध्ये एकदम एक बदल घडला, त्याची त्या क्षणापर्यंत त्यांनाही मुळीच कल्पना नव्हती. त्यांच्यातील आत्मविश्वास जागा झाला. 'आपण काहीही गैरकृत्य केलेलं नाही. चोरी केलेली नाही, कुणाचा खून केलेला नाही, की कुणाची

फसवणूकही केलेली नाही,' ते स्वत:शीच म्हणाले. 'मी एवढंच केलंय, की दोन गरीब, अनाथ मुलांच्या आयुष्यात प्रकाश निर्माण करायचा छोटासा प्रयत्न केलाय. त्यांना मी प्रेम देणार आहे आणि त्यांची काळजीही घेणार आहे, एवढंच. आता प्रेश्यसला ही गोष्ट पसंत नसेल, तर त्याला काही उपाय नाही.' झाली गोष्ट ते आता बदलू शकत नाहीत, हे नक्की. त्यांनी घेतलेला निर्णय काहीसा तडकाफडकी होता, कदाचित थोडा अविचारीही असेल, पण तो निश्चितपणे कुणाच्या तरी भल्यासाठीच होता.

ते आपल्याच विचारात दंग होते. प्रेश्यसच्या मोठ्यानं हसण्याच्या आवाजानं त्यांची विचारशृंखला तुटली अन् ते भानावर आले. ती त्यांना म्हणाली, "एक गोष्ट सांगू मी तुम्हाला? तुम्ही प्रेमळ मनाचे नाहीत, असं कुणीही तुमच्याबद्दल म्हणायला धजावणार नाही, हे मी तुमच्याबद्दल ठामपणे म्हणू शकते. मी तर म्हणेन, तुमच्याइतका प्रेमळ माणूस उभ्या बोट्स्वानात सापडणार नाही; निदान मला तरी माहीत नाही. जी गोष्ट तुम्ही केलीयत, ती करायला दुसरा कुणीही पुढे आला नसता, ह्याची मला खात्री आहे."

ते तिच्याकडे बघतच राहिले. "तुला माझा राग नाही आला?" त्यांनी अविश्वासानं विचारलं.

"आला होता," ती म्हणाली, "पण अगदी थोडा वेळ. एखाददुसरं मिनिट. मग माझ्या मनात विचार आला– खरंच, मला या देशातल्या सर्वांत प्रेमळ माणसाशी लग्न करायचं आहे की नाही? तेव्हा माझ्या मनानं कौल दिला, अर्थातच. मग मी स्वत:ला आणखी दोन प्रश्न विचारले, मला या मुलांची आई व्हायला आवडेल ना? मला जमेल ना ते? तेव्हाही माझ्या मनानं 'हो' असंच उत्तर दिलं. झालं, माझ्या मनात एवढेच विचार आले, बरं का!"

मातेकोनींचा आपल्या कानांवर विश्वासच बसेना. ते तिला इतकंच म्हणाले, "तूसुद्धा काही कमी प्रेमळ मनाची नाहीस. खरंच, फार मोठे उपकार आहेत माझ्यावर तुझे."

"पुरे. मला वाटतं, आपण आपल्या दोघांच्या प्रेमळपणाची चर्चा आता इथंच थांबवावी. ती मुलं आपली वाट पाहत असतील तिथं. त्यांना घेऊन आपण आता माझ्या घरी जाऊ आणि त्यांना सांगू की, यापुढे ती दोघं तिथंच राहणार आहेत. मग दुपारी मी तुमच्या घरी येईन आणि त्यांना घेऊन माझ्या घरी जाईन. माझं घर तुमच्या..."

ती एकदम बोलायची थांबली. पण त्यांच्या लक्षात आलं, तिला काय म्हणायचंय ते. त्यांची काही हरकत नव्हती. "बरोबर आहे तुझं म्हणणं. माझ्या घरापेक्षा तुझं घर नक्कीच जास्त सोईस्कर आहे आणि तू त्यांची देखभाल केलीस, तर ते केव्हाही

चांगलंच होईल त्यांच्या दृष्टीनं.''

मनातले सगळे संभ्रम संपले आहेत, अशा अवस्थेत ते मुलांकडे परतले. लगेच मातेकोनींनी मुलांना सांगितलं, ''मी या बाईंबरोबर लग्न करणार आहे लवकरच. तुम्हाला आता आईही मिळेल.''

मुलाला त्यांच्या बोलण्यानं धक्का बसला, पण मुलीनं मात्र आदरपूर्वक आपली नजर खाली वळवली.

''खूप आनंद वाटतोय मला मॅडम. आम्ही दोघंही तुमच्याशी चांगलं वागायचा प्रयत्न करू.'' ती म्हणाली.

''व्वा! किती छान बोललीस तू. खरंच आपलं सगळ्यांचं एक मस्त कुटुंब होईल मग...'' प्रेश्यसनं प्रतिसाद दिला. ''मला अगदी खात्री वाटतेय, बघ.''

मुलाला आपल्याबरोबर घेऊन प्रेश्यस आपली पांढरी व्हॅन आणायला गेली. मातेकोनींनी मुलीची चाकांची खुर्ची आपल्या जुनाट ट्रकच्या दिशेनं वळवली. ते झेब्रा ड्राइव्हवरच्या तिच्या घरी पोहोचले, तेव्हा प्रेश्यस आणि पुसो त्यांची वाट पाहत उभेच होते. मुलगा हे घर पाहून भलताच खूश झाला होता. ''हे घर एकदम मस्त आहे!'' तो आपल्या बहिणीला म्हणाला. ''बघ ना, इथं किती झाडं आहेत, कलिंगडांचे वेल आहेत. माझी खोली मागच्या बाजूला आहे.''

प्रेश्यसनं दोघा मुलांना घराभोवतालचा परिसर दाखवला, तेव्हा मातेकोनी बाजूलाच उभे राहिले. त्यांचं मन समाधानानं ओसंडून वाहत होतं. तिच्याविषयी त्यांना जे-जे माहीत होतं, ते-ते सगळं अगदी पूर्णपणे खरं आहे, याची प्रचिती त्यांना आज आली होती. या आईवेगळ्या मुलीला तिच्या वडिलांनी– ओबेद रामोत्स्वेंनी किती छान पद्धतीनं वाढवलं होतं, तिच्यावर किती उत्तम संस्कार केले होते. 'त्यांनी आपल्या बोट्स्वानाला एका महान स्त्रीची देणगी दिलीय,' ते स्वत:शीच उद्गारले. त्यांना स्वत:ला या गोष्टीची जाणीवही नसेल, पण ते खऱ्या अर्थानं एक धीरोदात्त नायकच होते.

मुलांसाठी जेवण बनवण्याच्या गडबडीत प्रेश्यस होती, तेवढ्या वेळात मातेकोनींनी गॅरेजमध्ये फोन करून सगळं काही ठीक चाललंय ना, ह्याची चौकशी केली. दोघांपैकी जो उमेदवार वयानं लहान होता, तो फोनवर बोलताना घाबरलेला वाटला त्यांना. त्याचा आवाज किंचाळल्यासारखा, तारस्वरात बोलत असल्यासारखा वाटत होता.

''तुम्ही फोन केलात, ते फार चांगलं केलंत साहेब,'' तो म्हणाला. ''इथे पोलीस येऊन गेले काही वेळापूर्वी. त्यांना तुमच्या कामवालीसंबंधात तुमच्याशी बोलायचं होतं. तिला अटक करून ते पोलीस चौकीवर घेऊन गेलेत. तिच्याजवळच्या पिशवीत त्यांना एक बंदूक सापडली, त्यामुळे फार चिडले होते ते.''

त्याला आणखी काही सांगता आलं नाही, तेव्हा त्यांनी फोन ठेवून दिला. आपल्या कामवालीजवळ पोलिसांना बंदूक सापडली! तिच्याबद्दल त्यांना संशय होताच– ती लबाड होतीच. आणखीही काही दुर्गुण तिच्यात असावेत, अशीही शंका त्यांना होतीच; पण ती शस्त्र वगैरे बाळगत असेल, असं त्यांना कधीच वाटलं नव्हतं. रिकाम्या वेळात काय काय उद्योग करत होती ही बाई! चोऱ्या करत होती की, कुणाचा खून करत होती, देवच जाणे!

ते स्वयंपाकघरात गेले, तेव्हा प्रेश्यस लाल भोपळ्याचे तुकडे एका मोठ्या भांड्यात उकडत होती.

''माझ्या कामवालीला पोलिसांनी अटक करून कोठडीत टाकलंय–'' त्यांनी तिला सांगितलं. ''तिच्याजवळ एक बंदूक सापडली म्हणे त्यांना.''

प्रेश्यसनं हातातला चमचा खाली ठेवला. भोपळा लवकरच शिजून तयार होणार होता. ''मला काही नवल वाटलं नाही, तुम्ही जे काही सांगताय त्याबद्दल. नाही तरी एक नंबरची लबाडच बाई वाटली होती मला ती. बरं झालं, पोलिसांनी पकडलं तिला. कधी तरी त्यांच्या तावडीत सापडणारच होती ती बया. मला ठाऊकच होतं ते.''

त्या एका दिवसात इतक्या गोष्टी घडल्या होत्या त्या दोघांच्या आयुष्यात, की त्यांनी एकमतानं निर्णय घेतला, आज आता बाकी सगळी कामं बाजूला ठेवू आणि उरलेला दिवस शांतपणे फक्त मुलांच्या संगतीतच घालवू. त्यानुसार मातेकोनींनी आपल्या नोकरांना फोन करून सांगितलं, ''आज झाली तेवढी कामं पुरे झाली, आता गॅरेज बंद करा आणि घरी जा. गेले काही दिवस मी विचार करत होतो, तुम्हाला अभ्यास करण्यासाठी सुट्टी द्यावी म्हणून. आता आज दुपारचा वेळ अभ्यासाला द्या. दारावर पाटी लावून ठेवा, 'गॅरेज उद्या सकाळी आठ वाजता उघडेल' म्हणून.''

फोन बंद केल्यानंतर ते प्रेश्यसला म्हणाले, ''मला चांगलं ठाऊक आहे, ही पोरं अभ्यास वगैरे काही करणार नाहीत. धावतील कुठल्या तरी पोरींच्या मागे. या पोरांना दुसरं काही सुचतच नाही.''

''बहुतेक सगळे तरुण स्त्री-पुरुष असेच वागतात. या वयात त्यांना गाणं-बजावणं, छान छान कपडे या गोष्टींचंच आकर्षण वाटतं. त्यात ते वेगळं काही वागत नाहीत. आपल्या तरुणपणी आपणही तेच केलं होतं– जरा आठवून बघा!'' त्यांना समजावत प्रेश्यस म्हणाली.

मग तिनं आपल्या संस्थेत फोन केला, तेव्हा नव्या आत्मविश्वासानं मॅडम माकुत्सी म्हणाली, ''मी त्या बादुले केसचा छडा लावलाय अन् सगळी माहिती

मिळवलीय. आता यापुढे आपण काय निर्णय घ्यायचा, ते तुम्ही ठरवायचंय.''

''बोलू त्यावर आपण.'' मॅडम रामोत्स्वेनं आपल्या सेक्रेटरीला उत्तर दिलं. बादुलेंच्या केसबाबत निर्णय घेणं जरा कठीणच जाणार आहे, याची तिला कल्पना होतीच. जे सत्य उघडकीला येईल, ते बादुलेंना सहजपणे पचवता येईल का, याविषयी तिच्या मनात शंकाच होती. कधी कधी अज्ञानातच सुख असतं असं म्हणतात, ते काही खोटं नाही.

भोपळा शिजून तयार होता, जेवायची वेळ झाली होती. ते चौघे जण एक कुटुंब म्हणून पहिल्यांदाच जेवणार होते.

जेवणाच्या आधी म्हणतात, ती प्रार्थना म्हणायला प्रेश्यसनं सुरुवात केली, ''आज आमच्या पानात असलेल्या पदार्थांबद्दल (भोपळा आणि मटण) आम्ही तुझे आभारी आहोत. आमचे इतर अनेक भाऊ-बहीण आज अर्धपोटी असतील, त्यांच्या पानात चांगलं जेवण नसेल, त्यांची आठवण करून आम्ही तुझी प्रार्थना करतो की, भविष्यात त्यांना असंच चांगलं जेवण मिळावं. आमच्या दोघांच्या जीवनात या मुलांना प्रवेश देऊन आम्हाला आनंद दिल्याबद्दल आणि त्यांना आमचं घर दिल्याबद्दल परमेश्वरा, आम्ही तुझे आभार मानतो. या मुलांचे मृत आई-वडील आज स्वर्गातही संतोष पावले असतील, या विचारानं आम्हाला आनंद होत आहे.''

किती साध्या शब्दांत प्रेश्यसनं चौघांच्याही मनातल्या भावनांना प्रकट रूप दिलं होतं! त्याहून वेगळं काही म्हणावं, असं मातेकोनींना वाटलंच नाही. जणू काही त्या दोघांचे विचार एकच होते, अशी भावना त्यांच्या मनात निर्माण झाली अन् त्यामुळे त्यांचं मन इतकं ओथंबलं की, त्यांना काही बोलणं शक्यच झालं नाही. ते नि:शब्दपणे हात जोडून बसून राहिले.

विद्यानगरीत तपासासाठी

कुठलाही अवघड प्रश्न सोडवायचा असेल, तर त्यासाठी सकाळचीच वेळ चांगली, असं प्रेश्यस रामोत्स्वेचं मत होतं. जेव्हा उन्हाचा ताप जाणवत नसतो, हवाही ताजी व प्रसन्न असते; अशा वेळी आपल्या बुद्धीलाही चांगली धार असते. आपण स्वत:ला काही महत्त्वाचे प्रश्न विचारले, तर तर्कावर आधारित अशी उत्तरं आपल्याला गवसतात, हा तिचा अनुभव होता. दिवसभरातला कामाचा व्याप आणि ताप वाढला की बुद्धीलाही जडत्व येतं, असंही तिला वाटत असे.

मॅडम माकुत्सी ऑफिसमध्ये आली, तेव्हा प्रेश्यस तिला म्हणाली, ''मी वाचला बरं का तू लिहिलेला अहवाल. अगदी विस्तृतपणे मांडला आहेस तू आणि छान भाषेत लिहिला आहेस. मला आवडलं तुझं काम.''

मॅडम माकुत्सीनंही अगदी संयमितपणानं आपलं कौतुक स्वीकारलं अन् म्हणाली, ''तुम्ही मला दिलेली पहिलीच केस अवघड नव्हती, ह्याचं मलाही फार बरं वाटलं. म्हणजे मला जे काही शोधून काढायचं होतं, ते काम विशेष कठीण नव्हतं. मात्र, अहवालाच्या शेवटी मी जे दोन प्रश्न विचारलेत, त्यांची उत्तरं मात्र वाटतात तितकी सोपी नाहीत– निदान माझ्या दृष्टीनं तरी.''

''खरं आहे तुझं म्हणणं.'' अहवालाच्या शेवटच्या भागाकडे आपली नजर वळवत प्रेश्यस म्हणाली. ''हे दोन्ही प्रश्न नैतिकतेचा निकष लावूनच सोडवायला हवेत.''

''मला तरी त्यांची उत्तरं अजून सापडलेली नाहीत,'' मॅडम माकुत्सी म्हणाली. ''एका प्रश्नाचं उत्तर सापडलंय, असं वाटतं तोच त्यातल्या अडचणी डोळ्यांसमोर उभ्या राहतात. मग मी दुसऱ्या प्रश्नाकडे वळते, तर त्यातही मला काही अडचणी दिसू लागतात.'' असल्या कामांचा अनुभव असलेल्या आपल्या मॅडमकडे त्यांची समाधान देणारी उत्तरं नक्की असतील, या आशेनं तिनं मॅडम रामोत्स्वेकडे पाहिलं, तर तिनं ओठ मुडपल्यासारखे केले आणि म्हणाली, ''मलाही अगदी सहजासहजी नाही सापडत असल्या प्रश्नांची उत्तरं. वयानं मी तुझ्यापेक्षा मोठी असले, तरी त्याचा अर्थ असा होत नाही की, प्रत्येक प्रश्नाचं उत्तर माझ्याजवळ असतंच. उलट, असंही होतं की, जसजसं तुमचं वय वाढत जातं, तसतसं तुम्हाला जाणवायला लागतं की, कुठल्याही प्रश्नाला एकाहून अधिक बाजू असतात. त्या मानानं तरुणपणीच माणूस पट्कन निर्णय घेऊ शकतो.'' मग क्षणभर थांबून ती मिस्किलपणे म्हणाली, ''मी परिपक्वपणाच्या गोष्टी केल्या तरी एक लक्षात ठेव हं– मी अजूनही चाळिशी गाठलेली नाही, म्हणजेच मी काही वृद्ध वगैरे नाही.''

''मुळीचच नाहीत तुम्ही वृद्ध!'' मॅडम माकुत्सी घाईघाईनं म्हणाली. ''मला एवढंच म्हणायचंय की, तुमच्या वयातच असले प्रश्न सोडवायची योग्य ती मानसिक पात्रता असते. पण सध्या आपल्यासमोर असलेली समस्या मला फार सतावते आहे, एवढं मात्र खरं. आता विचार करा, आपण ह्या बादुलेंना त्यांच्या बायकोच्या लफड्याविषयी सांगितलं आणि त्यामुळे त्यांनी जर हे सगळं प्रकरण थांबवलं, तर त्या मुलाची शाळेची फी भरली जाणार नाही. वेगळ्या शब्दांत सांगायचं, तर सध्या त्याला जी उत्कृष्ट संधी मिळते आहे, तिला तो बिचारा मुलगा कायमचा मुकणार. म्हणजे शेवटी अप्रत्यक्षपणे आपण त्या मुलाचं नुकसानच करणार. खरं की नाही?''

प्रेश्यसनं तिचा मुद्दा पटल्यासारखी मान हलवली. ''हा मुद्दा माझ्याही लक्षात आलाय. पण दुसऱ्या बाजूनं विचार केला, तर आपण बादुलेंना खोटंही सांगू शकत नाही. आपल्या अशिलाची फसवणूक करणं, हे एका गुप्तहेराच्या दृष्टीनं अनैतिक वर्तनच आहे, त्यामुळे आपण तसं नाही वागू शकत.''

''ही बाजू मलाही पटतेय...'' मॅडम माकुत्सी म्हणाली. ''पण मला असं वाटतं की, काही वेळा खोटं बोलण्यातच भलाई असते. एक उदाहरण देते. समजा, तुमच्याकडे एखादा खुनी माणूस आला आणि कुठल्या तरी माणसाची तो कुठे आहे, वगैरे चौकशी करू लागला, तर तुम्हाला त्याच्याविषयी माहिती असूनदेखील तुम्ही ती न देणंच योग्य नाही का? 'मला काही माहीत नाही हा माणूस कोण आहे वगैरे, त्यामुळे तो कुठे आहे, तेदेखील मला माहीत नाही,' असंच तुम्ही म्हणाल ना? आता, या वेळी तुम्ही खोटंच बोललेले असता. खरं की नाही?''

"मी ते नाकारत नाही. पण इथं तू एक गोष्ट विसरतेस. या खुनी माणसाला सत्य सांगण्याच्या कर्तव्यानं तुम्ही बांधलेला नसता, त्यामुळे त्याला खोटं सांगितलं, तरी चालतं. याउलट, आपल्या अशिलाला सत्य सांगणं, हे आपलं नैतिक कर्तव्य असतं. तोच नियम पती-पत्नीच्या बाबतीत आणि पोलिसांच्या बाबतीतही लागू पडतो. एवढा मोठा फरक आहे दोन्ही गोष्टींमध्ये; समजलं?"

"असं कसं म्हणता तुम्ही? जर खोटं बोलणं अयोग्य असेल, तर ते केव्हाही अयोग्यच, असं मला तरी वाटतं. खोटं बोलणं योग्य आहे, असा विचार करून लोक खोट्याचा आधार घ्यायला लागले, तर त्यांना केव्हा काय म्हणायचं आहे, ते आपल्याला कधीच कळणार नाही." बोलता-बोलता मॅडम माकुत्सी थांबली. पुढे काय बोलावं, याचा ती विचार करू लागली. "मला वाटतं, नीती-अनीतीच्या कल्पना व्यक्तीगणिक बदलत असाव्यात. या बाबतीत प्रत्येकानं स्वत:चे नियम स्वत:च ठरवलेले बरे..." ती बोलायची थांबली. तिला काय म्हणायचं होतं, ते तिनं अध्याहृतच ठेवलं.

"तुझा हा विचार मला पटतो." प्रेश्यस म्हणाली. "अगदी माझ्या मनातलं बोलायचं म्हटलं, तर हल्लीच्या जगात हीच मोठी अडचण होऊन बसलीय. प्रत्येकाला वाटतं, योग्य काय आणि अयोग्य काय, याविषयीचे निर्णय घ्यायला माझा मी समर्थ आहे. आपल्या बोट्स्वानाच्या जुन्या, पूर्वापार चालत आलेल्या नीतिमत्तेच्या कल्पना आपण पाळल्या पाहिजेत, असं कुणालाच वाटेनासं झालंय आजकाल."

"माझ्या मते, आपल्या या केसच्या संदर्भात खरी अडचण ही आहे की, आपण आपल्या अशिलाला पूर्ण सत्य सांगावं की नाही? समजा, आपण त्यांना एवढंच सांगितलं, 'होय, तुमचा अंदाज खरा आहे. तुमची बायको तुमच्याशी प्रामाणिक नाही', तर काय होईल? आपण आपलं कर्तव्य केलंय की नाही? आपण त्यांना काही खोटं सांगत नाही आहोत, खरं की नाही? आपण त्यांना पूर्ण सत्य सांगितलेलं नाही, एवढंच म्हणता येईल." मॅडम माकुत्सीनं आपली बाजू इतक्या तर्कशुद्ध पद्धतीनं मांडली की, प्रेश्यस तिच्याकडे पाहतच राहिली. आपली ही सेक्रेटरी हुशार आहे, हे यापूर्वीच तिच्या लक्षात आलेलं होतं. पण या एका समस्येच्या निराकरणार्थ ती आपल्याला एवढं नैतिक प्रवचन देईल, याची मात्र तिनं कधीच कल्पना केली नव्हती. तसं पाहिलं तर, गुप्तहेरांच्या आयुष्यात असे प्रसंग अनेक वेळा येत असतात अन् त्यावर उपाय शोधण्याचं कठीण काम त्यांना करावंच लागतं. सर्वसाधारणपणे गुप्तहेर त्यांच्या अशिलांना हवी असलेली माहिती शोधून त्यांना देतात. पुढे त्या माहितीचं ते लोक काय करतात, त्याच्याशी गुप्तहेरांना काहीही देणं-घेणं नसतं. त्यांचं आयुष्य आहे, ते त्यांनी हवं तसं जगावं, असा साधा-सरळ

हिशोब असतो गुप्तहेरांच्या मनात.

पण प्रेश्यस या विषयावर जसजसा अधिक विचार करू लागली, तसतसं तिच्या लक्षात येऊ लागलं की, ती स्वत:देखील इतक्या रोखठोकपणे कधीच वागली नव्हती. तिनं सोडवलेल्या अनेक यशस्वी केसेसमध्ये केवळ माहिती मिळवून ती अशिलाला द्यायची, एवढीच तिची भूमिका नसायची. आपण मिळवलेल्या माहितीचा आपल्या अशिलाच्या जीवनावर काय परिणाम होईल, याचा सारासार विचार ती करत असे अन् त्यावरच आपले निर्णय ठरवत असे. उदाहरणार्थ– एकदा तिच्याकडे एक स्त्री आली होती, जिच्या नवऱ्यानं एक मर्सिडिझ-बेंझ गाडी चोरली होती. त्या वेळी प्रेश्यसनं ती गाडी मूळ मालकाकडे पोहोचती करायची व्यवस्था केली होती, कारण तिच्या अशिलाची तशी इच्छा होती. दुसऱ्या एका विमाभरपाईच्या केसमध्ये एका माणसानं आपल्या हाताचं एकच बोट तुटलेलं असतानाही त्याबद्दल तीन वेळा भरपाई वसूल केली होती, हे तिला समजल्यानंतरही तिनं पोलिसांत त्याच्याविरुद्ध तक्रार नोंदवली नव्हती, कारण त्याच्या सांगण्यावरून तिच्या असं लक्षात आलं होतं की, तो अगतिक होता. तिच्या या निर्णयामुळे एका अप्रामाणिक परंतु अगतिक माणसाच्या आयुष्यावरचं संकट टळलं होतं. त्यानंतरच्या आयुष्यात तो प्रामाणिकपणे वागला असेल, अशी आशा तिनं बाळगली होती. कदाचित तो प्रामाणिक बनलाही नसेल. तिला त्याच्याविषयी कळायला काही मार्ग नव्हता, पण तिनं आपल्या परीनं एक संधी तर त्याला देऊ केली होतीच. तिच्या दृष्टीनं तेच खूप होतं. याचाच अर्थ, तिनंदेखील लोकांच्या आयुष्यात काही प्रमाणात लक्ष घातलं होतंच. प्रत्येक वेळी केवळ माहिती देऊन ती स्वस्थ बसलेली नव्हती.

या सध्याच्या केसमध्ये खरा प्रश्न होता, तो त्या मुलाच्या भवितव्याचा. जाणत्या वयाची माणसं आपली काळजी स्वत: घ्यायला समर्थ होती. आपली बायको आपल्याशी प्रामाणिक नाही, हे कटू सत्य पचवण्याची हिंमत बादुलेंमध्ये होती. (आपल्या बायकोचा व्यभिचारीपणा त्यांना मनोमन ठाऊकच होता!) तिचा यार त्याच्या बायकोकडे परत जाऊ शकत होता. तिच्यापुढे गुडघे टेकायचे, गुन्हा कबूल करायचा आणि तिनं दिलेली शिक्षा भोगायची– एवढंच त्याला करायचं होतं. (कदाचित त्याची कॅथॉलिक बायको तो राहत असलेल्या शहरातून आपल्या गावात त्याची उचलबांगडी करेल आणि त्याला आपल्या नजरेच्या धाकात ठेवेल, तर तेही ठीकच होतं.) राहता राहिला होता प्रश्न त्या रंगढंग करणाऱ्या बायकोचा– तिनं दुसऱ्या माणसाची शय्यासोबत करण्याऐवजी आपल्या नवऱ्याला त्याच्या कत्तलखान्यात थोडी मदत केली असती, तर ते सगळ्यांच्याच फायद्याचं ठरलं असतं. त्या बिचाऱ्या मुलाला या मोठ्या माणसांच्या प्रतापांची झळ सोसावी लागू नये, असं प्रेश्यसला प्रामाणिकपणे वाटलं. काही झालं, तरी आईच्या बेताल वागण्यामुळे मी या निष्पाप

मुलाचं नुकसान होऊ देणार नाही, असा तिनं मनाशी निश्चय केला.

त्या मुलाला त्याच शाळेत शिक्षण घेता येईल, अशी काही तरी उपाययोजना शोधून काढायला हवी. सध्याची जी परिस्थिती आहे, त्यात खरोखरच कुणी दुःखी आहे का, असा प्रश्न तिनं स्वतःलाच विचारला. ती चटकचांदणी मजेत जगत होती; तिला एक श्रीमंत प्रियकर मिळाला होता आणि त्याच्या भल्यामोठ्या पलंगावर ती मनसोक्त सुख उपभोगत होती. तिच्यासारख्या बाईला जसं आयुष्य जगायचं होतं, ते तिला तिचा प्रियकर देत होता– भारी कपडे, चैनीच्या वस्तू तो तिच्यावर उधळत होता. तिचा प्रियकर खूश होता, कारण त्याला त्याच्या मनासारखी एक चटकचांदणी मजा करायला मिळाली होती. त्याची धार्मिक वृत्तीची बायकोही तिकडे गावात सुखी असावी, कारण तिला हवं तिथं ती राहू शकत होती अन् आपल्या मर्जीप्रमाणे आयुष्य जगूही शकत होती. दर आठवड्याच्या सुट्टीत तिचा नवरा नित्यनेमानं तिच्याकडे जात होता. त्यामुळे, तसं पाहिलं तर, त्याची रोजची कटकटही तिला सहन करावी लागत नव्हती! ते पोरही खूशच होतं-त्याला एक नव्हे तर, दोन-दोन बाप मिळाले होते आणि चांगल्या शाळेत शिकताही येत होतं.

म्हणजे आता प्रश्न उरला होता तो फक्त त्या बादुलेंचा. ते सुखी होते का आणि समजा, ते दुःखी असलेच तर, आहे त्या परिस्थितीत काही बदल न घडवता त्यांना सुखी करता येईल का? तसं काही करणं शक्य असेल, तर त्या मुलाच्या परिस्थितीतही काही बदल होणार नव्हता. पण हे सगळं कसं घडवून आणायचं, हाच मोठा प्रश्न होता. 'हा मुलगा तुमचा नाही,' असं काही ती बादुलेंना सांगू शकत नव्हती, कारण त्यामुळे ते फारच दुःखी झाले असते. तसं काही त्यांना सांगणं म्हणजे, तो तिच्या दुष्टपणाचा कळस ठरला असता. आणि महत्त्वाची गोष्ट म्हणजे त्यामुळे तो मुलगाही अस्वस्थ झाला असता. अजूनपर्यंत अशी शक्यता होती की, आपले खरे वडील कोण आहेत, हे त्याला ठाऊकच नसावं. जरी त्याचं मोठं बोजड नाक अगदी त्याच्या जन्मदात्याच्या नाकासारखं असलं, तरी त्याच्या वयाच्या मुलांच्या असल्या गोष्टी काही लक्षात येत नाहीत, त्यामुळे त्यानं कधी याविषयी विचारही केला नसेल. याबाबतीत आपण काही करायचं नाही, असा निर्णय प्रेश्यसनं घेऊन टाकला. मुलानं याविषयी अज्ञानात राहाणंच त्याच्या दृष्टीनं फायद्याचं ठरणार होतं. पुढे मोठा झाल्यानंतर, त्याचं शालेय शिक्षण संपल्यानंतर त्यानं या प्रकारच्या शारीरिक साधर्म्यांचा हवा तेवढा अभ्यास करावा आणि स्वतःला हवे ते निष्कर्ष काढावेत.

"मी ठरवलंय, आपण बादुलेंच्या सुखाचा विचार करावा. सध्या त्यांच्या आयुष्यात जे काही घडतंय, त्याविषयी आपण त्यांना खरं काय ते सांगून टाकावं आणि त्यांना ते स्वीकारायलाही लावावं. तसं झालं, तर सगळेच प्रश्न आपोआप अन्

चुटकीसरशी निकालात निघतील.''

''पण त्यांनी तर आपल्याला आधीच सांगितलंय की, त्यांना त्यामुळेच काळजी वाटतेय–'' प्रेश्यसला अडवत मॅडम माकुत्सी म्हणाली.

''त्यांना काळजी वाटतेय, कारण आपली बायको दुसऱ्या माणसाबरोबर संबंध ठेवतेय, ही गोष्ट त्यांना अयोग्य वाटतेय. त्यात काही गैर नाही, असं आपण त्यांना समजावून सांगू या की आपलं काम झालं.'' प्रेश्यसनं स्पष्टीकरण दिलं. पण मॅडम माकुत्सीला काही ते पटलं नाही. तिला फक्त एकाच गोष्टीचं बरं वाटलं– मॅडम रामोत्स्वेनं ही केस परत आपल्या ताब्यात घेतली होती. आता काही खोटं सांगायचं नाही, असा निर्णयही घेऊन झाला होता. त्यातूनही काही असत्य सांगायचं ठरलंच, तर ते काम प्रेश्यस करणार होती; तिच्यावर ही जबाबदारी काही पडणार नव्हती. तिला आणखी एका गोष्टीचंही बरं वाटलं– मॅडम रामोत्स्वे फार हुशार बाई होती. त्यामुळे तिनं जर त्यांना सांगायचं ठरवलं की, 'आहे त्या परिस्थितीशी जुळवून घ्या, तेच तुमच्या, विशेषत: तुमच्या मुलाच्या, भल्याचं आहे,' तर ती ते अगदी योग्य पद्धतीनं करेलच.

अर्थात प्रेश्यसला त्याहून महत्त्वाचे असे काही प्रश्न अजून सोडवायचेच होते. त्यांची दखल घेणं अधिक गरजेचं होतं. मिसेस कर्टिनकडून एक पत्र आलं होतं. 'मी सांगितलेल्या कामाबाबत काही प्रगती झाली का?' असं तिनं विचारलं होतं. पुढे तिनं लिहिलं होतं, 'मी तुम्हाला घाई करतेय, याची मला जाणीव आहे. पण अगदी माझ्या मनातलं सांगायचं झालं; तर ज्या दिवशी मी तुम्हाला भेटले, त्या दिवसापासून, नव्हे, त्या क्षणापासून माझं मन मला असं सांगतं आहे की, तुम्ही मला काही तरी माहिती नक्की देऊ शकाल. मी उगीचच तुमची स्तुती करते आहे, असा गैरसमज कृपया करून घेऊ नका. पण का कोण जाणे, माझं अंतर्मन मला ग्वाही देत राहिलं आहे की, ज्या थोड्या लोकांना यातली माहिती असेल, त्यांपैकी तुम्ही एक आहात. माझ्या या पत्राचं उत्तर तुम्ही पाठवलं नाहीत, तरी चालेल; मला राग येणार नाही किंवा वाईटही वाटणार नाही. मी इतक्या लवकर काही चौकशी करू नये, याची मला पूर्णपणे जाणीव आहे, पण मला स्वस्थ बसवत नाही, हेच खरं. फक्त तुम्हीच माझी मन:स्थिती जाणू शकता, असं मला मनापासून वाटतं; खरं तर तशी मला खात्रीच आहे.'

त्या पत्रातला शब्द न् शब्द प्रेश्यसच्या मनाला हेलावून गेला. मिसेस कर्टिनसारख्या काळजीनं पोखरलेल्या अनेक अशिलांनी तिच्या काळजाला यापूर्वीही अशाच प्रकारे हात घातला होता. आपण ह्या केसमध्ये आत्तापर्यंत किती प्रगती केलीय, याचा विचार ती करू लागली. ज्या जागेवरून मिसेस कर्टिनचा मुलगा गायब झाला होता,

त्या जागेला तिनं भेट दिली होती आणि तिथं असतानाच तिला असं जाणवलं होतं की, याच जागेत कुठे तरी त्या अमेरिकन तरुणाचं प्रेत पुरण्यात आलेलं आहे. त्यामुळे, एका अर्थानं पाहिलं तर, तिच्या मनानं त्या केसचा उलगडा केलेलाच होता. आता तिला हे शोधून काढायचं होतं की, अशा ठिकाणी– कलहारी वाळवंटासारख्या रेताड, उजाड जागी– त्याला पुरण्यामागचा हेतू काय असावा? त्या बिचाऱ्या तरुण अमेरिकन पोराला चिरनिद्रा घ्यायला लागत होती, ती अशा एकाकी अवस्थेत की, जिथं आसपास त्याच्या देशाचं वा वंशाचं कुणीकुणीदेखील नव्हतं, ह्याच गोष्टीचं प्रेश्यसला फार दुःख वाटत होतं. 'हे सगळं का घडलं असेल?' तिनं स्वत:लाच प्रश्न केला अन् तिचं मन तिला म्हणालं, नक्कीच त्यामागे काही तरी गौडबंगाल असलं पाहिजे. आता त्याची उकल करण्यासाठी तिनं एकच गोष्ट करणं जरुरीचं होतं– ज्या कुणी हे दुष्कृत्य केलं असेल, त्या नराधमाचा शोध घ्यायचा. थोडक्यात, ओस्वॉल्ड रांटाला गाठायचं.

प्रेश्यस रामोत्स्वे आपल्या छोट्याश्या व्हॅनमधून ओस्वॉल्ड रांटाचा शोध घ्यायला निघाली आणि तिला मिळालेल्या माहितीनुसार, गॅबोरोनमधील विद्यापीठात येऊन पोहोचली. विद्यापीठात शिकणारी तरुण पोरं आपल्या वयाला साजेशा बेफाट वेगानं गाड्या चालवणार, हे तिथल्या अधिकाऱ्यांना माहीत होतं, त्यामुळे जागोजागी वेगनियंत्रकांची व्यवस्था केलेली होती. प्रेश्यस मुळात काळजीपूर्वकच गाडी चालवत असे अन् बेदरकारपणे गाडी चालवणाऱ्या लोकांच्या वागण्याची तिला लाजच वाटत असे. तसा विचार केला, तर आफ्रिकेतील इतर काही देशांच्या मानानं बोट्स्वाना देश याबाबतीत बराच सुरक्षित होता. दक्षिण आफ्रिकेविषयी तर काही बोलण्याची सोयच नव्हती. तिथले गाडीचालक इतके बेमुर्वतखोर होते की, त्यांच्या मार्गात येणाऱ्या पादचाऱ्यांना ते सरळ गोळ्याच घालत असत. बऱ्याच वेळा ते दारूच्या धुंदीत गाड्या चालवत, खास करून पगाराच्या दिवशी. एखाद्या शुक्रवारी पगाराचा दिवस असला, तर त्या रात्री गाडी चालवणं म्हणजे मूर्खपणाचा कळसच ठरायचा. स्वाझीलँड देशातली स्थिती तर फारच वाईट होती. तिथल्या लोकांना भन्नाट वेगानं गाडी चालवण्याचं वेडच होतं. मांझिनी आणि मबबाने या दोन गावांमधल्या रस्त्यांवर अनेक वळसे-वळणं होती, त्यामुळे त्या मार्गावर चालकाला जीव मुठीत धरूनच गाडी चालवावी लागत असे. तिथं अनेक अपघात घडले होते आणि कित्येक लोकांनी आपले प्राणही गमावले होते. एकदा प्रेश्यसनंही अर्ध्या तासापुरताच का होईना, पण तो भयानक अनुभव घेतलेला होता. स्वाझीलँडच्या टाइम्समध्ये एकदा तिनं एक लेख वाचला होता, त्यानं तिला कित्येक दिवस अस्वस्थ केलं होतं. त्या बातमीवजा लेखामध्ये एका गरीब, लहानखोर चणीच्या,

साध्याशा दिसणाऱ्या माणसाचा फोटो छापला होता आणि खाली त्याचं नाव छापलं होतं– स्व. श्री. रिचर्ड मावुसो, (वय वर्षं ४६). हा माणूस सर्वच दृष्टीनं इतक्या सामान्य वकुबाचा होता, की कुणाही सौंदर्यसम्राज्ञीनं त्याच्याकडे कधी ढुंकूनही पाहिलं नसतं. पण बिचाऱ्याचं दुर्दैव असं की, त्याला मृत्यू आला होता तो मात्र अशाच एका सौंदर्यसम्राज्ञीच्या वेगवान गाडीखाली चिरडला गेल्यामुळे.

प्रेश्यसला त्या लेखातला बराचसा भाग नंतरचे किती तरी दिवस छळत राहिला होता.

गेल्या शुक्रवारी रात्री एका भरधाव वेगानं जाणाऱ्या गाडीखाली चिरडल्यामुळे, येथील एक रहिवासी रिचर्ड मावुसो ह्यांना मृत्यू आला. असं खात्रीलायकपणे समजतं की, या गाडीची चालक मिस् स्वाझीलँड या स्पर्धेतील द्वितीय क्रमांकाची सौंदर्यतारका होती. मांझिनीमधील कु. लॅडिस लापेलाला या सौंदर्यसम्राज्ञीनं मबबानेतील रस्ता ओलांडणाऱ्या श्री. मावुसोंना आपल्या गाडीनं उडवलं. श्री. मावुसो हे सार्वजनिक बांधकाम खात्यात कारकून होते.

तशी ती बातमी अगदी छोटीच होती अन् आपल्याला असल्या बातमीमुळे का अस्वस्थ वाटावं, हेही प्रेश्यसला समजलं नव्हतं. अशा प्रकारचे अपघात घडतच असत, लोक किडामुंगीसारखे मरतही असत; त्यात नवीन असं काहीच नव्हतं. असल्या बातम्यांना कुणी फारसं महत्त्वही देत नसे. एक सामान्य माणूस एका सौंदर्यसम्राज्ञीच्या गाडीखाली सापडून मेला, म्हणून काही फरक पडत होता का? की असं होतं, की मावुसो हे एक अगदीच नगण्य व्यक्ती होते आणि त्यांना मारणारी व्यक्ती एक कुणी तरी महान सौंदर्यवती होती, म्हणूनच तिला जास्त वाईट वाटलं होतं? कदाचित अशा घटनांमुळे मानवी आयुष्यातला विरोधाभास, विषमता अधिक ठळकपणे लोकांच्या नजरेस पडत असेल. नगण्य आणि गरीब बिचाऱ्या लोकांना या जगातले सामर्थ्यवान, आकर्षक, नामवंत लोक किती सहजपणे आपल्या पायांखाली चिरडून टाकतात!

व्यवस्थापकीय कामकाजासाठीच्या ज्या इमारती होत्या, त्यांच्या मागील बाजूला असलेल्या रिकाम्या जागेत प्रेश्यसनं आपली गाडी उभी केली आणि आजूबाजूला एक नजर टाकली. तसं पाहिलं, तर ती विद्यापीठाच्या बाजूनं रोजच जात-येत असे. त्यामुळे या आवारात असलेल्या पांढऱ्या रंगाच्या प्रशस्त इमारती तिला नवीन नव्हत्या. जुन्या विमानतळानजीक असलेलं हे विद्यापीठ शेकडो एकर क्षेत्रफळाच्या विस्तीर्ण जागेवर वसलेलं होतं. पण आजपर्यंत या ठिकाणी येण्याची संधी तिला कधीच मिळाली नव्हती. समोर दिसणाऱ्या, वेगवेगळी अगम्य नावं धारण करणाऱ्या

अनेक इमारती पाहून ती काहीशी गोंधळात पडली. तशी ती काही अशिक्षित स्त्री नव्हती, पण तिच्याजवळ विद्यापीठाची पदवीही नव्हती आणि इथे भेटणारी प्रत्येक व्यक्ती बी.ए. नाही तर बी.एस्सी. किंवा त्याहूनही अधिक शिकलेली असण्याची शक्यता होती. एकाहून एक अनेक विद्वान व्यक्ती इथे काम करत होत्या. प्रा. त्लाऊसारखा माणूस, ज्यानं बोट्स्वानाचा इतिहास आणि सेरेत्से खामांचं चरित्र लिहिलं होतं, किंवा डॉ. बोजोसी ओत्लोघिलेंसारखा विद्वान पुरुष, ज्यानं बोट्स्वानाच्या उच्च न्यायालयावर माहितीपूर्ण ग्रंथ लिहिला होता– हेही ह्याच विद्यापीठात शिकवत होते. प्रेश्यसनं तो ग्रंथ विकतही घेतला होता, पण तो वाचायला तिला अजून वेळ मिळाला नव्हता. तिला वाटलं, प्रत्येक इमारतीत तिला असे अनेक विद्वान भेटू शकतील आणि कदाचित ते अगदी सर्वसामान्यांप्रमाणेच दिसत असतील. अर्थात त्यांच्या आणि सामान्यांच्या डोक्यांमध्ये केवढा तरी फरक असणार. 'आपल्यासारख्यांची डोकी बहुतेक वेळा रिकामीच असतात,' ती स्वत:शीच म्हणाली.

तिचं लक्ष एका फलकाकडे गेलं. त्यावर विद्यापीठाचा नकाशा काढलेला होता–एका बाजूला पदार्थविज्ञान विभाग दाखवला होता, तर दुसऱ्या बाजूला धर्मशास्त्र विभाग. उजवीकडील पहिल्याच इमारतीत उच्चविद्या विभाग होता आणि त्यानंतरच्या इमारतीत चौकशी विभाग होता. बाणांनी दाखवलेल्या मार्गानं चालत ती चौकशी विभागात पोहोचली. ही साधीशी दिसणारी इमारत धर्मशास्त्र विभागाच्या मागील बाजूस आणि आफ्रिकन भाषाविभागाच्या पुढील बाजूस होती. दारावर टक्टक् असा आवाज करून तिनं आत प्रवेश केला.

कृशशी वाटणारी एक स्त्री एका टेबलापाशी बसलेली होती आणि तिच्या पेनचं टोपण काढून काही तरी लिहिण्याच्या तयारीत होती.

''मला रांटांना भेटायचंय. ते इथंच काम करतात, असं मला समजलंय.'' प्रेश्यस तिला म्हणाली.

कंटाळलेल्या नजरेनं त्या स्त्रीनं प्रेश्यसकडे पाहिलं अन् ती म्हणाली, ''डॉ. रांटांना? ते नुसते रांटा नाहीत बरं का? डॉ. रांटा म्हणा.''

''माफ करा,'' प्रेश्यस चटकन म्हणाली, ''त्यांना कमी लेखायचा हेतू नव्हता माझ्या मनात. कुठे भेटतील मला ते?''

''तसे बरेच जण त्यांना शोधत असतात,'' ती बाई म्हणाली. ''ते काय, आत्ता इथं असतात, तर पुढल्या क्षणी गायब! त्यांचा ठावठिकाणा सांगणं तसं कठीणच असतं बघा.''

''पण आत्ता ते इथं असतील का? पुढच्या क्षणी ते कुठे असतील, त्याच्याशी मला काही देणं-घेणं नाही.'' प्रेश्यसनं ठासून विचारलं.

भुवया उंचावत तिनं उत्तर दिलं, ''त्यांच्या ऑफिसमध्ये आहेत का, ते बघा हवं

तर. तसं त्यांचं ऑफीस आहे इथं, पण जास्त करून स्वारी त्यांच्या बेडरूममध्येच सापडते, असं आपलं मी ऐकलंय हं.''

''अस्सं? म्हणजे बायकांनी वेढलेले असतात म्हणा ना, हे डॉ. रांटा.'' प्रेश्यस म्हणाली.

''तसं म्हणा हवं तर,'' तिनं बेफिकीरपणे उत्तर दिलं. ''पण एक दिवस मात्र चांगलीच गोत्यात येणार आहे ही स्वारी. विद्यापीठाची समिती त्यांची गचांडी पकडेल, तेव्हा समजेल त्यांना. पण सध्या तरी कुणी त्यांना हात लावायला धजत नाही, एवढं खरं.''

प्रेश्यस काहीशी अचंबित झाली. तिला अनेक वेळा ह्या बाईसारखे लोक भेटायचे, जे तिचं हेरगिरीचं अर्धं काम आपणच करायचे.

''लोक त्यांचं काही वाकडं करू शकत नाहीत, असं का बरं तुम्ही म्हणता?'' प्रेश्यसनं निरागसपणाचं नाटक करत विचारलं.

''त्याचं काय आहे ना, ज्या मुलींना त्यांच्यामुळे त्रास होतो, त्या इतक्या घाबरलेल्या असतात की, तोंड उघडण्याचं धाडस त्या कधीच करणार नाहीत–'' त्या बाईनं स्पष्टीकरण दिलं. ''आणि त्यांचे जे सहकारी आहेत, त्या प्रत्येकाचीच काही ना काही भानगड असल्यामुळे तेही काही तक्रार करत नाहीत. अशा ठिकाणी काय प्रकार चालतात, ते तुम्हाला ठाऊकच असेल, म्हणा.''

मान हलवत प्रेश्यस म्हणाली, ''छे हो! मी काही बी.ए. वगैरे नाही. त्यामुळे मला कसं माहीत असणार?''

''तसं असेल, तर मी सांगते ना तुम्हाला,'' ती उत्साहानं म्हणाली. ''डॉक्टर रांटांसारखे अनेक जण सापडतील इथं. आता मी त्यांच्याविषयी बोलायचं धाडस करू शकतेय, ह्याचं कारण उद्याच मी ही नोकरी सोडून जातेय. मला याहून चांगली नोकरी मिळालीय.''

त्यानंतर मिळालेल्या सूचनांसाठी तिनं त्या स्वागतिकेचे आभार मानले आणि ती डॉ. रांटांच्या ऑफिसच्या दिशेनं जायला निघाली. अशा प्रकारची फाटक्या तोंडाची बाई विद्यापीठानं नोकरीवर ठेवणं अन् तेही स्वागतकक्षात, ही काही चांगली गोष्ट नव्हती, असं प्रेश्यसचं मत झालं. कुणा नवख्या माणसानं एखाद्या प्राध्यापकाची चौकशी करावी आणि उत्तरादाखल इथल्या कर्मचाऱ्यानं त्याची निंदानालस्ती करावी, ह्या प्रकारामुळे विद्यापीठाची प्रतिमा मलिन होते, असं तिला वाटलं. कदाचित असंही असेल की, दुसऱ्याच दिवशी ती इथून कायमची जाणार असल्यामुळेच ती इतक्या मोकळेपणानं बोलली असेल. तसं असेल, तर ती प्रेश्यसच्या दृष्टीनं एक मोठी संधी होती.

दारापाशी पोहोचताच प्रेश्यसनं मान वळवून मागे पाहिलं आणि ती स्वागतिकेला म्हणाली, ''मला असं वाटतं, डॉ. रांटांनी काही गैरवर्तन केलं नसेल, म्हणूनच

त्यांच्याविषयी कुणी काही तक्रार करत नसेल. विद्यार्थ्यांच्या बाबतीत त्यांनी फार लुडबूड करणं चांगलं नसेलही, पण केवळ तेवढ्याचसाठी विद्यापीठ त्यांना नोकरीवरून काढू शकत नाही; निदान आजकालच्या दिवसांत तरी. तुम्हाला नाही तसं वाटत? म्हणूनच त्यांच्या बाबतीत काही कृती होत नसेल.''

आपली क्लृप्ती काम करतेय, असा अंदाज तिला लगेचच आला. प्रत्यक्ष, ह्या बाईलाच डॉ. रांटाच्या लफडेबाजपणाचा अनुभव आला असणार, हा तिचा तर्कही खरा ठरला.

''का नाही? अनेक बाबतीत त्यांचं वागणं चुकीचं असतं.'' ती फणकाऱ्यानं म्हणाली. ''एकदा एका विद्यार्थिनीला वश करून घेण्यासाठी त्यांनी तिला परीक्षेची प्रश्नपत्रिका आधीच दिली. फक्त मलाच ही गोष्ट माहीत आहे, कारण ही विद्यार्थिनी माझ्याच चुलतबहिणीची मुलगी होती. तिनं आपल्या आईला हे सगळं सांगितलं, पण तिला त्यांच्याविरुद्ध तक्रार करायची इच्छा नव्हती. मलाही हे सगळं तिच्या आईकडूनच समजलं.''

''मग तुम्ही का नाही तक्रार करत? का तुमच्याकडे काही पुरावा नाही, हे त्यामागचं कारण आहे?'' प्रेश्यसनं हळुवारपणे विचारलं.

''तेच तर कारण आहे. आमच्यापाशी काही पुरावा नाही ना! त्यामुळे खोटंनाटं सांगून ते सहिसलामत सुटू शकतील, हे मला ठाऊक आहे.''

''आणि ही मुलगी मार्गरिट– तिनं काय केलं त्यानंतर?'' प्रेश्यसनं विचारलं.

''मार्गरिट? कोण मार्गरिट?''

''तीच हो– तुमच्या बहिणीची मुलगी.'' प्रेश्यस म्हणाली.

''तिचं नाव मार्गरिट नाही काही,'' स्वागतिकेनं खुलासा केला. ''तिला एंजल म्हणतात. तिनं बिचारीनं काहीच केलं नाही आणि त्यामुळेच तर ते सुटले. सगळे पुरुष सारखेच असतात, म्हणा ना. प्रत्येक वेळी ते साळसूदपणे वागतात आणि आपला पाय सोडवून घेतात.''

'प्रत्येक वेळी नाही हं,' असं म्हणण्याचा मोह प्रेश्यसला झाला, पण तिनं तो आवरला. तिच्यापाशी फार वेळ नव्हता, म्हणून तिनं दुसऱ्यांदा त्या स्वागतिकेचा निरोप घेतला आणि आपला मोर्चा अर्थशास्त्र विभागाकडे वळवला.

अर्थशास्त्र विभागाचं दार उघडंच होतं. दारावर एक छोटा सूचनाफलक होता, दारावर टक्‌टक् करण्यापूर्वी प्रेश्यसनं तो वाचला. त्यावर लिहिलेलं होतं :

डॉ. ओस्वॉल्ड रांटा, बी.एस्सी. (अर्थशास्त्र),(यूबी) पीएच.डी. (ड्यूक).

'माझ्या गैरहजेरीत माझ्यासाठीचा निरोप विभागीय सेक्रेटरीकडे ठेवावा. ज्या विद्यार्थ्यांना निबंध परत हवे असतील, त्यांनी शिक्षकाकडे किंवा विभागीय ऑफिसमध्ये चौकशी करावी.'

आतून कुणाच्या बोलण्याचे आवाज येत आहेत का, याचा अंदाज तिनं घेतला, परंतु काही आवाज आला नाही. किल्ल्यांच्या फळीवर किल्लीचा आवाज आला, तो ऐकून तिच्या लक्षात आलं की, डॉ. रांटा आत होते. तिनं दारावर थाप मारताच त्यांनी ताड्‌कन वर बघितलं आणि दार किंचितसं उघडलं.

"काय हवंय मॅडम, तुम्हाला?" त्यांनी पृच्छा केली.

प्रेश्यसनं इंग्रजीऐवजी सेत्स्वानातून बोलायला सुरुवात केली. "मला तुमच्याशी थोडं बोलायचं होतं. तुमच्याकडे वेळ आहे का माझ्याकरिता?"

त्यांनी झट्‌कन् हातातल्या घड्याळाकडे नजर टाकली अन् काहीशा उद्धटपणेच म्हणाले, "आहे, पण अगदी थोडाच. तुम्ही माझ्या विद्यार्थिनी तर नाही?"

त्यांनी निर्देश केलेल्या खुर्चीवर बसत ती म्हणाली, "नाही, नाही. मी काही तेवढी शिकलेली नाही. मी शालांत परीक्षा उत्तीर्ण झाले आहे, पण तेवढंच. माझ्या आतेबहिणीच्या नवऱ्याच्या बसकंपनीत मी नोकरी करत असे, त्यामुळे मला पुढे शिकता आलं नाही."

"त्यानं काही बिघडत नाही. शिक्षण काय केव्हाही घेता येतं. अजूनही शिकता येईल तुम्हाला. आमच्या इथं काही बरेच वयस्क विद्यार्थीही आहेत. म्हणजे तुम्ही काही तशा म्हाताऱ्या नाही आहात. मला एवढंच म्हणायचं होतं की, कुणालाही केव्हाही शिकता येतं, त्याला वयाची काही आडकाठी नसते."

"पाहू," तिनं उत्तर दिलं. "पुढे केव्हा तरी."

"आमच्या इथं ना एक वैद्यकशास्त्र सोडलं, तर कोणताही विषय शिकता येतो. आम्ही फक्त डॉक्टर्स नाही बनवू शकत." त्यांनी आणखी माहिती पुरवली.

"किंवा गुप्तहेरदेखील." प्रेश्यसनं सूचक खडा टाकला.

त्यांनी चमकून तिच्याकडे पाहिलं. "गुप्तहेर? विद्यापीठात कुणाला गुप्तहेरगिरी शिकता येत नाही!" ते फणकाऱ्यानं म्हणाले.

भुवई उंचावत ती म्हणाली, "पण मी तर असं कुठे तरी वाचलंय की, अमेरिकेतील विद्यापीठांमध्ये या विषयावर काही अभ्यासक्रम आहेत? माझ्याकडे एक पुस्तक आहे..."

त्यांनी तिला थांबवत म्हटलं, "ते होय? अमेरिकेतील कॉलेजांमध्ये कसलेही अभ्यासक्रम शिकता येतात– अगदी पोहण्यासारखा विषयही. पण ही सोय फक्त काही थोड्या कॉलेजांमध्येच असते. चांगल्या विद्यापीठांमध्ये, ज्यांना आम्ही 'आयव्ही

लीग' अशा नावानं ओळखतो, तिथं असली भंपकगिरी नाही चालत. तिथं काही महत्त्वाचे विषयच शिकावे लागतात.''

''म्हणजे तर्कशास्त्रासारखे?''

''तर्कशास्त्र? तो स्वतंत्र विषय नसतो कधीच. तत्त्वज्ञानाच्या पदवीसाठी तर्कशास्त्राचा अभ्यास करावा लागतो. ड्यूक विद्यापीठात, अर्थातच, तत्त्वज्ञान हा विषय शिकवला जात असे. म्हणजे, मी तिथं शिकत होतो, तेव्हा तरी शिकवला जायचा.''

आपल्या विद्वत्तेनं ती प्रभावित झालीय, या अपेक्षेनं त्यांनी तिच्याकडे पाहिलं आणि तिनंही चेहऱ्यावर पुरेसा आश्चर्यभाव आणून त्यांची सुप्त इच्छा पुरी केली. या माणसाला नेहमी कुणी तरी त्याचं कौतुक करावंसं वाटतं, असं स्पष्ट दिसतंय मला, म्हणूनच या राजेश्रींना अवतीभोवती तरुण मुली लागत असाव्यात.

''पण हेरगिरीतही तेच कौशल्य लागतं की! तर्कशास्त्र आणि त्याच्या जोडीला थोडं मानसशास्त्र समजलं की, पुरेसं असतं. तुम्हाला तर्कशास्त्र माहीत असेल, तर घटनांमधला कार्यकारणभाव लक्षात येतो आणि मानसशास्त्र अवगत असेल, तर माणसांच्या वागण्याचा अर्थ लागतो.''

ते किंचितसे हसले आणि त्यांनी आपल्या पोटावर हातांची घडी घातली. जणू काही ते एखादं व्याख्यान ऐकायच्या तयारीनं बसले. तसं करताना त्यांची नजर मात्र तिच्या अंगोपांगांवरून भिरभिरत होती अन् ही गोष्ट चाणाक्ष प्रेश्यसनं लगेच हेरली. तिनंही त्यांच्या घडी घातलेल्या हातांकडे आणि त्यांच्या गळ्यातील भारी ड्रेसर टायकडे पाहिलं.

''तर मग मॅडम, आपण दोघं एकदा तत्त्वज्ञान या विषयावर पुष्कळ वेळ गप्पा मारू या. आत्ता मात्र मला एका समितीच्या बैठकीला जाणं गरजेचं आहे. पण मला एक सांगा, आज तुम्ही माझ्याकडे कशासाठी आला होतात? तत्त्वज्ञानाविषयीच बोलायला तर नव्हे?''

प्रेश्यस हसून म्हणाली, ''नाही– नाही, पण मी काही तुमचा जास्त वेळ घेणार नाही. तुम्ही एक हुशार व्यक्ती आहात, तुमच्या आयुष्यात अनेक समित्या असणारच. मी आपली एक साधी स्त्री गुप्तहेर आहे. मला...''

गुप्तहेर हा शब्द ऐकताच ते ताठरल्यासारखे झाले. त्यांच्या हातांची घडी सुटली अन् त्यांनी आपले हात खुर्चीच्या हातांवर ठेवले.

''तुम्ही एक गुप्तहेर आहात?'' त्यांनी थंड आवाजात विचारलं.

''हो. तशी माझी एक छोटीशीच संस्था आहे हो. 'नं. वन लेडीज डिटेक्टिव्ह एजन्सी' असं नाव असलेली. कगाले हिल भागात आहे. पाहिलीही असेल तुम्ही कधी तरी.''

''मी नाही कधी जात त्या बाजूला,'' तिला उडवून लावल्यासारखं करत ते

म्हणाले, ''अन् तुमचं नावही कधी माझ्या कानावर आलेलं नाही.''

''तशी अपेक्षा तर मी कधी केलीच नव्हती तुमच्याकडून. मी काही तुमच्यासारखी प्रसिद्ध व्यक्ती नाही.''

काहीशा अस्वस्थपणे त्यांनी आपल्या उजव्या हातानं टायची गाठ सरळ केली. ''माझ्याशी कशाला बोलायचंय तुम्हाला?'' त्यांनी प्रश्न केला. ''कुणी तुम्हाला पाठवलंय का माझ्याकडे काही माहितीसाठी?''

''नाही– नाही, तसं काही नाही,'' तिनं उत्तर दिलं, तेव्हा लगेच त्यांच्या मनावरलं दडपण कमी झाल्याचं प्रेश्यसच्या ध्यानात आलं आणि त्यांचा उद्दामपणाही परत दिसू लागला.

''मग काय काम आहे तुमचं?''

''मी तुमच्याकडे काही माहिती मिळवण्यासाठी आलेय– अशा एका घटनेविषयी, जी बऱ्याच वर्षांपूर्वी घडून गेलीय. जवळजवळ दहा वर्षं झाली असतील त्या गोष्टीला.''

त्यांनी तिच्याकडे नजर रोखून पाहिलं, पण ते काही तरी लपवत आहेत आपल्यापासून, अशी शंका तिच्या मनात उभी राहिली. एखादा माणूस मनातून हादरला की, त्याच्या अंगाला एक प्रकारचा वास (भीती वाटल्याचा) येतो, तो प्रेश्यसच्या नाकाला जाणवला.

''दहा वर्षांपूर्वी काही घडलं असलं, तर ते आता थोडंच आठवणार? इतकी काही कुणाची स्मरणशक्ती तीव्र नसते.''

''बरोबर आहे तुमचं.'' त्यांच्या मताला तिनं दुजोरा दिला. ''लोक बऱ्याच वेळा विसरतातच. पण काही गोष्टी अशा असतात की, ज्या विसरायच्या म्हटलं, तरी विसरणं शक्य होत नाही. उदाहरण द्यायचं झालं, तर एक आई आपल्या मुलाला कधीच विसरू शकणार नाही; खरं की नाही?''

पुन्हा एकदा त्यांचं शरीर ताठरतंय, असा भास तिला झाला. इतक्यात ते हसत उभे राहिले अन् म्हणाले, ''ते होय, आता माझ्या लक्षात येतंय, तुम्हाला काय म्हणायचंय ते. तुम्ही त्या अमेरिकन बाईसंबंधी बोलताय ना, जी सारखी प्रश्न विचारत असते, जी सारखा भूतकाळ उकरून काढते, त्यासाठी पाण्यासारखा पैसा खर्च करते? हा नाद ती सोडणार आहे की नाही कधी? त्यातून ती काही शिकणारच नाही, असं वाटतं मला.''

''काय शिकावं तिनं, असं तुम्हाला वाटतं?'' प्रेश्यसनं विचारलं.

तोपर्यंत ते आपल्या खोलीच्या खिडकीपाशी जाऊन उभे राहिले होते. खाली पाऊलवाटेवरून चालणाऱ्या मुलांकडे त्यांचं लक्ष गेलं होतं.

''हेच की, या सगळ्या शोधाशोधीतून तिच्या हाती काहीही लागणार नाहीये,''

ते म्हणाले. "तिचा मुलगा केव्हाच मेला. बहुतेक करून तो कलहारी वाळवंटाच्या दिशेनं भरकटत चालत गेला आणि वाळवंटात वाट चुकला. मला वाटतं, तो फिरायला म्हणून जो गेला, तो परत आलाच नाही. अन् हे घडणं अगदी सहज शक्य आहे कुणाच्याही बाबतीत. काय असतं, माहीत आहे का, वाळवंटातली काटेरी झुडपं सगळी अगदी एकासारखी एक दिसतात. शिवाय त्या सपाट प्रदेशात एकही टेकडी नसते जिच्या साह्यानं तुम्हाला रस्ता शोधणं सोपं जातं. साहजिकच, माणूस रस्ता चुकतो. तुम्ही गोरा माणूस असाल, तर ते घडण्याची शक्यता आणखीनच जास्त असते. कारण हा सगळा प्रदेशच तुम्हाला नवखा असतो. मग याहून वेगळं काय घडणार, सांगा ना?"

"पण माझा काही विश्वास बसत नाही तुम्ही जे सांगताय त्यावर..." प्रेश्यस स्पष्टपणे म्हणाली. "नक्कीच काही तरी वेगळं घडलं असणार."

त्यांनी आपला मोहरा तिच्याकडे वळवला अन् ताड्कन् प्रश्न केला, "म्हणजे काय म्हणायचंय काय तुम्हाला?"

तिनं खांदे उडवल्यासारखं केलं आणि म्हणाली, "ते नाही मला सांगता येणार. आणि कसं येईल? त्या वेळी मी थोडीच हजर होते तिथं?" एक क्षणभरच तिनं श्वास घेतल्यासारखं केलं अन् ती म्हणाली, "पण तुम्ही तर तिथंच होतात ना?"

त्यांचा श्वासोच्छ्वास इतक्या जोरानं होऊ लागला, की ती काही अंतरावर उभी असूनही तिला तो स्पष्ट जाणवला. ते परत एकदा खुर्चीवर येऊन बसले. खालच्या बाजूला एक विद्यार्थी जोरात काही तरी ओरडला अन् त्यावर इतर विद्यार्थी हसले, ते प्रेश्यसनं ऐकलं.

"मी तिथं होतो, असं तुम्ही म्हणालात आत्ता? काय सुचवायचंय तुम्हाला?" ते रागावून म्हणाले.

त्यांच्यावर आपली नजर रोखत प्रेश्यस म्हणाली, "मला इतकंच म्हणायचंय, की तो मुलगा तिथून गायब झाला, त्या वेळी तुम्हीही तिथंच राहत होतात. त्याला रोज बघणाऱ्या, भेटणाऱ्या लोकांमध्ये तुम्हीही होतातच ना? ज्या दिवशी तो मेला, त्या दिवशीही तुम्ही त्याला पाहिलं होतं. मग तुम्हाला काही तरी कल्पना असणारच की?"

"मी त्या वेळी पोलिसांना हे सांगितलं होतं आणि नंतर जेव्हा ते अमेरिकन लोक चौकशीसाठी आले आणि त्यांनी आम्हा सगळ्यांना प्रश्न विचारले, तेव्हाही मी तेच सांगितलं. मी त्याला सकाळी एकदा पाहिलं आणि त्यानंतर पुन्हा दुपारच्या जेवणाच्या वेळी. त्या दिवशी आम्ही काय जेवलो, ते सांगितलं. त्या मुलानं कोणते कपडे घातले होते, त्याचं वर्णनही केलं मी. थोडक्यात, मला जे-जे काही माहीत होतं, ते-ते मी सगळं त्यांना सांगितलं."

डॉ. रांटा बोलत असतानाच प्रेश्यसनं मनाशी एक निर्णय घेऊन टाकला– हा माणूस खोटं बोलतोय. तो जर खरं सांगत असता, तर ही भेट तिनं इथंच थांबवली असती, पण तिच्या लक्षात आलं की, आपला त्याच्याविषयीचा अंदाजच खरा आहे. आपल्या अंतर्मनानं दिलेला कौल चुकीचा नव्हता. डॉ. रांटा निश्चितपणे खोटं बोलत होते, हे तिला अगदी सहजगत्या जाणवलं. खरं तर, तिला नेहमी या गोष्टीचं आश्चर्य वाटायचं की, समोरचा माणूस खोटं बोलतोय, हे लोकांच्या ध्यानात कसं येत नाही? तिला तर ही गोष्ट लगेचच जाणवायची. डॉ. रांटाच्या बाबतीत तर तिला असं वाटलं की, ह्या माणसाच्या गळ्यात जणू काही कुणी तरी एखादी चमकदार पट्टी अडकवलीय आणि तिच्यावर लिहिलेलं आहे की, हा माणूस एक नंबरचा खोटारडा आहे!

आपण अगदी सहज बोलतोय, अशा पद्धतीनं प्रेश्यस त्यांना म्हणाली, ''तुम्ही माझ्याशी खोटं बोलताय, डॉ. रांटा. माझा तुमच्या शब्दांवर अजिबात विश्वास नाही.''

काही तरी बोलण्याच्या हेतूनं डॉ. रांटांनी तोंड उघडलं, पण पुढल्याच क्षणी त्यांनी विचार बदलला असावा. पुन्हा एकदा ते हातांची घडी पोटावर ठेवून खुर्चीत रेलून बसले.

''मला वाटतं, मला जे काही सांगायचं होतं, ते मी तुम्हाला सांगितलंय. मी तुम्हाला याहून जास्त काही मदत करू शकत नाही, त्याबद्दल मला माफ करा. मी तर म्हणेन, तुम्ही घरी जाऊन तर्कशास्त्राचा आणखी थोडा अभ्यास करावा. मग तुमच्या लक्षात येईल की, जेव्हा एखादा माणूस तुम्हाला म्हणतो की, मी आता काही मदत करू शकत नाही, तेव्हा तुम्हाला त्याच्याकडून काही मदत मिळणार नाही. बस्स, अगदी साधी सरळ गोष्ट आहे ही, नाही का?''

आपण किती हुशारीनं आणि तर्कसंगत बोललो, या विचारानं त्यांच्या चेहऱ्यावर छद्मी हास्यही उमटलं.

''ठीक आहे, दादा.'' प्रेश्यसनं आपला पवित्रा बदलत बोलायला सुरुवात केली. ''मी एवढंच म्हणेन, मनात आणलं, तर तुम्ही मला– नव्हे, त्या बिचाऱ्या अमेरिकन बाईला थोडीफार मदत नक्की करू शकाल. ती एक आई आहे, ही गोष्ट विसरू नका. तुम्हालाही आई होती. मी तुम्हाला म्हणाले असते, त्या आईच्या भावनांचा तरी विचार करा; पण मला माहीत आहे, तुमच्यासारख्या माणसावर अशा विनंत्यांचा काही परिणाम होत नाही. तुम्हाला त्या बाईबद्दल काही वाटत नाही, ते केवळ ती एक दूर देशात राहाणारी गोरी बाई आहे म्हणून नव्हे; ती अगदी तुमच्या खेड्यात राहाणारी बाई असती, तरी तुम्ही तिच्या भावनांची कदर केली नसती. खरं ना?''

डॉ. रांटा परत एकदा छद्मीपणे हसले अन् म्हणाले, "आपलं बोलणं संपलंय, असं म्हणालो मी."

"पण जे लोक दुसऱ्यांच्या भावनांची कदर करत नाहीत, अशा माणसांना काही वेळा त्याची जाणीव करून दिली की, मात्र ते आपसूक ताळ्यावर येतात!" ती सूचकपणे म्हणाली.

तुच्छतादर्शक आवाज काढून ते तिला म्हणाले, "आता मिनिटभराच्या आत मी व्यवस्थापनाला फोन करून सांगणार आहे, की माझ्या खोलीत एक बाई विनापरवानगी घुसल्या आहेत. तुम्ही इथं चोरी करत असताना मी तुम्हाला पाहिलं, असंही मी सांगू शकतो. खरंच, तसंच काही तरी मी करायला हवंय. अलीकडेच काही चोर आमच्या इथं घुसले होते, त्यामुळे मी तक्रार करायचाच अवकाश, ताबडतोब सुरक्षासैनिक येऊन हजर होतील. तेव्हा, तर्कपंडिताबाई, विचार करा. मग कशा काय सुटू शकाल तुम्ही?"

"हे बघा दादा, तुमच्या जागी मी असते, तर मी असलं काही केलं नसतं. तुम्हाला म्हणूनच सांगते, मला एंजलबद्दल सगळं काही समजलं आहे."

एंजल हा शब्द तिनं उच्चारताच तिला हवा तो परिणाम दिसून आला. त्यांचं शरीर एकदम ताठरल्यासारखं झालं. पुन्हा एकदा त्यांच्या शरीराला तोच भीतीचा वास आला, पण या वेळी तिला तो अधिकच उग्र वाटला.

"हो. मला एंजलविषयी सगळं काही माहीत आहे. तुम्ही तिला ज्या परीक्षेची प्रश्नपत्रिका दिलीत, त्याविषयीही मला माहीत आहे; एवढंच नव्हे, तर माझ्या ऑफिसमध्ये तिनं दिलेलं निवेदनही आहे. डॉ. रांटा, तुमच्याखाली असलेली खुर्ची मी ओढून घेऊ शकते– आत्ता, या क्षणी– एवढंच लक्षात असू द्या, म्हणजे झालं. ह्याही गोष्टीचा विचार करा की, या वयात तुमची विद्यापीठातली नोकरी गेली, तर तुम्ही करणार काय? परत काय आपल्या गावी जाऊन गुरं वळणार?"

एखाद्या कुऱ्हाडीचे घणाघाती घाव बसल्यावर जो परिणाम होईल, तसाच परिणाम प्रेश्यस रामोत्स्वेच्या शब्दांनी त्यांच्यावर झाला. 'आपण त्यांना धाक दाखवून त्यांच्याकडून माहिती मिळवायचा प्रयत्न करतोय... आपण त्यांना कोंडीत पकडलंय, ते आता पूर्णपणे माझ्या कह्यात आले आहेत.' ती स्वत:शीच म्हणाली.

"तुम्ही असं काही नाही करू शकत... मी सरळ नाकारेन तुम्ही माझ्यावर केलेले आरोप... तुमच्याकडे काय पुरावा आहे माझ्याविरुद्ध?"

"जेवढे पुरावे आवश्यक असतात, तेवढे माझ्याकडे नक्कीच आहेत. एंजलशिवाय आणखीही एक मुलगी आहे, जी तुमच्याविरुद्ध खोटं बोलायला तयार आहे. तुम्ही तिला परीक्षेच्या प्रश्नपत्रिका दिल्यात, असं ती सांगेल पोलिसांना. ती तुमच्यावर भयंकर चिडली आहे, त्यामुळे ती खोटं बोलायला कमी करणार नाही. जरी ती खोटं

बोलणार असली, तरी दोघी मुली एकच गोष्ट जेव्हा सांगतील, तेव्हा पोलीस त्यावर नक्कीच विश्वास ठेवतील. आमच्या गुप्तहेरांच्या भाषेत त्याला दुजोरा देणं, पुष्टी देणं, असं म्हणतात, दादा. न्यायालयांनाही अशा प्रकारचा दुजोराच हवा असतो. त्यांच्या परिभाषेत त्याला समान प्रकारचा पुरावा (similar fact evidence) असं म्हणतात. इथल्या कायदा विभागातले तुमचे सहकारी तुम्हाला या प्रकारच्या पुराव्याविषयी सविस्तर माहिती सांगू शकतील. जा त्यांच्याकडे आणि मिळवा तुम्हाला हवी असलेली माहिती. ते तुम्हाला कायदादेखील नीट समजावून सांगतील.''

आपले कोरडे पडलेले ओठ त्यांनी जीभ फिरवून ओलसर केले. प्रेश्यसनं त्यांची ही हालचाल टिपली. त्यांच्या शर्टाच्या काखांमध्ये घामाचे डागही तिच्या नजरेस पडले. तिनं आणखीही काही बाबींची नोंद केली– त्यांच्या एका बुटाचा बंद सैल झाला होता आणि त्यांच्या टायवर चहाचा की कॉफीचा डाग पडला होता.

प्रेश्यसनं पुन्हा एकदा आपला पवित्रा बदलला. ती समजूत काढण्याच्या सुरात डॉ. रांटांना म्हणाली, ''हे सगळं करायला मला मुळीच आनंद होत नाहीये, दादा. पण हे मी करतेय, कारण हा माझ्या कामाचा एक भाग आहे. काही वेळा मला जरुरीपेक्षा अधिक कडक धोरण अवलंबावे लागते. काही वेळा मला अशा गोष्टी कराव्या लागतात, ज्या मलासुद्धा मुळीच आवडत नाहीत. आत्तासुद्धा मी अशीच एक गोष्ट करतेय, कारण मला एका अत्यंत दु:खी अमेरिकन आईला जमेल ती मदत करायची आहे. तिला आपल्या मृत मुलाला अखेरचा निरोप द्यायचाय. तुम्हाला तिच्याबद्दल यत्किंचितही दयामाया वाटत नाही, हे मला कळून चुकलंय. पण मला वाटतेय आणि माझ्यापुरतं बोलायचं झालं, तर मला तुमच्या भावनांपेक्षा तिच्या भावना अधिक महत्त्वाच्या वाटतात, म्हणूनच मी तुमच्याबरोबर एक सौदा करणार आहे. काय घडलं, ते तुम्ही मला सांगणार आहात आणि त्याच्या बदल्यात मी तुम्हाला माझा शब्द देणार आहे अन् एक लक्षात ठेवा– माझा शब्द म्हणजे काळ्या दगडावरची रेघ असते. मी जे बोलते, ते खरं करते, दादा. तेव्हा जर तुम्ही मला सत्य काय ते सांगितलंत, तर एंजल किंवा तिच्या मैत्रिणीचं नावही आम्ही कुणीही काढणार नाही पुन्हा कधी.''

तिच्या धमकीवजा शब्दांनी डॉ. रांटांच्या छातीतली धडधड वाढलीय, हे प्रेश्यसच्या लक्षात आलं. एखाद्या माणसाला फुप्फुसांचा विकार असला की, त्याचा श्वासोच्छ्वास जसा अनियमित असतो; तसंच काहीसं डॉ. रांटांना त्याक्षणी होत होतं.

''पण मी नाही त्याला मारलं... खरंच सांगतो, मी त्याचा जीव घेतला नाही हो!''

''आत्ता तुम्ही खरं बोलताय,'' ती म्हणाली. ''मला स्पष्ट जाणवतंय ते. पण तेवढ्यानं माझं समाधान होणार नाही. त्या दिवशी काय घडलं आणि त्याचं प्रेत कुठे

पुरलंय, ते मला जाणून घ्यायचंय.''

"पोलिसांकडे जायचा तर तुमचा विचार नाही ना? मी त्यांच्यापासून काही माहिती दडवून ठेवली, असं तुम्ही त्यांना सांगणार असाल, तर मी आधीच तुम्हाला सांगून ठेवतो; त्या मुलीच्या आरोपांना तोंड देणंच मी पसंत करेन.''

"नाही. माझ्या मनातही नव्हती ती गोष्ट. मला सत्य जाणून घ्यायचंय ते फक्त त्याच्या आईच्या समाधानासाठी.''

डॉ. रांटांना एकदम थकल्यासारखं वाटायला लागलं असावं. त्यांनी डोळे मिटले. मग ते म्हणाले, "या इथं नाही बोलता येणार मला त्याविषयी. तुम्ही माझ्या घरी येऊ शकता.''

"ठीक आहे. आज संध्याकाळी येईन मी.''

"नको, आज नको;'' ते म्हणाले. "उद्या या.''

"नाही. मी आजच येणार आहे!'' प्रत्येक शब्दावर जोर देत प्रेश्यस म्हणाली. "आधीच खूप वाट पाहिलीय त्या बिचारीनं; तिला आणखी वाट पाहायला लावायची नाही मला.''

"ठीक आहे. मी तुम्हाला पत्ता लिहून देतो माझा. नऊ वाजता या तुम्ही.''

"मी आठ वाजता येईन.'' प्रेश्यसनं ठाम शब्दांत सांगितलं. "हे बघा, डॉ. रांटा, प्रत्येक स्त्री तुमचा शब्द पाळेलच अशा भ्रमात राहू नका तुम्ही; काय?''

त्यांच्या खोलीतून बाहेर पडून ती आपल्या गाडीच्या दिशेनं पावलं टाकू लागली, तेव्हा तिला आपल्या छातीतील धडधड स्पष्ट जाणवली. डॉ. रांटांसारख्या माणसाला सरळ करण्याचं धाडस आपल्यात कुठून आलं, याचं तिला आश्चर्य वाटलं, पण क्षणभरच. ते तर तिच्यात पहिल्यापासून होतंच. वरून एखाद्या कोरड्या ठणठणीत दिसणाऱ्या खाणीच्या आत खोलवर कुठे तरी पाण्याचा साठा असावा त्याप्रमाणे– अथांग, कधीही न आटणारा!

श्री. मातेकोनींच्या गॅरेजमध्ये

एकीकडे मॅडम रामोत्स्वे आपल्या गुप्तहेरगिरीच्या व्यवसायाचा भाग म्हणून ठकमंडळींना त्यांच्याच शब्दांत उत्तर देत होत्या (आपल्या अशिलांच्या हितासाठी त्यांना कधी कधी ते करावंच लागायचं! हा आणखी एक नैतिक प्रश्न होता, जो कधी तरी त्यांना आपल्या सहायिकेशी चर्चा करून सोडवायचा होता.); तर दुसरीकडे, दुसऱ्या-तिसऱ्या कुणाच्या नव्हे, तर साक्षात बोट्स्वानाच्या ब्रिटिश हायकमिशनर साहेबांच्या गाडीची देखभाल करणारे गॅरेजमालक मातेकोनी आपल्या दोन दत्तक मुलांना त्या दिवशी आपल्या गॅरेजमध्ये घेऊन जाणार होते. दोघा मुलांपैकी जी मुलगी होती तिनं– मोथोलेलीनं– त्यांना एकदा म्हटलं होतं की, तिला त्यांचं गॅरेज पाहायचं होतं अन् या गोष्टीचं त्यांना नवल वाटल्यावाचून राहिलं नव्हतं. मात्र, त्यांनी तिच्या विनंतीला मानही दिला होता. खरं बघितलं तर, लहान मुलांना सहसा कुणी मोटारदुरुस्तीच्या गॅरेजमध्ये घेऊन जात नाही, कारण तिथं अवजड यंत्रसामग्री असते, मोठमोठी अवजारं असतात, हवेच्या दाबावर काम करणारे रबराचे पाइप असतात; पण त्यांनी ठरवलं, आपल्या एका नोकराला मुलांवर लक्ष ठेवायला सांगायचं आणि गाडी कशी दुरुस्त करतात, ते आपण त्यांना प्रत्यक्ष दाखवायचं. त्यांच्या मनात एक आशादायी विचारही होताच– पुसोला जर लहान वयात गाड्यांच्या दुरुस्तीविषयी माहिती दिली, तर कदाचित त्याला यंत्रांविषयी गोडी वाटू

लागेल. मोटारगाड्या, त्यांची निरनिराळ्या प्रकारची इंजिनं, यांविषयीची आवड ही मुलांमध्ये लहान वयातच निर्माण करावी लागते; मुलं मोठं झाल्यावर ती निर्माण करू म्हटलं, तर ते शक्य होत नाही. म्हणजे असं की, माणसाला कुठल्याही वयात मेकॅनिक होणं जमू शकेल कदाचित; पण इंजिनांबद्दल मनापासून आवड निर्माण व्हायला हवी असेल, तर त्याची सुरुवात लहानपणीच करायला हवी. ही आवड मनात कशी खोलवर झिरपावी लागते, जोपासावी लागते. त्यासाठी मोठा काळ जावा लागतो.

मोथोलेलीला आपली चाकांची खुर्ची झाडाच्या सावलीत उभी करता यावी, म्हणून त्यांनी आपला ट्रक ऑफिसच्या दारात उभा केला. दुसऱ्याच क्षणी पुसो खाली उतरला आणि इमारतीच्या बाजूला असलेल्या पाण्याच्या नळाकडे धावला. मातेकोनींनी त्याला हाक मारून बोलावलं, तेव्हाच तो मागं फिरला.

"हे पाहा, इथं जपूनच वावरलं पाहिजे, बरं का? मोठीमोठी यंत्रं असतात, कुठे धडपडू नकोस. नेहमी त्या दोन माणसांपैकी एका कुणाबरोबर तरी राहायचं."

मग त्यांनी आपल्या दोन नोकरांपैकी जो वयानं लहान होता, त्याला हाक मारून बोलावलं. हाच मुलगा नेहमी त्यांच्या खांद्याला आपल्या वंगणानं बरबटलेल्या हातांनी स्पर्श करून त्यांचे स्वच्छ कपडे घाण करत असे.

"हे बघ, सध्या तू जे काम करतो आहेस, ते थोडा वेळ थांबव आणि माझं काम होईपर्यंत या मुलांवर लक्ष ठेव. त्यांना कुठे काही लागत वगैरे नाही ना, त्याची खबरदारी घे."

आपल्या नित्याच्या कामातून सुटका झाली, म्हणून त्याला बरंच वाटलंय, असं मातेकोनींना जाणवलं. 'नंबर एकचा आळशी आहे हा, गाड्या दुरुस्त करण्याऐवजी पोरंच सांभाळण्याची लायकी आहे ह्याची!' ते स्वत:शीच पुटपुटले.

त्या दिवशी गॅरेजमध्ये भरपूर काम होतं. एका फुटबॉल संघाची एक मिनीबस दुरुस्तीला आलेली होती. तिला तेलपाणी करायचं होतं. पण वाटतं, तेवढं ते काम सोपं नव्हतं; कारण बसच्या इंजिनावर फार ताण पडलेला आहे, हे त्यांच्या ध्यानात आलं होतं. आपल्या इथल्या सगळ्या मिनीबसेसची हीच अवस्था असते, असं त्यांना वाटलं. त्यांचे मालक पैशाच्या लोभानं या गाड्यांमध्ये खच्चून प्रवासी भरतात. त्यांच्याकडे आलेल्या या बसमधल्या रिंगा बदलायची गरज होती. ही गाडी अलीकडे इतका धूर ओकत होती की, खेळाडूंना त्यामुळे धाप लागत होती.

ते येण्याआधीच मिनीबसचं इंजिन खोललेलं होतं आणि तिचा ट्रान्समिशनचा भागही बाजूला काढलेला होता. आपल्या दुसऱ्या कामगाराच्या मदतीनं त्यांनी इंजिन बसमधून बाहेर काढलं. चाकांच्या खुर्चीत बसलेली असूनही मोथोलेली त्यांचं सगळं काम लक्षपूर्वक पाहात होती. काही तरी सांगून तिनं पुसोचं लक्ष वेधायचा प्रयत्न

केला, पण त्यानं लक्ष दिल्यासारखं केलं न केलं अन् लगेच आपली नजर दुसरीकडे वळवली. जमिनीवर सांडलेल्या तेलात तो पायाच्या अंगठ्यानं काही तरी आकार काढत होता.

मातेकोनींनी इंजिनातील पिस्टन आणि सिलिंडर्स हे भाग उघडले आणि काही तरी सांगण्याच्या उद्देशानं दोघा मुलांकडे पाहिलं.

"तुम्ही काय करताय, दादा?" मोथोलेलीनं त्यांच्या कामात रस घेत विचारलं. "तुम्ही जुन्या रिंगा काढून त्यांच्या जागी नव्या रिंगा बसवणार का? त्यांचं काय काम असतं इंजिनात? महत्त्वाचा भाग असतात का त्या इंजिनाचा?"

तिच्या प्रश्नांना उत्तरं देण्याआधी त्यांनी पुसोकडे बघितलं अन् त्याला विचारलं, "मी काय करतोय ते तू बघतोयस ना, पुसो?"

त्यानं उत्तरादाखल उगीच हसल्यासारखं केलं, तेव्हा त्यांना मदत करणारा कामगार म्हणाला, "तो त्या तेलात पायानं चित्र काढत बसलाय. एका घराचं चित्र काढतोय तो."

"मी थोडी जवळ आले, तर चालेल का दादा?" मोथोलेलीनं विचारलं. "पण मी तुमच्या वाटेत येणार नाही."

मानेनंच त्यांनी तिला संमती दिली आणि ती जवळ आल्यावर त्यांनी तिला इंजिनातला बिघाड दाखवला. "हा स्पॅनर धरतेस का तुझ्या हातात?" तिनं त्यांच्या हातातून स्पॅनर घेतला आणि व्यवस्थितपणे हातात पकडला, तेव्हा त्यांना तिचं कौतुक वाटलं. मग त्यांनी तिला तो कशा पद्धतीनं वापरायचा, तेही दाखवलं. "छान जमलं तुला!" असं म्हणून त्यांनी तो तिच्या हातातून परत घेतला आणि जवळच्या ट्रेमध्ये ठेवून दिला. त्यांचं लक्ष तिच्याकडे गेलं, तेव्हा ती वाकून इंजिनाच्या आत पाहत होती. तिच्या डोळ्यांतली चमक पाहून त्यांना वाटलं, ह्या मुलीला इंजिनांमध्ये खरा रस दिसतोय. तिच्याकडे पाहूनच कळतं की, हिला इंजिनांविषयी खास प्रेम वाटतंय. ही आवड, हे प्रेम वरवरचं वाटत नाहीये; ते आतून आलेलं आहे. त्या लहान उमेदवारात मला ते कधी आढळलं नाही, त्यामुळेच तो चांगला मेकॅनिक बनू शकत नाही. त्याच्या तुलनेत माझ्या आयुष्यात अचानकपणे आलेली ही एवढीशी मुलगी, अपंग असूनही उत्तम मेकॅनिक होऊ शकेल, असं स्पष्ट दिसतंय मला– ते स्वत:शीच समाधानाच्या भावनेनं म्हणाले. तिला नुसती आवडच नव्हती, तर तिच्यात जणू काही ती कलाच होती. आणि त्यात एवढं आश्चर्य वाटण्यासारखं काय होतं म्हणा? मॅडम रामोत्स्वेनं नव्हतं का हे सिद्ध करून दाखवलं होतं की, मनात आणलं, तर स्त्रिया काहीही साध्य करू शकतात, अन् तेही अगदी यशस्वीपणे! तिनं एक प्रकारे, लोकांना खोटं ठरवलं होतं. गुप्तहेरगिरीचं काम हा पुरुषांचा प्रांत आहे, असं लोक समजत असत; पण प्रेश्यसनं त्याच क्षेत्रात

उत्तम यश संपादन केलं होतं. स्त्रियांमध्ये उपजत असलेली निरीक्षणशक्ती आणि अंतःप्रेरणा या दोन देणग्यांच्या बळावर तिनं असे काही गुन्हे शोधून काढले होते, जे पुरुषांना शोधणं शक्य झालं नसतं. तात्पर्य– जर एखादी मुलगी गुप्तहेर बनण्याची स्वप्नं पाहू शकते, तर दुसऱ्या एखादीला मोटारींची इंजिनं दुरुस्त का करता येऊ नयेत? मान्य आहे की, या क्षेत्रात अजूनपर्यंत कुणा स्त्रीनं प्रवेश केलेला नाही. पण म्हणून काय झालं? तिच्यामध्ये महत्त्वाकांक्षा असेल, तर तिला कुणीच अटकाव करू शकत नाही.

विचारांच्या तंद्रीत ते तिच्याकडे एकटक पाहत राहिले. मोथोलेलीनं सहज वर पाहिलं, तेव्हा त्यांची नजर तिच्यावर खिळली होती.

"तुम्हाला माझा राग नाही ना आला?" तिनं साशंक मनानं विचारलं. "मी तुमच्या कामात लुडबूड करून तुम्हाला त्रास तर नाही ना देत?"

मातेकोनी काही न बोलता पुढे झाले आणि प्रेमभरानं त्यांनी तिच्या खांद्यावर थोपटल्यासारखं केलं. "नाही गं, मी मुळीच रागावलो नाहीय तुझ्यावर. उलट, मला तुझा अभिमान वाटतोय. माझी मुलगी मोठी झाल्यावर एक उत्तम मेकॅनिक होणार आहे, या विचारानं माझा ऊर भरून आलाय. तुलाही तेच करायचंय ना? मी बरोबर ओळखली ना तुझी आवड?"

मोथोलेलीनं नम्रपणे मान हलवली अन् म्हणाली, "लहानपणापासूनच मला इंजिनांविषयी कुतूहल वाटत आलंय. मला इंजिनं बघायलासुद्धा मनापासून आवडतात. स्क्रू ड्रायव्हर आणि पाना घेऊन काम करायला तर मला मनापासून आवडतं, पण या आधी मला तशी संधीच कधी मिळाली नाही."

"ठीक आहे. यापुढे तुला तशी संधी मिळेल अशी व्यवस्था मी करेन, मग तर झालं? ठरलं तर मग, दर शनिवारी सकाळी तू माझ्याबरोबर इथं यायचंस आणि मला मदत करायचीस. तुझ्यासाठी आपण एक वेगळं, कमी उंचीचं टेबल बनवून घेऊ, म्हणजे तुझ्या खुर्चीत बसून तुला काम करता येईल."

"किती चांगले आहात तुम्ही दादा!" मोथोलेलीनं त्यांचे मनापासून आभार मानत म्हटलं.

त्यानंतरच्या दिवसभरात ती सतत त्यांच्याबरोबरच राहिली. ते करत असलेलं प्रत्येक काम तिनं आवडीनं न्याहाळलं. एखादी गोष्ट समजली नाही, तर त्याबद्दल प्रश्न विचारले, पण त्यामुळे त्यांचं लक्ष कामावरून विचलित होणार नाही, ह्याची खबरदारीही तिनं घेतली. मिनीबसच्या इंजिनात त्यांनी बराच वेळ खाटखुट केली अन् शेवटी एकदाचं ते इंजिन ताळ्यावर आलं, तेव्हाच त्यांनी ते बसमध्ये बसवलं. मिनीबस चालवून पाहिल्यावर त्यातून धूर आला नाही, ह्याची खात्री पटल्यानंतरच त्यांनी समाधानाचा श्वास घेतला.

धूर बाहेर सोडणाऱ्या नळीकडे बोट दाखवत ते अभिमानानं तिला म्हणाले, ''बघितलंस, असा स्वच्छ धूर इंजिनातून येतोय; याचा अर्थ इंजिनावरची कॅप घट्ट बसलेली आहे, त्यामुळे तेल विनाकारण जळणार नाही. पिस्टनच्या रिंगा चांगल्या अवस्थेत असतील, तर इंजिनही चांगल्या स्थितीत राहील.''

मोथोलेलीनं टाळ्या वाजवल्या अन् ती उद्गारली, ''खरंच, आता हे इंजिन कसं खुशीत आहे, असं वाटतंय.''

मातेकोनी तिचे ते शब्द ऐकून हसले. ''अगदी योग्य तेच बोललीस, बघ. मलाही ते खुशीत आहे, असं वाटतंय.''

त्या क्षणी त्यांना जणू काही साक्षात्कार झाला– या मुलीत ते गुण आहेत, जे एका हाडाच्या मेकॅनिकमध्ये असायला हवेत. एका चांगल्या मेकॅनिकलाच हे कळू शकतं की, एखादं यंत्र आनंदानं काम करतंय की नाही ते. ज्यांना यंत्रांविषयी प्रेम वाटत नाही, अशा मेकॅनिकांना ती दृष्टीच प्राप्त झालेली नसते. त्या तरुण मुलात ही दृष्टी नाही, पण या मुलीत मात्र ती शंभर टक्के आहे. तो कुठलंही यंत्र हाताळायचा नाही, तर त्याला लाथेनं ठोकरायचा. इंजिनाच्या भागांना तो कधीच प्रेमानं आंजारायचा-गोंजारायचा नाही. मातेकोनींनी त्याला अनेक वेळा समजावयाचा प्रयत्न केला होता, ''बाबा रे, कुठल्याही धातूच्या वस्तूशी तू बळजबरी केलीस, तर ती नक्कीच तुला टक्कर देईल. मी शिकवलेलं बाकी काही लक्षात नाही ठेवलंस तरी चालेल, पण एवढी गोष्ट कधी विसरू नकोस.'' पण त्यांच्या बोलण्याचा त्या पोरावर काहीही परिणाम झाला नव्हता, हेच खरं. अजूनही तो इंजिनाचे भाग उघडताना, परत जोडताना त्याच धसमुसळेपणानं काम करत असे, जो त्यांना सुरुवातीला दिसला होता. ''यंत्रांशी अशा दुष्टपणे वागून नाही चालत!'' ते प्रत्येक वेळी वैतागून म्हणत असत.

'ही मुलगी मात्र अगदी वेगळी होती. तिला जणू यंत्रांची भाषा अवगत होती; त्यांच्या भावना तिला समजत होत्या. मोठेपणी ही एक चांगली मेकॅनिक होईल', अशी त्यांच्या मनानं ग्वाही दिली.

कापडानं हात स्वच्छ करताना त्यांनी तिच्याकडे अभिमानानं पाहिलं. आपलं मोटार-दुरुस्तीचं गॅरेज तिच्या हातात सुरक्षित राहील, या विचारानं त्यांचं मन प्रफुल्लित झालं.

नक्की काय घडलं त्या दिवशी?

मॅडम रामोत्स्वेला एक प्रकारच्या भीतीनं वेढलं होतं. बोट्स्वानातील एकमेव खासगी गुप्तहेर म्हणून काम करायला लागल्यापासून अशा प्रकारची भीती तिला फक्त एक-दोन वेळाच वाटली होती. (या नावानं ओळखली जाणारी अजूनही ती एकमेव गुप्तहेर होती; मॅडम माकुत्सीही हे काम अलीकडे करू लागली असली, तरी ती प्रेश्यसची सहायकच होती.) ती जेव्हा चार्ली गोट्सोला भेटायला गेली होती, तेव्हा तिला या प्रकारची भीती वाटली होती. एक अतिशय श्रीमंत आणि तितकाच कुविख्यात असलेला हा माणूस जादूटोणा करणाऱ्या लोकांना पदरी बाळगत असे आणि आपल्या शत्रूंचा काटा काढण्यासाठी त्यांनी दिलेल्या मंत्रतंत्रांचा वापर करत असे. त्याला भेटायला जाताना तिच्या मनात आलं होतं, आपल्या या व्यवसायामुळे आपल्याला एक दिवस खरोखरच फार मोठ्या संकटाला तोंड द्यावं लागणार आहे की काय? आता डॉ. रांटांना भेटायला जायचं ठरलं, तेव्हाही तिच्या पोटात भीतीनं गोळा उठला होता. अर्थात, तसं समजायला काही भरभक्कम आधार वगैरे नव्हता. मारू-अ-पुला नावाच्या प्रख्यात शाळेजवळच्या एका रस्त्यावर साध्याश्या वाटणाऱ्या घरात डॉ. रांटा राहत होते. त्या रस्त्यानं लोकांची ये-जा बऱ्याच प्रमाणात असायची. आजूबाजूला शेजारी असणार, हेही उघड होतं. भेटीची वेळ रात्रीची असली, तरी रस्त्यानं जाणाऱ्या गाड्यांचे दिवे लागलेले असणार... लोकांच्या बोलण्याचे, कुत्र्यांच्या

भुंकण्याचे आवाज येतच असणार. थोडक्यात सांगायचं तर, तिनं घाबरून जाण्यासारखं त्यात विशेष काही नव्हतं. ह्या डॉ. रांटांपासून आपल्या जीवाला धोका आहे, असंही तिनं समजायचं काही कारण नव्हतं. आता, ते स्त्रियांच्या बाबतीत थोडे लंपट आहेत, संधी मिळाली की ते तिचा पुरेपूर फायदा करून घेतात हे जरी खरं असलं; तरी ते खुनी निश्चितच नव्हते.

त्याउलट, काही वेळा अगदी सामान्य दिसणारी माणसंदेखील खून करू शकतात, हे तिला माहीत होतं आणि जेव्हा खरोखरच एखाद्या माणसाच्या आयुष्याचा शेवट अशा दुर्दैवी प्रकारे होतो, तेव्हा तो खून करणारा माणूस त्या बळी पडणाऱ्या माणसाच्या चांगल्या माहितीतला असतो, त्याला त्यापूर्वी अनेक वेळा भेटलेलाही असतो. नुकतीच तिनं 'गुन्हेगारविश्व' नावाच्या एका मासिकाची वार्षिक वर्गणी भरली होती. (अन् इतके पैसे वाया घालवल्याबद्दल स्वत:ला शिव्याही दिल्या होत्या, कारण तिला उपयुक्त ठरेल, अशी फारच थोडी माहिती त्यात होती.) त्यातल्या बऱ्याचशा आकडेवारीवरून आणि अगम्य अशा भाषेवरून तिला इतकाच बोध झाला होता की, ज्या स्त्री-पुरुषांचे खून झाले होते, त्यांच्यापैकी बहुतेक जण खून करणाऱ्याला चांगल्या प्रकारे ओळखत होते; त्यातले काही जण त्यांचे मित्र होते, काही जण त्यांच्या कुटुंबाच्या ओळखीचे होते किंवा त्यांच्याबरोबर एकाच ऑफिसमध्ये काम करत होते. कधी आयांनी आपल्या मुलांचे, नवऱ्यांनी त्यांच्या बायकांचे, तर कधी बायकांनी त्यांच्या नवऱ्यांचे खून केलेले होते. काही ठिकाणी नोकरांनीही आपल्या मालकांचे खून केले होते. म्हणजेच कोपऱ्याकोपऱ्यावर नव्हे, पावलोपावली तुमच्या जिवाला धोका असू शकतो. 'हे सगळं खरं असेल का?' तिच्या शंकेखोर मनानं प्रश्न विचारला. जोहान्सबर्गमध्ये तरी असं काही घडत नसावं, असं तिला वाटलं. पण तिथं म्हणे, रात्रीच्या वेळी भटकणाऱ्या पिशाचांना लोक बळी पडायचे, काही वेळा गाड्यांमधून बंदुका घेऊन हिंडणारे चोर पादचाऱ्यांना ठार मारायचे, तर इतर काही वेळा कसलीच नीतिमूल्यं न बाळगणारे तरुण अगदी विनाकारणच बेछूटपणे लोकांच्या कत्तली करायचे. तिला वाटलं, अशा मोठ्या शहरांमध्ये असले प्रकार घडतही असतील; पण सर्वसाधारणपणे जेव्हा खून होतात, तेव्हा त्या वेळची परिस्थिती अशी असते की, तुमच्या-आमच्यासारख्यांच्याच घरात जिथं एरवी लोक शांतपणे एकमेकांशी बोलत, गप्पा मारत असतात, तिथंच कुणाचं तरी डोकं एकदम भडकतं आणि संतापाच्या भरात तो समोरच्या माणसाचा खून करतो, अन् अनेकदा हे घर आपण राहतो तिथून अगदी हाकेच्या अंतरावरच असतं.

प्रेश्यसच्या डोक्यात हे विचारचक्र फिरत होतं, त्यामुळे साहजिकच तिचं मातेकोनींकडे लक्ष नव्हतं. त्या दिवशी ते तिच्या घरी रात्रीच्या जेवणासाठी म्हणून आले होते आणि तिला आपल्या घरातल्या कामवालीला पोलिसांनी कसं पकडून

नेलं, त्याविषयी काही तरी सांगत होते. दुपारी त्यांच्या घरी हा प्रकार घडल्यानंतर पोलीस त्यांच्या गॅरेजमध्ये तिच्याविषयी चौकशी करत होते, असं त्यांच्या कामगारांनी त्यांना सांगितलं, तेव्हा लगेचच ते पोलीस चौकीत गेले होते. तिथं काय घडलं, ते प्रेश्यसला सांगण्याची त्यांना इच्छा होती, पण ती आपल्या बोलण्याकडे फारसं लक्ष देत नाहीये, हे त्यांच्या ध्यानात आलं. तरीही काही वेळ त्यांनी आपलं बोलणं पुढे रेटायचा प्रयत्न केला. त्यांना वाटलं, आपल्या कामवालीचा विषय काढला, तर कदाचित प्रेश्यसच्या मनावर असलेला ताण कमी होईल.

ते म्हणाले, ''मी एका वकिलाला सांगितलंय तिला भेटायला. आपल्या इथं एक जण आहे, ज्याला असल्या केसेससंबंधी बराच अनुभव आहे. तो तिला पोलीसकोठडीत जाऊन भेटेल आणि न्यायालयात तिची बाजू मांडेल.''

प्रेश्यसनं त्यांच्या थाळीत उसळ वाढली अन् त्यांना विचारलं, ''तिनं तुम्हाला काय सांगितलं त्याविषयी? मला नाही वाटत पोलीस तिच्यावर विश्वास ठेवतील. मूर्ख बाई आहे, दुसरं काय?''

मातेकोनींच्या कपाळावर आठ्यांचं जाळं उमटलं. ते सांगू लागले, ''मी तिथं गेलो, तेव्हा सुरुवातीला तर ती एकदम वेड्यासारखी बरळायलाच लागली, चौकीदारांवर ओरडायला लागली. काय करावं, तेच मला समजेना. सगळ्यात कहर म्हणजे पोलीस मला सांगू लागले, 'आपल्या बायकोला आवरा, साहेब. तिला म्हणावं, आपलं थोबाड बंद ठेव.' मला त्यांना एकदा नाही, दोन वेळा सांगावं लागलं की बाबांनो, ही बाई माझी बायको नाहीये!''

''पण ती एवढी किंचाळत का होती?'' प्रेश्यसनं आश्चर्यानं विचारलं. ''आक्रस्ताळेपणा केला म्हणजे आपली सुटका होईल, असं समजण्याइतकी मूर्ख तर ती निश्चितच नसणार.''

''तेवढी अक्कल तिला असावी.'' ते म्हणाले. ''तिला कसल्या तरी गोष्टीचा भयंकर संताप आला होता म्हणून ती ओरडत होती. ती म्हणाली की, इथं माझ्या जागी दुसरंच कुणी तरी असायला हवं. अन् का कोण जाणे, पण तिनं तुझं नाव घेतलं!''

आपल्या थाळीत उसळ वाढत असताना प्रेश्यसनं मातेकोनींचे हे शब्द ऐकले अन् तिचा हात थांबलाच. ''माझं नाव घेतलं तिनं? पण माझा काय संबंध या सगळ्याशी?'' तिनं आश्चर्यानं विचारलं.

''हो ना!'' ते म्हणाले. ''मी विचारलं तिला त्याबद्दल, तर ती काही उत्तर द्यायलाच तयार नव्हती. फक्त मान हलवून गप्प बसली.''

''आणि त्या बंदुकीचं काय? तिच्याविषयी काही बोलली की नाही ती?''

''ती म्हणाली, 'ती बंदूक माझी नाही. ती म्हणे तिच्या एका मित्राची होती

आणि तो येऊन ती घेऊन जाणार होता.' थोड्या वेळानं ती म्हणाली, 'मला माहीतच नव्हतं की बंदूक माझ्या पिशवीत होती. मला वाटलं होतं की, त्या पुडक्यात मटण वगैरे काही तरी असेल.' निदान असं ती म्हणाली, बुवा.''

मान हलवून प्रेश्यस म्हणाली, ''असल्या थापांवर पोलीस काही विश्वास ठेवणार नाहीत. तसं झालं ना, तर विनापरवाना शस्त्रं बाळगणाऱ्यांना त्यांना कधीच पकडता येणार नाही.''

''त्या वकिलानंही फोनवर मला हेच सांगितलं. ते म्हणाले, अशा आरोपांखाली पकडल्या गेलेल्यांना पोलीस असे सहजासहजी सोडत नाहीत. ही मंडळी जेव्हा आपण निष्पाप असल्याचं नाटक करत म्हणतात, 'आमच्याजवळच्या पिशवीत बंदूक आहे, हे आम्हाला ठाऊकच नव्हतं,' तेव्हा न्यायाधीशही त्यांच्या बोलण्यावर विश्वास ठेवत नाहीत. आरोपीच्या पिंजऱ्यात उभा असलेला माणूस धादांत खोटं बोलतोय, असंच ते समजतात अन् एका वर्षासाठी तरी त्याची रवानगी तुरुंगात करतात. त्यापूर्वीही त्याला एखाद्या गुन्ह्यासाठी शिक्षा झालेली असेल, अन् बहुतेक वेळा ती झालेली असतेच, तर मग ही शिक्षा बरीच मोठी होऊ शकते.''

प्रेश्यसनं चहाचा कप तोंडाला लावला. तिला जेवताना चहा प्यायला खूप आवडायचा अन् त्यासाठी तिचा एक खास कप असायचा. आपण मातेकोनींसाठीही असाच कप आणायला हवा, तिच्या मनात विचार आला. पण ती गोष्ट तितकी सोपी नव्हती, कारण तिचा कप इंग्लंडमध्ये बनवलेला होता आणि तो जरा खासच होता.

मातेकोनींनी तिरक्या नजरेनं तिच्याकडे पाहिलं. 'काही तरी घडलंय आज,' ते स्वत:शीच म्हणाले. हिचं माझ्या बोलण्याकडे म्हणावं तितकं लक्ष नाहीये. नवरा-बायकों मध्ये तरी काही गुपितं असू नयेत, या विचारांचे ते होते. 'चला, आपल्या या तत्त्वज्ञानाला आपण आजपासूनच अवलंबायला सुरुवात करू या,' ते पुन्हा एकदा स्वत:लाच म्हणाले, अन् पुढल्याच क्षणाला त्यांनी स्वत:च्या जिभेला आवर घातला. त्यांना आठवलं, आपण अनाथाश्रमातल्या दोन मुलांचा सांभाळ करायचा एवढा मोठा निर्णय घेतला, पण त्या वेळी आपण तिला यासंबंधी काही बोललो नाही. पण ठीक आहे ना, तो विषय तेव्हाच संपला. आता हे नवं धोरण अवलंबायला सुरुवात करू या.

''मॅडम रामोत्स्वे,'' त्यांनी बोलण्याचं धाडस केलं, ''मगाचपासून मी बघतोय, आज काही तरी बिनसलंय तुझं. माझ्या बोलण्यामुळे तर नाही ना?''

हातातला कप खाली ठेवत प्रेश्यसनं आपल्या घड्याळाकडे पाहिलं अन् ती म्हणाली, ''तुमच्यामुळे नाही. काय आहे ना, मला आत्ता बाहेर जावं लागणार आहे. एका गृहस्थांबरोबर माझी भेट ठरलीय. त्या मिसेस कर्टिनच्या मुलासंदर्भात. ज्यांना

मी भेटणार आहे, त्यांच्याविषयी माझ्या मनात थोडी शंका आहे.''

आपल्या मनातल्या भीतीला तिनं व्यक्त रूप दिलं. ती म्हणाली, ''बोट्स्वाना विद्यापीठात नोकरी करणारा एक अर्थशास्त्रज्ञ काही घातपात करेल, असं मला वाटत तरी नाही. तरीपण त्यांच्या स्वभावातला दुष्टपणा मला माहीत असल्यामुळे माझं मन फार धास्तावलंय, एवढं मात्र खरं.

''या प्रकारच्या माणसाचं वर्णन एका विशिष्ट शब्दानं करतात,'' स्पष्टीकरणार्थ ती म्हणाली. ''त्याला 'पिसाट' (psychopath) म्हणतात. त्याचा स्वभाव खुनशी असतो. भल्याबुऱ्याची काही भीडमुर्वत नसते अशा माणसाला.''

त्यांनी तिचं बोलणं शांतपणे ऐकलं; पण नंतर त्यांच्या चेहऱ्यावर चिंतेचं सावट उभं राहिलं. ती बोलायची थांबल्यावर ते तिला म्हणाले, ''मग तू अशा ठिकाणी न गेलेलंच बरं. माझ्या भावी पत्नीला मी तरी अशा जिवावरच्या संकटाला तोंड देऊ देणार नाही.''

सुखावल्या नजरेनं तिनं त्यांच्याकडे बघितलं आणि त्यांना म्हणाली, ''तुम्हाला माझी काळजी वाटतेय, या विचारानंच मला फार बरं वाटलं. पण काय आहे ना, मी माझ्या व्यवसायाकडे एक व्रत म्हणून बघते. मी जर संकटांना घाबरून बसणाऱ्यांमधली एक असते, तर मग मी दुसराच एखादा व्यवसाय निवडायला हवा होता.''

मातेकोनींच्या चेहऱ्यावर दुःखाची छटा उमटली. ''ज्या माणसाविषयी तुला काही माहिती नाही, अशा परिस्थितीत तू त्याला भेटायला त्याच्या घरी जाणं योग्य नव्हे, असं मला वाटतं. त्यातूनही तू जाणारच असशील, तर मीही येतो तुझ्याबरोबर. मी बाहेरच थांबेन. त्यामुळे तुझ्याबरोबर कुणी आलंय, हे त्याला कळणारही नाही.''

प्रेश्यसनं त्यांच्या सूचनेचा विचार केला. मातेकोनींनी उगीच चिंता करत बसावं, अशी तिची इच्छा नव्हती अन् तिच्याकरता बाहेर थांबूनही त्यांना बरं वाटणार असेल, तर त्यांनी तिच्याबरोबर जायला तिची काही आडकाठी नव्हती.

''ठीक आहे. तुम्ही बाहेर थांबा. आपण माझ्या व्हॅननं जाऊ. आमचं बोलणं संपेपर्यंत तुम्ही व्हॅनमध्ये बसून राहा.''

''आणि तशीच वेळ आली, तर तू मला मोठ्यानं हाक मार. माझं लक्ष असेलच.''

त्यानंतर निश्चिंत मनानं दोघांनी जेवण संपवलं. मोथोलेली पुसोला त्याच्या खोलीत काही तरी वाचून दाखवत होती, कारण त्यांची जेवणं संध्याकाळी लवकर होत असत. जेवण झाल्यानंतर मातेकोनींनी टेबल आवरलं आणि प्रेश्यस मुलांना झोपवण्यासाठी त्यांच्या खोल्यांकडे गेली. तोपर्यंत मोथोलेलीही पुस्तक मांडीवरच ठेवून पेंगुळल्या अवस्थेत बसली होती. पुसोही झोपेला आला होता, पण तो त्याच्या

पलंगावर आडवा झाला होता. त्याचा एक हात छातीवर, तर दुसरा पलंगाच्या कडेवरून खाली लोंबत होता. प्रेश्यसनं त्याला नीट झोपवलं, तेव्हा अर्धवट झोपेतच तो तिच्याकडे पाहून हसला.

"मोथोलेली, तूदेखील झोप आता. आज गॅरेजमध्ये तू इंजिनदुरुस्तीचं खूप काम केलंस, असं मातेकोनी म्हणाले मला."

तिनं मोथोलेलीची खुर्ची तिच्या खोलीपर्यंत नेली, तिला खुर्चीवरून उठवून पलंगावर बसवलं. तिला आपली कामं स्वतःच करायला आवडतात, हे प्रेश्यसच्या लक्षात आलं होतं, त्यामुळे कपडे बदलणं वगैरे कामात तिनं मदत केली नाही. मोथोलेलीनं नवीन गाऊन अंगावर चढवला, तेव्हा त्याचा रंग तिच्या रंगाला शोभत नाही, असं प्रेश्यसला वाटलं, पण मातेकोनींना रंगांचं फारसं ज्ञान असेल, अशी अपेक्षा प्रेश्यस करतच नव्हती.

"इथं खूश आहेस ना मोथोलेली, तू?" तिनं चौकशीदाखल विचारलं.

"खूप!" तिनं उत्तर दिलं. "आणि खरं सांगू? रोज माझ्या आनंदात भरच पडते आहे."

प्रेश्यसनं तिच्या अंगाभोवती रजई नीट खोचली आणि तिच्या गालाचा पापा घेतला. मग दिवा बंद करून ती हलक्या पावलांनी बाहेर पडली. 'रोज माझ्या आनंदात भरच पडते आहे' हे मोथोलेलीचे शब्द तिला परत एकदा आठवले अन् तिच्या मनात विचार आला, खरंच का या मुलांचा भविष्यकाळ माझ्या आणि मातेकोनींच्या आयुष्यापेक्षा अधिक उज्ज्वल असणार आहे? ती स्वतःशीच म्हणाली, 'आमच्या लहानपणी आम्ही खुशीत वाढलो, कारण आफ्रिका खंड स्वतंत्र झाल्याचं भाग्य आम्हाला पाहता आलं. स्वातंत्र्यानंतरच्या काळात आफ्रिकेनं टाकलेली पहिली पावलंही आम्ही पाहिली, पण त्यानंतर आला तो अतिशय वाईट कालखंड... जेव्हा आफ्रिका तारुण्यावस्थेत होती. स्वतःला कुणी तरी महान समजणाऱ्या इथल्या हुकूमशहांनी आणि त्यांच्या भ्रष्ट राजवटींनी तिचे वाट्टेल तसे लचके तोडले. सर्वसामान्य जनता या कालखंडात जमेल तितक्या शांतपणे, सुखासमाधानात आयुष्य जगायचा प्रयत्न करत होती. त्या वेळी तिकडे हजारो मैल अंतरावरील वॉशिंग्टनमध्ये किंवा लंडनमध्ये तिथले राजकारणी संपूर्ण जगाच्या उठाठेवी करत होते, तेव्हा त्यांना इथल्या मोथोलेली किंवा पुसोसारख्या सामान्य लोकांविषयी काय माहीत होतं? त्यांनी कधी या सामान्यांची दुःखं जाणण्याचा प्रयत्न केला होता का? त्यांना होती का कधी आमच्यासारख्यांची पर्वा? जर त्यांनी थोडा अधिक विचार केला असता, तर कदाचित त्यांना समजलीही असती आमची दुःखं!' असं तिला प्रामाणिकपणे वाटलं. कधी कधी तिला वाटत असे, सातासमुद्रापलीकडल्या देशात राहणाऱ्या त्या लोकांना आम्हा आफ्रिकनांविषयी काही प्रेम वाटतच नव्हतं; कारण

आम्हीही त्यांच्यासारखीच हाडामांसाची माणसं आहोत, हे त्यांना कुणी सांगितलेलंच नव्हतं. तिच्या डॅडींसारखे, ओबेद रामोत्स्वेंसारखे जाज्वल्य देशाभिमानी लोक त्यांना कुठे माहीत होते? या विचारासरशी तिला आपल्या वडिलांची तीव्र आठवण आली. त्यांच्या फोटोकडे पाहत भावनावेगानं ती म्हणाली, ''नातवंड पाहण्याचं सुख काही तुम्हाला लाभलं नाही डॅडी, पण यापुढे ते लाभेल. तुम्हाला आता एक नाही, तर चांगली दोन नातवंडं आहेत!''

फोटोतले डॅडी तिच्याकडे नि:शब्दपणे पाहात राहिले. तिला वाटलं, या मुलांना भेटून त्यांना खरंच खूप आनंद झाला असता. आपल्या नातवंडांवर त्यांनी मनापासून प्रेम तर केलंच असतं, पण त्यांना बोट्स्वानाच्या जुन्या परंपरांची ओळखही करून दिली असती. त्याचबरोबर प्रामाणिकपणे आयुष्य कसं जगायचं असतं, तेही त्यांनी आपल्या नातवंडांना शिकवलं असतं. आता ते काम तिला करावं लागणार होतं; तिला आणि मातेकोनींना. लवकरच आपण केव्हा तरी अनाथाश्रमात जायचं आणि ही दोन छान मुलं दिल्याबद्दल मॅडम पोतोक्वानेंचे आभार मानायचे, असं तिनं मनाशी ठरवून टाकलं. ही बाई अनाथाश्रमातल्या इतर मुलांची पण काळजी अतिशय नि:स्वार्थीपणे अन् प्रेमानं घ्यायची, ह्याचं प्रेश्यसला फार कौतुक वाटत असे, तरी तिला कुणीच तिच्या या कामाबद्दल कधी धन्यवाद देत नसावं, असं प्रेश्यसला वाटायचं. मॅडम पोतोक्वाने तशा थोड्या अधिकार गाजवणाऱ्या बाई होत्या; पण एका अनाथाश्रमाची जबाबदारी त्या सांभाळत होत्या, त्यामुळे काही प्रमाणात अधिकार गाजवणं त्यांना जरुरीचंच होतं. तो त्यांच्या कामाचा एक आवश्यक भाग होता. ज्याप्रमाणे एका गुप्तहेराला चौकस असणं गरजेचं असतं, तशातलाच तो प्रकार होता. 'हं, तसं असेल, तर मग एका मेकॅनिकनं कसं असायला हवं बरं?' ती स्वत:शीच गमतीनं म्हणाली. 'वंगणानं बरबटलेलं? नाही– नाही, हे वर्णन काही योग्य नाही. ठीक आहे, करू विचार त्यावर कधी तरी!' ती पुटपुटली.

''मी अगदी तयारीतच असेन, बरं का–'' मातेकोनींनी तिला हळू आवाजात आश्वासन दिलं. त्याची खरं म्हणजे काही गरज नव्हती. ''लक्षात ठेव, मी अगदी इथं, घराच्या बाहेरच आहे. तू ओरडायचाच अवकाश– मला लगेच समजेल.''

रस्त्यावरच्या दिव्याच्या मंद उजेडात दोघांनी डॉ. रांटांच्या घराचं निरीक्षण केलं. इतर सामान्य घरांमध्ये अन् त्यांच्या घरामध्ये फारसा काही फरक नव्हता; नेहमीसारखं लाल कौलांचं छप्पर होतं अन् घरासमोरची बाग अवकळा आल्यासारखी दिसत होती.

''बागेसाठी कुणी माळी ठेवलेला दिसत नाहीये. काय दुरवस्था झालीय बघा बागेची!'' प्रेश्यस नाक मुरडून म्हणाली.

विद्यापीठात इतक्या मोठ्या पदावर काम करणाऱ्या माणसानं एक साधा माळी नेमू नये आपल्या बागेसाठी, याचा तिला राग आला. त्यांच्यासारख्या विद्वान, भरपूर कमाई असलेल्या प्रतिष्ठित माणसानं घरकामासाठी नोकर ठेवणं, ही त्यांची एक प्रकारे सामाजिक जबाबदारी होती. आफ्रिकेसारख्या विपुल लोकसंख्या असलेल्या देशात घरकाम करणाऱ्या नोकरांची कमतरता नव्हती. त्यांना कामाची गरजच होती. ही माणसं खूपच कमी, खरं तर अगदी क्षुल्लक पगारावर काम करत असत; पण त्यामुळे निदान त्यांच्या पोटापाण्याची सोय तरी होत असे. नोकरी करणाऱ्या प्रत्येक माणसानं घरकामासाठी बाई ठेवली, तर तिच्या घरच्यांची दोन वेळच्या जेवणाची चिंता तरी मिटत होती. 'आपलं घरकाम आपणच करायचं, बागेची देखभालही आपणच करायची, असं जर सगळ्यांनी ठरवलं; तर मग या सगळ्या कामवाल्यांनी आणि माळ्यांनी काय करायचं?' तिनं सात्त्विक संतापानं स्वत:लाच विचारलं.

आपल्या घरासमोरची बाग इतक्या दुर्लक्षित अवस्थेत ठेवणारे डॉ. रांटा तिच्या दृष्टीनं एक स्वार्थी व्यक्ती होते; पण तिला त्यामुळे आश्चर्य वाटलं नाही, कारण पहिल्या भेटीतच तिनं त्यांचं पाणी जोखलेलं होतं.

"फारच स्वार्थी!" मातेकोनी म्हणाले.

तेव्हा प्रेश्यस म्हणाली, "अगदी माझ्या मनातलं बोललात, बघा."

मग व्हॅनचं दार उघडून ती बाहेर पडली. प्रत्येक वेळी तिच्या चिमुकल्या गाडीतून खाली उतरताना तिला बरेच कष्ट पडायचे, कारण तिच्यासारख्या प्रशस्त देहाच्या बाईसाठी ती व्हॅन लहानच होती. पण आपल्या या गाडीविषयी तिला इतकं प्रेम वाटायचं की, ती विकून दुसरी थोडी मोठी गाडी घ्यायचा विचारही तिला कधी करावासा वाटत नसे. उलट, तिला अशी भीती वाटायची की, एखादे दिवशी मातेकोनीच तिला म्हणतील की, 'बाई, ही गाडी आत मोडीत काढायच्या अवस्थेला येऊन पोहोचलीय, तेव्हा तिच्या दुरुस्तीवर तू आणखी काही खर्च करू नयेस, असाच सल्ला मी देईन.' तिला नेहमी वाटायचं, अलीकडच्या नव्या व्हॅन्समध्ये अनेक आधुनिक उपकरणं बसवलेली असतात खरी, पण त्यामुळेच मला त्या नकोशा वाटतात. 'माझ्यासाठी माझी ही व्हॅनच बरी,' ती स्वत:शीच म्हणत असे. तब्बल अकरा वर्षांपूर्वी घेतलेल्या या व्हॅननं इतकी इमानेइतबारे तिची सेवा केली होती, तिला दूरच्या प्रवासात साथ दिली होती, ऑक्टोबर महिन्याच्या रणरणत्या उन्हापासून किंवा कलहारीतून उडत येणाऱ्या बारीक वाळूच्या थरांपासून तिचं संरक्षण केलं होतं की, प्रेश्यसला ती आता जवळच्या माणसासारखी प्रिय वाटत असे. "असली बारीक धूळ म्हणजे गाड्यांच्या इंजिनांचा शत्रू," असं मातेकोनी नेहमी म्हणत असत. गमतीनं ते पुढे पुस्ती जोडत असत, "अन् आमच्या पोटापाण्याची सोय करणारा आम्हा मेकॅनिकांचा मित्र."

गाडीत बसल्या-बसल्या मातेकोनींनी प्रेश्यसला मुख्य दरवाजाकडे जाताना, दारावरची घंटा वाजवताना पाहिलं. डॉ. रांटा तिची वाटच पाहात असावेत, कारण लगेचच त्यांनी दार उघडून तिला आत घेतलं आणि दार बंद केलं.

"तुम्ही एकट्याच आलात, मॅडम? तुमचे मित्रही आत येणार असतील ना?" डॉ. रांटांनी तिला विचारलं.

"नाही," तिनं तुटकपणे उत्तर दिलं. "ते माझी वाट पाहत बाहेरच थांबणार आहेत."

"तुमच्या रक्षणासाठी घेऊन आलायत ना त्यांना?" हसतच त्यांनी विचारलं. "एकटीनंच आत यायची भीती नाही वाटली तुम्हाला?"

त्यांच्या प्रश्नाचं उत्तर न देता तिनं सभोवार पाहत म्हटलं, "घर छान आहे तुमचं, नशीबवान आहात तुम्ही."

खुणेनंच त्यांनी तिला बैठकीच्या खोलीत येण्यासाठी सांगितलं आणि एका खुर्चीकडे बोट दाखवून बसायची विनंती केली.

स्वत:ही खुर्चीवर बसत ते म्हणाले, "हे पाहा, तुमच्याशी बोलण्यात मला माझा वेळ वाया नाही घालवायचा. केवळ तुम्ही मला धमकी दिलीत, म्हणूनच मी तुमच्याशी बोलणार आहे. खोटं बोलणाऱ्या काही बायकांनी मला अडचणीत टाकलंय, हेही माझ्या लक्षात आलंय. नाही तर मी तुम्हाला काही सांगायची तसदी घेतलीच नसती."

ह्या माणसाचा अहंभाव दुखावला गेलाय– प्रेश्यस स्वत:शीच म्हणाली. नेहमी आपल्या अधिकाराचा वापर करून तरुण विद्यार्थिनींचा गैरफायदा घेण्याची याला सवय झालीय अन् आता एका स्त्रीनंच त्यांना पेचात पकडलंय, ह्याच विचारानं त्यांच्या अंगाचा तिळपापड होतोय. आपणही फालतू गोष्टी न करता सरळ मुद्द्यालाच हात घालायचा, असं तिनं ठरवलं.

"मायकेल कर्टिन कसा मेला?" तिनं विचारलं.

तिच्या समोरच्या खुर्चीत बसलेल्या डॉ. रांटांनी आपले ओठ घट्ट आवळल्यासारखे केले.

तिच्या प्रश्नाला बगल देत त्यांनी बोलायला सुरुवात केली, "मी त्या प्रकल्पावर काम करत होतो. मी त्या वेळी एक ग्रामीण अर्थशास्त्रज्ञ होतो. 'फोर्ड फाउंडेशन'नं त्या लोकांना ग्रामीण शेतीप्रकल्पांविषयी लघुसंशोधन करण्यासाठी काही निधी दिला होता आणि त्याचा अभ्यास करण्यासाठी त्यांनी अर्थतज्ज्ञ म्हणून माझी नेमणूक केली होती. तेच माझं काम होतं; पण सुरुवातीपासूनच मला खात्री होती की, या असल्या प्रकल्पांमध्ये काही दम नव्हता. ते लोक आपले आदर्शवादी विचारांनी भारलेले होते, एवढंच. आपण आपल्या प्रयत्नांनी इथल्या परिस्थितीत बदल घडवू

शकू, असा आशावाद त्यांच्या मनात होता; पण मी त्यातला फोलपणा जाणत होतो.''

"तरीही तुम्ही त्यासाठी वेतन स्वीकारलंतच?'' तिनं जरा ताठपणे विचारलं.

तिरस्कारभरल्या नजरेनं तिच्याकडे पाहत ते म्हणाले, ''मग? मी नोकरी करतच होतो ना? मी एक व्यावसायिक अर्थशास्त्रज्ञ आहे. कोणती परिस्थिती फलदायी ठरेल आणि कोणती नाही याचाच मी अभ्यास करतो. पण मला वाटतं, या गोष्टी तुमच्या आवाक्याबाहेरच्या आहेत, त्यामुळे तुम्हाला नाही समजणार कदाचित.''

"माझ्या ध्यानात येतंय तुम्ही काय म्हणताय ते.'' ती तुटकपणे म्हणाली.

"ठीक आहे तर,'' ते पुढे बोलू लागले. ''तर आम्ही व्यवस्थापक लोक तिथल्या मोठ्या घरात राहायचो. आमच्यातला एक जण जर्मन माणूस होता, तो या प्रकल्पाचा मुख्य होता. त्याचं नाव बर्कहार्ट फिशर असं होतं आणि तो नामिबियातून आलेला होता. त्याची बायकोही होती त्याच्याबरोबर, तिचं नाव मार्सिया होतं. त्याशिवाय कार्ला स्मिट नावाची एक स्त्री होती, ती दक्षिण आफ्रिकेतून आलेली होती. आणखी तो अमेरिकन तरुण आणि मी स्वत: असे पाच-सहा जण राहायचो.

"आमचं सगळ्यांचं छान जमायचं, पण तो बर्कहार्ट मात्र माझा राग राग करायचा. मी तिथं कामाला सुरुवात केल्यानंतर अगदी काही दिवसांतच त्यानं मला तिथून हटवायचा प्रयत्न केला; पण ते काही त्याला जमलं नाही, कारण 'फोर्ड फाउंडेशन'बरोबर माझा करार झालेला होता अन् त्यांना मला काढायचं नव्हतं. माझ्याविषयी त्यानं बरंच खोटं-नाटं सांगूनही त्यांचा बर्कहार्टवर विश्वास बसला नाही.

"तो अमेरिकन मुलगा त्याच्या मानानं बराच सुसंस्कृत होता. त्याला बऱ्यापैकी सेत्स्वाना बोलता यायचं. त्यामुळे स्थानिक लोकांशी त्याचं छान जुळायचं. त्या दक्षिण आफ्रिकन बाईचं त्याच्यावर मन जडलं आणि काही दिवसांनी ते दोघं एकत्र राहायला लागले. ती त्याची सगळी कामं स्वत:च करू लागली– त्याच्यासाठी जेवण बनवणं, त्याचे कपडे धुणं वगैरे– एवढंच नव्हे, तर ती त्याचे जरा जास्तच लाड करायला लागली. काही दिवसांनी ती माझ्याशीही लगट करायला लागली. मी तिला प्रोत्साहन दिलं नाही, तरी आमच्यात संबंध निर्माण झालेच. म्हणजे एकाच वेळी ती आम्हा दोघांना झुलवत होती. 'मी त्याला आपल्या दोघांविषयी सांगणार आहे, पण त्याला दुखवायची माझी इच्छा नाही,' असं तिनं मला एकदा सांगितलं. त्यामुळे आम्ही आमच्यातले संबंध गुप्त ठेवले. तसं करणं कठीणच होतं तिथल्या परिस्थितीत, पण आम्ही ते कसं तरी निभावून नेलं.

"बर्कहार्टला आमच्यातील संबंधांचा संशय आला, तेव्हा त्यानं मला त्याच्या ऑफिसमध्ये बोलावून घेतलं आणि मला धमकी दिली, 'तू जर हे प्रकरण इथंच

थांबवलंस नाहीस, तर मी त्या अमेरिकन मुलाला त्याविषयी सगळं सांगून टाकेन.' "त्यात तुझा काय संबंध? तुला कुणी मधे नाक खुपसायला सांगितलंय?" मीदेखील चिडून विचारलं, त्यामुळे तो आणखीनच भडकला. 'जास्त हुशारी दाखवशील, तर मी फाउंडेशनला पत्रानं सगळं कळवेन आणि सांगेन की, तू आमच्या प्रकल्पात विघ्नं आणण्याचा प्रयत्न करतोयस.' त्यानं मला उघड-उघड धमकी दिली, तेव्हा मी त्याला खात्री दिली; "ठीक आहे. मी कार्लाला भेटायचं बंद करेन.'

"पण मी माझा शब्द पाळला नाही. आता आम्ही दोघं संध्याकाळी भेटू लागलो. 'अंधार पडल्यावर रानात हिंडायला मला आवडतं,' एकदा कार्ला म्हणाली. त्या अमेरिकन मुलाला काही ते आवडत नसे, म्हणून आम्ही दोघंच जाऊ लागलो. त्यानं तिला सल्लाही दिला, 'फार दूर जात जाऊ नकोस आणि साप व हिंस्र श्वापदांपासून जप स्वत:ला.'

"आम्ही दोघं या वेळी एका आडोशाच्या जागी जात असू, कारण आम्हाला एकांत हवा असे. ही जागा म्हणजे शेतांच्या पलीकडे असलेली एक छोटी झोपडी होती. तिथं आम्ही शेतीला लागणारी नांगरासारखी अवजारं ठेवत असू. पण आमच्यासारख्या प्रेमिकांच्या दृष्टीनं ती एक अत्यंत योग्य अशी जागा होती.

"त्या रात्री आम्ही दोघं तिथं होतो. मला वाटतं, ती पौर्णिमेची रात्र होती, त्यामुळे बराच उजेड होता. एकाएकी मला वाटलं की, झोपडीच्या बाहेरच्या बाजूला कुणी तरी आहे आणि मी ताड्दिशी उठलो. मी हळूच झोपडीच्या दारापाशी गेलो आणि सावधपणे झोपडीचं दार उघडलं. पाहतो, तर तो अमेरिकन मुलगा दारापाशी उभा होता. त्याच्या अंगावर फक्त अर्धी विजार होती अन् पायात बूट होते. त्या रात्री भयंकर उकडत होतं.

"त्यानं मला विचारलं, 'इथं काय करताय तुम्ही?' मी काही उत्तर दिलं नाही, तेव्हा त्यानं झोपडीचं दार उघडलं अन् तो आत शिरला. कार्लाला पाहताच त्याला सगळा प्रकार समजला.

"काही वेळ तो काहीच बोलला नाही. एकदा तिच्याकडे अन् एकदा माझ्याकडे, असं तो बघत राहिला. पुढल्याच क्षणी त्यानं जोरात धावायला सुरुवात केली, पण तो घराच्या दिशेनं जात नव्हता; तो उलट्या दिशेनं– रानाच्या दिशेनं धावत सुटला.

"कार्ला मला ओरडून म्हणाली, 'त्याच्यामागे जा, त्याला पकडून आण,' तेव्हा मी त्याच्यामागे धावत गेलो. तो अतिशय जोरात धावत होता, पण काही वेळानं मी त्याला पकडू शकलो. मी त्याचा खांदा पकडला, पण त्यानं एक हिसका देऊन स्वत:ची सुटका करून घेतली आणि तो पुन्हा धावू लागला. मीही त्याच्या मागून धावत राहिलो. काट्याकुट्यांतूनही मी त्याचा पाठलाग चालूच ठेवला. माझे

हात-पाय काट्यांनी रक्तबंबाळ झाले. एखादा काटा माझ्या डोळ्यात घुसला असता, तर माझा डोळाच फुटला असता, पण माझं नशीब जोरावर होतं त्या दिवशी, म्हणूनच माझे डोळे बचावले. माझ्या दृष्टीनं तो पाठलाग फारच धोक्याचा होता.

"मी पुन्हा एकदा त्याला पकडलं अन् ह्या वेळी तो फारशी लढत देऊ शकला नाही. त्याला शांत करण्यासाठी मी त्याच्याभोवती माझ्या हातांचा विळखा घातला. तसं केलं नसतं, तर मला त्याला घरी परत आणणं शक्यच झालं नसतं. पण आम्ही अर्ध्या वाटेवर असताना तो माझ्यापासून दूर झाला अन् कशाला तरी अडखळून पडला. त्या वेळी आम्ही रानातून जाणाऱ्या एका खोल चराच्या बाजूनं चालत होतो. तो चर ज्याला इथले लोक 'डोंगा' असं म्हणतात, जवळजवळ सहा फूट खोल होता. तो मुलगा अडखळून पडला अन् सरळ त्या चरातच कोसळला. मी खाली वाकून पाहिलं, तेव्हा तो जमिनीवर आडवा पडला होता. तो काहीही हालचाल करत नव्हता, की तोंडातून काही आवाज काढत होता. घाबरून जाऊन मीही त्या चरात उतरलो आणि त्याच्याकडे निरखून पाहिलं. तो अगदी निश्चेष्ट असा पडला होता. त्याच्या डोक्याला कुठे लागलंय का, वगैरे पाहावं म्हणून मी त्याचं डोकं थोडं वर उचललं अन् माझ्या लक्षात आलं की, पडता-पडता त्याची मान मोडली होती! कारण मी त्याचं डोकं हलवलं, तेव्हा ते एका बाजूला लुडकल्यासारखं झालं. त्याचा श्वासही बंद झाला होता.

"मी धावतच कार्लाकडे गेलो आणि तिला काय घडलं होतं ते सांगितलं. आम्ही दोघं परत एकदा त्या चरापाशी गेलो आणि त्याला तपासलं, पण तोपर्यंत तो केव्हाच मेला होता. त्यानंतर कार्लानं किंचाळायला सुरुवात केली.

"काही वेळानं कार्ला शांत झाली, तेव्हा पुढे काय करायचं, याचा आम्ही शांत डोक्यानं पण खड्ड्यातच बसून विचार करू लागलो. मी तिला म्हणालो, 'आपण घरी परत गेलो आणि झाला प्रकार सगळ्यांना सांगितला, तरी आपल्यावर कुणी विश्वास ठेवणार नाही. मायकेल पाय घसरून चरात कोसळला, ही त्यांना आपण मारलेली थाप वाटेल.' माझे कार्लाबरोबर संबंध आहेत, असं मायकेलला कळल्यावर आम्हा दोघांत भांडण झालं आणि त्याचं पर्यवसान मी त्याला मारण्यात झालं, असंच सगळे समजणार– हे चित्र माझ्या डोळ्यांपुढे उभं राहिलं. विशेषत: जर पोलिसांनी बर्कहार्टला काही प्रश्न विचारले, तर तो नक्कीच माझ्याविरुद्ध त्यांचे कान भरेल, मीच मायकेलला मारलं असं सांगेल, याविषयी मला तिळमात्र शंका नव्हती. त्यामुळे सगळ्यांचंच माझ्याविषयीचं मत कलुषित झालं असतं, अशी रास्त भीती मला वाटली.

"बराच खल केल्यानंतर आम्ही दोघांनी मायकेलला तिथंच पुरून टाकायचं

ठरवलं. आपल्याला त्याच्याविषयी काही माहिती नाही, अशी बतावणीही करायचं आम्ही ठरवलं. तिथून जवळच असलेल्या रानात मुंग्यांची बरीच वारुळं आहेत, हे मला माहीत होतं. त्यामुळे लवकरच प्रेताची विल्हेवाट लागेल, याची मला खात्री होती. थोडा शोध घेऊन मी एक योग्यशी जागा पाहिली. आमचे ग्रह उच्चीचे होते, कारण तिथून जवळच जमिनीत एक मोठा खड्डा खणलेला होता. मी तो आणखी खोल खणला आणि मायकेलचं प्रेत त्यात पुरलं. खड्डा बुजवल्यानंतर मी त्यावर काही दगड ठेवले, थोडी माती लोटली आणि नंतर वारुळाभोवतीची जागा एका काटेरी झाडाच्या फांदीनं झाडल्यासारखी केली, त्यामुळे कुणाला काही संशय येईल अशी शंका आमच्या मनात उरली नाही. अन् खरोखरच तसंच झालं! कारण मायकेलच्या आईनं एक माणूस आणला अन् त्याच्याकरवी खूप शोध घ्यायचा प्रयत्न केला, पण तिला काही यश आलं नाही. शिवाय दुसऱ्याच दिवशी पाऊस पडल्यामुळे काहीच खुणा उरल्या नाहीत मागे.

"नंतरच्या काही दिवसांत पोलिसांनी आम्हाला सगळ्यांना मायकेलसंबंधात अनेक प्रश्न विचारले. त्या दिवशी संध्याकाळनंतर मी त्याला पाहिलेलंच नाही, असं मी सांगितलं. कार्लानंही तेच सांगितलं. या घटनेचा तिला इतका मोठा धक्का बसला की, त्यानंतर ती फारशी कुणाशीच बोलेनाशी झाली. मला भेटायचंही तिनं सोडून दिलं. बहुतेक सगळा वेळ ती एकटीच रडत बसत असे.

"त्यानंतर कार्ला तिथून निघून गेली. जाण्यापूर्वी अगदी थोड्या वेळासाठी ती मला भेटली. 'आपल्या दोघांचे संबंध यायला नको होते,' एवढंच ती म्हणाली. तिला दिवस गेले होते, असंही तिनं मला सांगितलं. पण तिच्यामते ते मूल माझं नव्हतं, कारण आमचे संबंध येण्याआधीच ती गरोदर राहिली होती.

"कार्ला निघून गेल्यानंतर महिनाभरानं मीही तो प्रकल्प सोडला, कारण ड्यूक विद्यापीठानं मला शिष्यवृत्ती देऊ केली होती. कार्लानं देश सोडला, पण ती दक्षिण आफ्रिकेला परत गेली नाही, कारण तिला तो देश आवडायचा नाही. इथून निघाल्यानंतर ती झिंबाब्वेला गेली, बुलावायोत तिनं एक छोटं हॉटेल चालवायची नोकरी धरली, वगैरे गोष्टी माझ्या कानावर आल्या. ती अजूनही तिथंच आहे, असं अलीकडेच मला समजलं. बुलावायोत राहणाऱ्या माझ्या एका परिचितानं तिला तिथं पाहिलं, असं तो मला म्हणाला."

डॉ. रांटा बोलायचे थांबले. "सत्य काय आहे, ते मी तुम्हाला सांगितलंय. मी त्याला मारलं नाही. माझ्यावर विश्वास ठेवा."

त्यांचं म्हणणं पटलंय, अशा अर्थानं प्रेश्यसनं मान हलवली. "मान्य आहे मला. तुम्ही खोटं बोलत नाहीये, हे मला जाणवत होतं तुमचं बोलणं ऐकताना. मी पोलिसांना यातलं काहीही सांगणार नाहीये, असं मी तुम्हाला आधीच म्हटलं होतं

अन् माझा शब्द मी अर्थातच पाळणार आहे. मात्र त्या मुलाच्या आईला मी काय घडलं ते सांगणार आहे. अर्थात तिनंही मला मौन पाळायचं आश्वासन दिलं, तरच. मला खात्री आहे की, ती माझं म्हणणं ऐकेल. पोलिसांनी पुन्हा एकदा सगळी चौकशी करावी, असं मला मुळीच वाटत नाही.''

तिच्या शब्दांनी डॉ. रांटांच्या जिवात जीव आलाय, हे प्रेश्यसनं पाहिलं. त्यांच्या चेहऱ्यावरची शत्रुत्वाची भावना जाऊन तिथं आता सौम्यपणा आला होता. तरीही त्यांना तिच्याकडून आणखी कसलं तरी आश्वासन हवं होतं, असं तिला वाटलं.

''आणि त्या मुलींचं काय?'' त्यांनी विचारलं. ''त्या मला काही त्रास देणार नाहीत ना?''

''त्यांची चिंता करू नका तुम्ही,'' तिनं आश्वासन दिलं. ''त्या आपली तोंडं बंद ठेवतील, याची खात्री देते मी तुम्हाला.''

''पण त्यांनी तुम्हाला जे निवेदन दिलंय, त्याचं काय? त्या दुसऱ्या मुलीनं दिलेलं? तुम्ही ते नष्ट करणार असाल ना?''

प्रेश्यस उठून उभी राहिली. दाराकडे पावल टाकताना तिनं विचारलं, ''ते निवेदन?''

''हो– ज्यात तिनं माझी खोटीच निंदानालस्ती केलीय, ते निवेदन.''

प्रेश्यसनं पुढचं दार उघडून बाहेर नजर टाकली. मातेकोनी गाडीत बसले होते. दाराचा आवाज ऐकताच त्यांनी मान वर करून बघितलं.

पायऱ्या उतरून ती घरासमोरच्या पायवाटेवर आली.

मग मागं वळून अगदी शांतपणे ती त्यांना म्हणाली, ''डॉ. रांटा, आता काही गोष्टी मी तुम्हाला ऐकवणार आहे. आत्तापर्यंत अनेक जणांशी तुम्ही खोटं बोलला आहात, स्त्रियांशी तर नक्कीच. आता तुमच्या बाबतीत असं काही तरी घडलंय, जे यापूर्वी तुम्ही कधीच अनुभवलं नसेल. एका स्त्रीनं तुम्हाला पुरतं बनवलंय आणि तुम्ही तिच्या जाळ्यात पुरते अडकलात. हे मान्य करायला अर्थातच तुम्हाला आवडणार नाही; पण फसवलं जाणं म्हणजे काय, हे आज तुम्हाला कळेल. अशी कोणतीही मुलगी नव्हती, एवढंच मला तुम्हाला सांगायचंय.'' तिनं त्यांच्याकडे पाठ फिरवून चालायला सुरुवात केली. फाटक उघडून ती बाहेर पडली, तरी डॉ. रांटा तिच्या पाठमोऱ्या आकृतीकडे पाहात तसेच उभे राहिले.

हा माणूस आता आपलं काहीही वाकडं करू शकत नाही, हे तिला माहीत होतं. सध्या वाटत असलेल्या संतापाच्या भावनेवर त्यानं ताबा मिळवला अन् थंड डोक्यानं विचार करायला सुरुवात केली की, त्याला कळेल, फार थोडक्यावर सुटका झालीय त्याची. आणि त्याच्या मनात अजूनही थोडीशी जरी सदसद्विवेकबुद्धी शिल्लक असेल, तर तो हे मान्य करेल, की दहा वर्षांपूर्वी घडलेल्या घटनेला

पूर्णविराम देऊन तिनं त्याच्यावर उपकारच केले होते. 'आपण त्याच्याकडून फारच मोठी अपेक्षा करतोय,' ती स्वत:शीच म्हणाली.

आता प्रश्न उरला होता, तो तिच्या सदसद्विवेकबुद्धीचा. ती डॉ. रांटांशी खोटं बोलली होती आणि तिनं त्यांच्यावर भयतंत्राचा वापर केला होता. पण तिनं तसं केलं नसतं, तर तिला हवी असलेली माहिती तिला मिळालीच नसती. पुन्हा तिच्या मनात तो प्रश्न उभा राहिला साधनशुचितेचा– योग्य ती गोष्ट साध्य करण्यासाठी अयोग्य साधनांचा उपयोग करावा का? अर्थातच! काही वेळा युद्धाखातरच केवळ युद्धं लढली जातात, हे तिला माहीत होतं. स्वातंत्र्यप्राप्तीसाठी आफ्रिकेला संग्राम करावा लागला होता, तेव्हा कुठे कुणी त्याला विरोध केला होता? काही वेळा आयुष्यातही असे निर्णय घ्यावे लागतात, त्याला इलाज नसतो. तिनं डॉ. रांटांना त्यांच्याच भाषेत उत्तर दिलं होतं आणि त्यांच्यावर मात केली होती. याआधीही एकदा तिला याच तंत्राचा वापर करावा लागला होता– त्या मांत्रिकाला अद्दल घडवताना. ज्या जगात आपण राहतो, तिथं सगळ्याच गोष्टी कुठे आदर्श आहेत? तेव्हा मनापासून आवडत नसलं, तरी 'ठकास महाठक' व्हावंच लागतं.

बुलावायो

नेहमीच्या शिरस्त्याप्रमाणे प्रेश्यस आपल्या शोधमोहिमेवर त्या दिवशी निघाली, तेव्हा दिवस उजाडायला अजून बराच अवकाश होता. आपल्या पांढऱ्या व्हॅनमध्ये बसून तिनं फ्रान्सिसटाऊनच्या दिशेनं प्रयाण केलं. मोचुडीच्या वळणावर ती पोहोचली असेल-नसेल, तेवढ्यात दूर अंतरावर माळरानात तिला सूर्य उगवताना दिसला. नंतरच्या काही मिनिटांतच सगळा आसमंत सोनेरी रंगात नखशिखांत न्हाऊन निघाला... झाडांचे शेंडे, जमिनीवरचं सुकलेलं गवत... एवढंच नव्हे तर, धुळीचा कण न् कणसुद्धा पिवळा धम्मक वाटू लागला. काही क्षण तो लाल-केशरी रंगाचा प्रकाशगोल क्षितिजावर विसावल्यासारखा झाला अन् मग त्यानं आकाशात झेप घेतली. संपूर्ण आफ्रिकेवर त्यानं आपलं छत पसरलं, तेव्हा जग पुन्हा एकदा आपल्या मूळ रंगामध्ये नजरेला पडलं. दूर अंतरावर प्रेश्यसला आपलं बालपणीचं गाव– झाडांमधून दिसणारी तिथली कौलारू घरं, रस्त्याच्या कडेला शांतपणे उभी असलेली गाढवं– दृष्टीस पडलं.

तसं पाहिलं, तर हा सगळा परिसर रुक्ष, रखरखीत असा होता; पण नुकतीच पावसाळ्याला सुरुवात झाली असल्यामुळे थोडीफार हिरवाई दिसू लागली होती. यंदा पावसाळ्याची सुरुवात चांगली दमदार झाली होती. उत्तर आणि पूर्व दिशेला गर्द निळ्या-जांभळ्या ढगांनी हजेरी लावली होती आणि पावसाच्या रुपेरी धारांनी

आसमंत दुमदुमला होता. नद्या-नाले दुथडी भरून वाहू लागले होते. गेल्या काही महिन्यांमधल्या भाजून काढणाऱ्या उन्हानं जमीन इतकी कोरडी ठणठणीत झाली होती की, काही तासांच्या आत सगळं पाणी शोषलं गेलं होतं आणि तितक्याच जलदपणे वसुंधरेनं अंगांगावर हिरवी मखमल पांघरली होती. गवताचे कोवळे कोंब तरारून वर आले होते. जमिनीलगत पसरणाऱ्या रानवेलींवर पिवळ्या फुलांनी हजेरी लावली होती. वाळून कोरड्या पडलेल्या जमिनीतल्या लहान-लहान डबक्यांमध्ये लाल, मातकट पाणी साठलं होतं. उन्हाळ्यात कोरड्या पडलेल्या नद्यांच्या पात्रातलं वाहतं पाणी मनात आशा जागवत होतं. या वाळवंटासारख्या प्रदेशात दर वर्षी नेमानं येणारा पाऊस, काही काळ का होईना, पण जादूची कांडी फिरवत होता, इथल्या गाईगुरांना, नव्हे, सर्वच प्राणिमात्रांना जीवनाचं वरदान देत होता; लोकांचा या अद्भुतावर विश्वास बसायला लागला होता, कारण आता गुरं पूर्वीसारखी चारा-पाण्याविना मरत नव्हती.

फ्रान्सिसटाऊनला जाणाऱ्या रस्त्यावरून गाडी चालवायला प्रेश्यसला आवडत असे. त्या दिवशी तिला तिथून पुढे आणखी तीन तास प्रवास करायचा होता. सरहद्द पार करून तिला झिंबाब्वेला जायचं होतं. तिनं इतक्या दूरचा प्रवास करू नये, असं मातेकोनींनी तिला सुचवलं होतं. तिचं मन परावृत्त करायचा प्रयत्नही केला होता, पण तिनं आपला बेत बदलला नव्हता. मिसेस कर्टिनकरिता तिला काही माहिती मिळवायची होती. तिनं एकदा ते काम अंगावर घेतल्यानंतर तिला ते अर्धवट सोडायचं नव्हतं.

"झिंबाब्वेला जाणं धोक्याचं आहे. आपल्या बोट्स्वानासारखा तो देश सुरक्षित नाही. तिथं काही ना काही गडबड सतत चालूच असते. आधी युद्ध होतं, मग बंडखोर आले आणि आता त्यांची जागा गुंडांनी घेतलीय. कधी रस्ते बंद असतात, तर कधी धरपकड; काही तरी घडतच असतं तिथं. अशा ठिकाणी कुठे तुझी व्हॅन बंद पडली, तर काय करणार तू?" त्यांनी आपल्या मनातल्या शंका बोलून दाखवल्या.

मातेकोनींनी आपल्याविषयी काळजी करावी, असं तिला वाटत असलं, तरी या वेळी हा धोका पत्करावाच लागणार होता. त्यामागं दोन कारणं होती. पहिलं म्हणजे, बुलावायोला जाणं हा तिच्या कामाचा एक भाग होता, त्यामुळे तो ती टाळू शकत नव्हती आणि दुसरं अन् त्याहून महत्त्वाचं कारण म्हणजे, तिला त्यांच्या मनावर ही गोष्ट बिंबवायची होती की, तिच्या व्यवसायासंबंधीचे निर्णय ती आणि केवळ तीच घेणार होती. 'नं. वन लेडीज डिटेक्टिव्ह एजन्सी'च्या कामात मॅडम रामोत्स्वेंना आपल्या पतिराजांची ढवळाढवळ चालणार नव्हती. तसंच होणार

असेल, तर मग त्या संस्थेचं नाव 'नं. वन लेडीज (आणि पतिराज) डिटेक्टिव्ह एजन्सी' ठेवलेलं बरं! मातेकोनी त्यांच्या मोटारदुरुस्तीच्या क्षेत्रात वाकबगार होते, यात शंकाच नव्हती, पण त्यांना गुप्तहेरगिरीचं काही ज्ञान नव्हतं. तिच्या मते या क्षेत्रात आवश्यकता होती, ती तरल बुद्धिमत्तेची, अंत:प्रेरणेची...

त्यामुळे काही झालं, तरी ती बुलावायोला जाणारच होती. आपलं रक्षण कसं करायचं, ते मला समजतं, अशी तिची धारणा होती. बऱ्याच वेळा लोक संकटात सापडतात अन् त्याला फक्त तेच जबाबदार असतात, असंही तिला वाटत असे. नको तेवढा धोका पत्करणं, जरूर नसतानाही एखाद्या ठिकाणी जाणं, नवख्या माणसासमोर प्रक्षोभक विधानं करणं किंवा सामाजिक संकेत धुडकावणं, अशा कारणांमुळे ही माणसं गोत्यात येत असत. त्याउलट, प्रेश्यस कुठल्याही परिस्थितीशी स्वत:ला जुळवून घेऊ शकत असे. स्वत:ला कुणी तरी महान समजणाऱ्या तरुण माणसाशी कसं वागायचं, याचंही चांगलं ज्ञान तिला होतं. आफ्रिकेत अशा प्रकारच्या तरुणांची गाठ पडण्याचा धोका असायचाच. हातात बंदूक घेऊन वावरणाऱ्या तरुणाशी गाठ म्हणजे बाँब पेरलेल्या जमिनीवरून चालणं, असं तिच्या मनातलं समीकरण होतं. त्याला दुखावण्याचा अपराध तुमच्या हातून अनवधानानंही घडला, की संपलंच म्हणून समजावं. पण त्याच माणसाला तुम्ही मान दिलात आणि मग बोलायला सुरुवात केलीत, तर परिस्थिती तुमच्या काबूत आहे, असं तुम्ही समजायला हरकत नसते; कारण या तरुणांची तुमच्याकडून हीच अपेक्षा असते. अर्थात, अशा परिस्थितीत तुम्ही जर अगदीच शामळूपणानं वागलात, तरीदेखील तुम्ही अडचणीत येऊ शकता, कारण त्यामुळे तुमचा गैरफायदा घेतला जाण्याचा संभव असतो. थोडक्यात सांगायचं तर, तुम्हाला समोरच्या माणसाची पारख करता आली पाहिजे; त्याचं पाणी जोखता आलं पाहिजे.

सकाळचा सगळा वेळ तिनं प्रवास केला अन् नऊच्या सुमारास ती महालप्ये गावात शिरली, ज्या ठिकाणी तिच्या वडिलांचा– ओबेद रामोत्स्वेंचा जन्म झाला होता. त्यानंतर ते महालप्येच्या दक्षिणेला असलेल्या मोचुडीत स्थयिक झाले होते, कारण तिची आई मूळची तिथली होती. तसं असलं, तरी या गावातही त्यांचे बरेच नातेवाईक राहत असल्यामुळे एका अर्थानं हेदेखील प्रेश्यसचं गाव होतंच. या गावातल्या एखाद्या रस्त्यावरून आपण असाच फेरफटका मारला अन् गावातल्या चार-दोन वृद्धांशी गप्पा मारल्या, तर ते आपल्याला आपल्या वडिलांविषयीच्या काही आठवणी नक्की सांगू शकतील, याची तिला खात्री होती. तिच्या कुळाविषयीही त्यांना बरीच माहिती असण्याची शक्यता नाकारता येत नव्हती. तिच्या काकांची मुलं, दूरचे नातेवाईक– ज्या लोकांना तिनं आयुष्यात कधी पाहिलं नव्हतं, पण जे तिच्याशी रक्ताच्या नात्यानं जोडलेले होते, ते– इथंच राहत होते. जर तिची गाडी

काही कारणानं या गावात बंद पडली अन् तिला कुणाच्या मदतीची गरज भासली, तर इथल्या कुठल्याही घराचा दरवाजा ठोठावताच चार-दोन माणसं तरी तिच्या हाकेला नक्की धावून आली असती, कारण बोट्स्वानाची तशी जुनी परंपराच होती.

ज्या माणसाला आपल्या नात्यागोत्याचं म्हणावं असं कुणीच नसेल, तर त्याचं आयुष्य कसं असेल, याची ती कल्पनाही करू शकत नव्हती. तिला स्वत:ला असे काही लोक माहीत होते, ज्यांना रक्ताच्या नात्याचं कुणीच नव्हतं; ते या जगात अगदी एकटे, एकाकी होते. पुष्कळ गोरी माणसं अशा प्रकारचं एकाकी आयुष्य कंठत होती. त्यामागं काय कारण असावं, हे तिला समजू शकलं नव्हतं. तिला गंमत वाटत असे, ती या गोष्टीची की, त्यांना असं एक्कलकोंडेपणानं जगायचा कंटाळा तर येतच नसे; उलट ते अगदी मजेत, स्वच्छंदीपणे आयुष्य जगताहेत, असंच वाटत असे. त्यांना पाहिलं की त्यांची तुलना दूर अवकाशात एकट्यानंच वावरणाऱ्या अंतराळवीरांशी तिचं मन करत असे. फरक इतकाच होता की, गुडूप काळोखात वावरणाऱ्या त्या अंतराळवीरांना एका चंदेरी दोरीनं का होईना; पण त्यांच्या अवकाशयानाबरोबर जोडलेलं असे. आपल्या कल्पनासाम्राज्यात अशी भरारी मारत असताना, तिच्या मनानं आणखी एक झेप घेतली. तिनं आपली चिमुकली पांढरी व्हॅन एका दोरीच्या साह्यानं अवकाशात गिरक्या घेताना पाहिली. तिच्या मागील बाजूला तारे चमचमत होते. अन् ती स्वत:, 'नं. वन लेडीज डिटेक्टिव्ह एजन्सी'ची चालक, बोट्स्वानातील एकमेव गुप्तहेर एखाद्या अंतराळवीरासारखी अवकाशात 'खाली डोकं वर पाय' अशा अवस्थेत भिरभिरत होती. (अर्थात एका बारीकशा दोरीनं तिनं स्वत:ला तिच्या व्हॅनला व्यवस्थित बांधलेलं होतंच!)

फ्रान्सिसटाऊनला पोहोचताच रेल्वे लाइनीलगतच्या एका हॉटेलपाशी तिनं आपली व्हॅन थांबवली आणि बाहेरच्या व्हरांड्यात बसूनच ती एक कप चहा प्यायली. तेवढ्या वेळात समोरून एक डीझेलवर चालणारी, खच्चून भरलेली आगगाडी निघून गेली. झांबियातल्या खाणीतील तांबं वाहून नेणारी मालगाडी एका बाजूला उभी होती. तिचा चालक सिगारेट फुंकत, रेल्वे अधिकाऱ्याबरोबर गप्पा मारत एका झाडाखाली मजेत उभा होता. एका पायानं लंगडा असलेला, उन्हाच्या झळींनी कासावीस झालेला एक कुत्राही तिच्या समोरून चालत गेला. एक शेंबडं पोर चौकस नजरेनं प्रेश्यसच्या टेबलापाशी काही क्षण उभं राहिलं अन् तिनं हसून त्याच्याकडे पाहिलं, तेव्हा खिदळत दूर गेलं.

त्यानंतर तिला सरहद्द पार करायचा कंटाळवाणा सोपस्कार पार पाडायचा होता. तिच्यासमोर वाहनांची लांबलचक रांग होती. पांढऱ्या रंगाच्या चौकीत बसलेले सुरक्षा अधिकारी लोकांचे पासपोर्ट आणि इतर कागदपत्रं तपासून त्यावर शिक्के मारत होते. त्यांच्या चेहऱ्यावर एकाच वेळी वैताग आणि अधिकाराची गुर्मी स्पष्ट दिसत होती.

तिची तिथून सुटका होताच ती आपल्या प्रवासाच्या शेवटच्या टप्प्याला लागली. रस्त्याच्या दोन्ही बाजूंना ग्रॅनाइटच्या टेकड्या दिसत होत्या. फ्रान्सिसटाऊनच्या तुलनेत आता हवा गार आणि स्वच्छ वाटत होती. लवकरच तिनं प्रशस्त रस्ते असलेल्या बुलावायोत प्रवेश केला. दुतर्फा जॅकारांडाची झाडं असलेल्या आणि मोठमोठी घरं असलेल्या या गावात तिला हवी असलेली माहिती मिळणार होती. याच गावात तिची एक मैत्रीण राहत असे, जी तिला अनेक वेळा गॅबोरोनमध्ये भेटली होती. आज तिच्या घरातली एक खोली तिनं खास प्रेश्यससाठी ठेवली होती. गवताचं छप्पर असलेल्या या खोलीत इतका छान गारवा होता की, तिला वाटलं, आपण एखाद्या गुहेतच वास्तव्याला आलोय!

"तुला भेटायला मला नेहमीच आवडतं, पण आज तू इथं कशी काय आलीस?" तिच्या मैत्रिणीनं विचारलं.

"कुणाचा तरी शोध घ्यायला आलेय मी..." प्रेश्यसनं उत्तर दिलं. "खरं म्हटलं, तर कुणाला तरी भेटायचंय मला."

"अशी कोड्यात का बोलतेयस तू?" हसून तिच्या मैत्रिणीनं विचारलं.

"बरं, नीट सांगते. मला एका प्रकरणाची तड लावायची." प्रेश्यसनं थोडक्यात उत्तर दिलं.

तिला शोधणं प्रेश्यसला अवघड गेलं नाही. ती एका हॉटलमध्ये राहत होती. मॅडम रामोत्स्वेच्या मैत्रिणीनं काही फोन केले आणि तिला हव्या असलेल्या बाईचं नाव आणि पत्ता मिळवून दिला. ती एका जुनाट, वसाहतकाळात बांधलेल्या घरात राहत होती. हे घर मातोपोस गावाकडे जाणाऱ्या रस्त्यावर होतं. तिथं नक्की कोण राहत होतं, याची कल्पना करणं प्रेश्यसला कठीण गेलं. एवढं मात्र खरं की, ते घर चांगल्या अवस्थेत ठेवलेलं होतं आणि घराच्या मागच्या बाजूनं येणाऱ्या आवाजांवरून तिथं काही लोक वावरत असावेत, असा अंदाज बांधता येत होता. दर्शनी दारावर एक पाटी होती. त्यावर नाव लिहिलेलं होतं– कार्ला स्मिट. मद्यार्कविक्री परवानाधारक. 'आपला शोध संपलाय तर इथं!' सुटकेचा नि:श्वास टाकत स्वत:शीच प्रेश्यस उद्गारली! अशा वेळी तिला नेहमी जो अनुभव यायचा, तोच या वेळीही आला– बहुतेक सगळी ठिकाणं अशी असायची, की कुणाला वाटूही नये की, या जागी काही तरी गूढ दडलेलं असेल. अत्यंत साधीशी दिसणारी घरं अन् त्याहूनही साधेसे वाटणारे लोक. पण या जागी आपल्याला हवी असलेली व्यक्ती राहत आहे आणि आपण तिला भेटणार आहोत, याचं तिला आश्चर्य वाटल्यावाचून राहिलं नाही.

"मी कार्ला स्मिट." टेबलापलीकडे बसलेल्या स्त्रीनं आपली ओळख करून देत म्हटलं. तिच्यासमोर कागदांचा एक अस्ताव्यस्त ढीग पडला होता. पाठीमागच्या

भिंतीपाशी फाइल्स ठेवण्यासाठी एक कपाट होतं आणि त्याच्यावरती भिंतीवर एक पूर्ण वर्षाचं कॅलेंडर लावलेलं होतं, ज्यावर भडक रंगात तारखा आणि वार दाखवले होते. बहुधा ते एखाद्या छापखान्याच्या मालकानं भेट म्हणून दिलेलं असावं, कारण खालच्या भागात त्याच्या छापखान्याचं नाव होतं आणि त्यानंतर एक प्रेमळ सूचना किंवा विनंती होती– जे-जे तुमच्या मनात यावं, ते-ते आम्ही छापून द्यावं. प्रेश्यसच्या मनात विचार आला, अरे व्वा! छान कल्पना आहे की! आपणही आपल्या व्यवसायाची जाहिरात अशा प्रकारे करावी. आपल्या अशिलांना कॅलेंडर्स वाटायची अन् त्यावर आपल्या संस्थेचं नाव आणि संदेश छापायचा– 'संशय येतोय? मग 'नं.वन लेडीज डिटेक्टिव्ह एजन्सी'ला फोन करा. प्रश्न विचारा अन् उत्तरं मिळवा!' अंहं, हे फारच मिळमिळीत वाटतं कानाला. त्यापेक्षा असं लिहिलं तर? 'तुम्ही रडणार? मग आम्ही शोधणार!' छे, हे योग्य नाही. आपली सगळीच अशिलं काही रडत नाहीत. त्यापेक्षा मुद्द्याचं बोलावं, हे बरं. 'आम्ही शोध घेतो तुमच्याखातर.' हे कानाला कसं योग्य वाटत होतं; त्यात उगीच फालतूगिरी नव्हती.

"तुमचं नाव?" त्या स्त्रीनं सभ्यतापूर्वक विचारलं, पण तिच्या आवाजात प्रेश्यसला एक प्रकारचा संशय जाणवला. 'मी एखाद्या नोकरीच्या शोधात तिच्याकडे आलेय, असं तिला वाटतंय बहुतेक. मला कसं उडवून लावायचं, याचाच ती मनात विचार करते आहे!' प्रेश्यस स्वत:शीच म्हणाली.

"माझं नाव प्रेश्यस रामोत्स्वे. मी गॅबोरोनहून आलेय, पण नोकरीच्या उद्देशानं नाही." स्वत:ची ओळख करून देत प्रेश्यस म्हणाली.

ती स्त्री हसून म्हणाली, "अस्सं? पण सारखंच कुणी तरी येत असतं बघा. हल्ली इतकी मंदी आलीय की, अनेक प्रकारच्या पदव्या असलेले लोकही कसलीही नोकरी पत्करायला तयार असतात– अगदी कसलीही. दिवसाकाठी माझ्याकडे दहा-दहा, कधी तर वीस-वीस फोन येतात चौकशीखातर. शाळांना सुट्ट्या लागल्यानंतर तर काही विचारायलाच नको!"

"परिस्थिती इतकी वाईट आहे का हल्ली?"

"तर काय!" एक नि:श्वास टाकून ती म्हणाली. "दिवस फार वाईट आलेत, हेच खरं."

"हंऽऽ" प्रेश्यसनं सहानुभूतीदाखल म्हटलं. "आमच्याकडे बोट्स्वानात त्या मानानं परिस्थिती बरी आहे. ही समस्या नाहीये तिथं."

कार्लानं नुसतीच मान हलवली. मग काही तरी आठवल्याच्या सुरात ती म्हणाली, "खरं आहे तुम्ही म्हणता ते. मी एक-दोन वर्षं राहिले होते बोट्स्वानात. पुष्कळ वर्षं झाली त्या गोष्टीला. पण मी असं ऐकलंय की, तिथं अजूनही फारसा बदल झालेला नाही. म्हणूनच तुम्ही नशीबवान आहात."

"तुम्हाला पूर्वीची जुनी आफ्रिका आवडायची का?"

तो प्रश्न ऐकताच तिच्या चेहऱ्यावर एक विचित्र भाव उमटला. तिला प्रेश्यसचा प्रश्न काहीसा राजकीय स्वरूपाचा वाटला. तिनं लगेच सावधगिरीचा पवित्रा घेतला.

योग्य त्या शब्दांची निवड करत ती सावकाशपणे बोलू लागली, "नाही. मला असं नाही म्हणायचं की पूर्वीचे वसाहतवादाचे दिवस मला अधिक बरे वाटायचे. तसं नक्कीच म्हणणार नाही मी. सगळ्याच गोऱ्या लोकांना वसाहतवाद आवडत होता, असं मुळीच नाही. मी स्वत: एक दक्षिण आफ्रिकन होते, पण तिथल्या वंशभेदापासून दूर जाण्यासाठीच मी तो देश सोडला. त्याचसाठी मी बोट्स्वानाला गेले."

कार्लाची कुचंबणा करावी, या हेतूनं तिनं तो प्रश्न विचारलेला नव्हता. खरं म्हणजे कुठल्याच विशिष्ट हेतूनं तिनं तो प्रश्न विचारला नव्हता. कार्लाला बरं वाटावं, म्हणून प्रेश्यस म्हणाली, "मलाही तसं काही सुचवायचं नव्हतं. माझ्या म्हणण्याचा अर्थ हा होता की, पूर्वीच्या काळी आत्तासारखी नोकऱ्यांची चणचण नव्हती. लोक आपापल्या गावी राहायचे. त्यांचं आपलं म्हणावं, असं एखादं गाव असे, घरदार असे, कुटुंबकबिला असे. प्रत्येकाची थोडीशी का होईना, पण शेतीवाडी असे. आता ते सगळं नष्ट झाल्यात जमा झालंय. त्यांचं म्हणण्यासारखं आता काय राहिलंय, तर एखाद्या शहराच्या उपनगरातली छोटीशी झोपडी. तुम्हाला सांगते, मला स्वत:लाच ही नवी आफ्रिका आवडत नाही."

तिच्या स्पष्टीकरणानं कार्लाला किंचित बरं वाटलं. "खरंच आहे तुमचं म्हणणं. पण कोण काय करू शकणार या बाबतीत? जगात जे काही चाललंय, ते आपण बदलू तर शकत नाही ना? आहे त्या परिस्थितीशी जुळवून घेणं तेवढंच काय ते आपल्या हातात असतं, होय ना?"

मग थोडा वेळ शांतता पसरली. कार्लाच्या मनात विचार आला, ही बाई काही आपल्याशी राजकारणावर गप्पा मारायला आलेली नाही किंवा आफ्रिकेच्या इतिहासावर चर्चा करायलाही आलेली दिसत नाही. मग काय हेतू असेल हिच्या येण्यामागे?

आपल्याच विचारांच्या तंद्रीत प्रेश्यसनं आपल्या हातांकडे पाहिलं. तिच्या बोटातली हिऱ्याची अंगठी चमचमली. तिनं बोलायला सुरुवात केली, "दहा वर्षांपूर्वी तुम्ही मोलेपोलोले गावाजवळ एके ठिकाणी राहत होतात. त्या ठिकाणी बर्कहार्ट फिशर नावाचा एक माणूस एक प्रकल्प चालवत होता. एक दिवस त्या ठिकाणाहून मायकेल कर्टिन नावाचा एक तरुण अचानकपणे नाहीसा झाला, त्या वेळी तुम्ही तिथंच होतात."

प्रेश्यस बोलायची थांबली अन् तिनं वर बघितलं. कार्लाचे पाण्यानं डबडबलेले डोळे तिच्याकडे एकटक रोखलेले होते.

"मला पोलिसांनी वगैरे धाडलेलं नाही. माझा पोलिसांशी काहीही संबंधही नाही,"

घाईघाईनं प्रेश्यस म्हणाली. ''मी तुमची उलटतपासणीही करायला आलेली नाही.''

कार्लाचा चेहरा निर्विकार राहिला. ''मग कशासाठी आलायत तुम्ही माझ्याकडे? आता त्या विषयावर बोलून काय मिळणार आहे तुम्हाला? फार काळ लोटलाय त्या गोष्टीला. तो नाहीसा झाला, एवढंच मी सांगू शकेन तुम्हाला.''

''नाही.'' प्रेश्यसनं ठाम स्वरात म्हटलं. ''फक्त एवढंच घडलं नाही. खरं म्हणजे काय घडलं, ते मी तुम्हाला विचारतच नाहीये, कारण ते मला पूर्णपणे ठाऊक आहे. तुम्ही आणि ओस्वॉल्ड रांटा त्या दिवशी त्या झोपडीत होतात, तुम्हाला दोघांना मायकेलनं एकांतात पाहिलं, नंतर तो एका चरात कोसळला आणि त्याची मान मोडली. तुम्ही दोघांनी त्याचं प्रेत पुरून टाकलंत, कारण ओस्वॉल्डला अशी भीती वाटली, की पोलीस मायकेलच्या खुनाचा आरोप त्याच्यावर ठेवतील. त्या दिवशी जे घडलं, ते हेच ना?''

कार्ला काहीच बोलली नाही, पण आपल्या शब्दांनी तिला जोरदार धक्का बसलाय, हे प्रेश्यसच्या लक्षात आलं. डॉ. रांटांनी आपल्याला सत्य काय ते सांगितलंय, असं तिला वाटलंच होतं आणि कार्लाच्या आत्ताच्या प्रतिक्रियेनं त्याला पुष्टी मिळाली होती.

''तुम्ही मायकेलला मारलं नाही. त्याच्या मृत्यूचा आणि तुमचा काही संबंधच नव्हता, हे मला माहीत आहे. पण तुम्ही त्याचं प्रेत दडवलंत, हे तर खरं आहे ना? त्यामुळे त्याच्या आईला कळलंच नाही की तिच्या मुलाचं काय झालं ते. ही अत्यंत मोठी चूक तुमच्या दोघांच्या हातून घडली, हे तरी तुम्ही मान्य करालच ना? पण आज मला तो मुद्दाही मांडायचा नाहीये. मी तुम्हाला एवढंच म्हणेन की, त्या चुकीचं परिमार्जन तुम्ही करू शकाल आणि तेदेखील कोणताही धोका न पत्करता.''

कार्लाचा आवाज तिला खोल गेल्यासारखा वाटला. ती म्हणाली, ''आता माझ्या हातात काय उरलंय? मी काहीही केलं, तरी मायकेल तर परत येऊ शकणार नाही ना?''

''तुम्ही एका आईच्या शोधाला पूर्णविराम देऊ शकता.'' प्रेश्यस हळुवारपणे म्हणाली. ''तिच्या मनाची तगमग तुम्हाला थांबवता येईल. तिला आपल्या मुलाला अखेरचा निरोप द्यायचाय, एवढंच. ज्यांनी आयुष्यात खूप काही गमावलंय, अशा लोकांचं फार काही मागणं नसतंच कधी. कुणाचा सूड तर त्यांना नक्कीच घ्यायचा नसतो. त्यांना फक्त त्यांच्या प्रश्नांची उत्तरं हवी असतात– बस्स!''

कार्ला काही न बोलता खुर्चीत मागे रेलून बसली. तिची नजर खाली झुकलेली होती. ''काय बोलावं, ते मला सुचत नाहीये. कुणास ठाऊक, मी काही बोलले, तर ओस्वॉल्डला ते कदाचित आवडणार नाही...''

''ओस्वॉल्डला सगळं माहीत आहे अन् त्याची काही हरकतही नाही

त्याला–'' तिचं बोलणं थांबवत प्रेश्यस म्हणाली.

''मग तोच का नाही बोलत मायकेलच्या आईशी?'' फटकळपणे कार्ला म्हणाली. ''जे काही केलं, ते ओस्वॉल्डनंच तर केलं, मी फक्त त्याच्या पाठीशी उभी राहिले, एवढंच. म्हणूनच मला खोटं बोलावं लागलं.''

तिचं मन आपल्याला समजतंय, या अर्थी प्रेश्यसनं मान डोलावली अन् म्हणाली, ''मलाही ते पूर्णपणे मान्य आहे. या सगळ्या प्रकरणाच्या मुळाशी ओस्वॉल्डच आहे. पण खरं सांगू? तो मुळीच चांगल्या स्वभावाचा नाही, हे मी जाणलंय. त्या अमेरिकन बाईला तो काही देऊ शकणार नाही, हे मला चांगलं ठाऊक आहे. तिलाच काय, तो कोणालाही काही देऊ शकणार नाही, ह्याची मला खात्री आहे. अशी माणसं स्वत:ची चूक कधीही कबूल करणार नाहीत, की कोणाची माफीही मागणार नाहीत. पण तुम्ही ही गोष्ट करू शकाल. त्या बाईला एकदाच भेटा अन् तिला सांगून टाका काय घडलं ते. तुम्हाला तिची क्षमाही मागता येईल.''

हताशपणे मान हलवत कार्ला म्हणाली, ''मला कळत नाही– त्यानं काय साध्य होणार आहे...? इतकी वर्षं होऊन गेली त्या घटनेला...''

तिला मध्येच थांबवत प्रेश्यस म्हणाली, ''शिवाय तुम्ही तिच्या नातवंडाची आई आहात, खरं ना? तेवढं छोटं समाधानही तुम्ही तिला देणार नाही का? तिचा मुलगा आता या जगात राहिलेला नाही, निदान...''

''मला एक मुलगा आहे. त्याचं नावही मायकेलच आहे. तो नऊ नाही, जवळजवळ दहा वर्षांचा आहे.''

प्रेश्यसच्या चेहऱ्यावर समाधानाचं हसू अवतरलं. ''तिला भेटायला जाल, तेव्हा तुम्ही तुमच्या मुलाला न्यायलाच हवं. तुम्ही एक आई आहात. आई असणं म्हणजे काय, ते तुम्हाला चांगलंच माहीत असणार. तेव्हा त्या दोघांची भेट तुम्ही घडवून आणणार नाही, असं होणंच शक्य नाही. ओस्वॉल्ड तुम्हाला काही करणार नाही. त्याच्यापासून काही धोका नाही तुम्हाला.''

प्रेश्यस उठून उभी राहिली अन् टेबलाला वळसा घालून कार्लाच्या जवळ गेली. अपराधीपणाच्या भावनेनं कार्ला अगदी ढेपाळल्यासारखी झाली होती. काय करावं, हेही तिला सुचत नव्हतं.

''तिला भेटलं पाहिजे, असंच तुम्हालाही वाटतंय ना?'' तिनं कार्लाला विचारलं. हळुवारपणे तिनं कार्लाचा हात आपल्या हातात घेतला. तिचा गोरा हात उन्हामुळे रापला होता, कष्ट करणाऱ्या माणसाच्या हातासारखा तो तिला खरखरीतही वाटला.

''मी सांगितलं ते तुम्ही कराल ना? त्या बाई बोट्स्वानाला यायला तयार आहेत. मी सांगितलं, तर एक-दोन दिवसांत येतीलही. तुम्हाला इथून निघता येईल

का काही दिवसांसाठी?''

"माझ्या हाताखाली एक जण कामाला आहे. ती बघू शकेल इथलं काम माझ्या गैरहजेरीत.''

"अन् तुमचा मुलगा– मायकेल? त्याला आणाल ना तुमच्याबरोबर? आपल्या आजीला भेटायला आवडेल की त्यालाही.''

त्या क्षणी कार्लानं वर बघितलं अन् ती म्हणाली, "हो. मॅडम रामोत्स्वे, घेऊन येईन मी त्यालाही. तुम्ही म्हणालात ते पटलं मला.''

दुसऱ्या दिवशी प्रेश्यस गॅबोरोनला परतली, तेव्हा बरीच रात्र झाली होती. मुलांकडे लक्ष देण्यासाठी म्हणून तिची कामवाली बाई– रोझ तिच्या घरी राहिली होती. प्रेश्यस घरी आली, तोपर्यंत दोन्ही मुलं गाढ झोपली होती. ती त्यांच्या खोल्यांमध्ये गेली, मंद सुरातला त्यांचा श्वासोच्छ्वास तिनं ऐकला, त्यांच्या अंगांचा सुगंधही तिच्या नाकाला जाणवला, तेव्हा तिच्या चेहऱ्यावर स्मित उमटलं. अचानकपणे तिला प्रवासाचा थकवा जाणवला, तेव्हा मात्र ती कशीबशी आपल्या खोलीत गेली अन् पलंगावर कोसळली. डोळ्यांवर झापड आली असूनही, तिचं मन गाडी चालवण्याच्याच स्थितीत होतं, त्यामुळे झोपेतही तिच्या बुब्बुळांची हालचाल मंदपणे होतच राहिली.

दुसऱ्या दिवशी सकाळी मुलांना रोझच्या ताब्यात देऊन ती नेहमीपेक्षा लवकरच तिच्या ऑफिसमध्ये आली. तिच्या आधीच मॅडम माकुत्सी कामावर हजर झाली होती आणि टाइपरायटरवर काही तरी टाइप करत होती.

मॅडम रामोत्स्वेला पाहताच तिनं जाहीर केलं, "आज मी लेत्सेन्याने बादुलेंच्या केसचा सोक्षमोक्ष लावून टाकणार आहे.''

एक भुवई उंचावत प्रेश्यस तिला म्हणाली, "पण ते काम मी करावं, अशी तुझी अपेक्षा होती ना?''

ओठ आवळल्यासारखे करत मॅडम माकुत्सीनं उत्तर दिलं, "खरं सांगायचं, तर त्यांना सत्य सांगण्याचं धैर्य माझ्यात नव्हतं. पण काल ते इथं आले, तेव्हा मला त्यांच्याबरोबर बोलावंच लागलं. मी जर त्यांना येताना दुरून पाहिलं असतं ना, तर मी दार पट्कन् आतून बंद केलं असतं, नाही तर ऑफीस बंद असल्याची पाटी दारावर लावली असती. पण ते इतके अचानकपणे आले की, तसं काही करायला मला अवसरच मिळाला नाही.''

"मग?'' प्रेश्यसनं उत्सुकता दाखवत विचारलं.

"मग काय करणार मी? मी त्यांना म्हटलं, तुमची बायको तुमच्याशी प्रतारणा करतेय.''

"बाप रे! त्यावर ते काय म्हणाले?"

"काही नाही. बिचारे फार अस्वस्थ झाले. त्यांना खूप वाईटही वाटलं असणार."

उदासपणे हसत प्रेश्यस म्हणाली, "पण ते तर त्यांना माहीतच होतं."

"हो ना," मॅडम माकुत्सी म्हणाली. "पण मग मी काय केलं माहीत आहे? मी त्यांना म्हणाले, तुम्ही याबाबतीत काही बोलू नये, हेच बरं होईल; कारण तुमची बायको हे सगळं तिच्या मुलाच्या भल्यासाठीच करतेय. तिचा त्यात काही स्वार्थी हेतू वगैरे नाही. तिनं या श्रीमंत माणसाबरोबर संबंध ठेवलेत, कारण तो त्याची शाळेची फी भरतोय. बिचारी अगदी नि:स्वार्थी हेतूनं वागतेय, हे मी त्यांना पटवलं. त्यामुळे त्यांनी सध्याच्या परिस्थितीत काही ढवळाढवळ न करणं, हेच त्यांच्या सगळ्यांच्या हिताचं आहे, असंही मी त्यांना सांगितलं."

मॅडम रामोत्स्वे चाटच पडली. "आणि त्यांचा तुझ्या बोलण्यावर विश्वास बसला?" तिनं आश्चर्यानं विचारलं.

"हो तर!" मॅडम माकुत्सी म्हणाली. "काय आहे ना मॅडम, माझ्या मते हा माणूस तसा भोळसटच आहे. मी जे काही त्यांना सांगितलं, ते त्यांना पटलं असणार; कारण त्यांचं समाधान झालंय, असं मला वाटलं."

"माझा विश्वासच बसत नाहीये अजूनही तुझ्या बोलण्यावर!" प्रेश्यस अजूनही त्या धक्क्यातून सावरली नव्हती.

"म्हणजे बघा आता, मॅडम–" माकुत्सी उत्साहानं म्हणाली, "त्यांचं समाधान झालं. त्यांची बायकोही नेहमीप्रमाणे खूश असणारच आहे. मुलाचं शिक्षण पूर्वीसारखंच चालू राहणार आहे. त्यांच्या बायकोचा प्रियकर आणि त्याची बायकोही सुखात नसण्याचं काही कारण नाही. म्हणजेच सगळीकडे आनंदी आनंद आहे, असा निष्कर्ष आपण काढायला हरकत नाही, खरं की नाही? एकूण निकाल चांगला लागला."

मॅडम माकुत्सीनं बादुलेंची केस अतिशय हुशारीनं, कल्पकतेनं सोडवली हे प्रेश्यसनं मान्य केलं, तरी तिचं पूर्ण समाधान मात्र झालं नाही; कारण या सगळ्या प्रकरणात एक मोठा नैतिक पेच उरलाच होता. तो नक्की काय, हे ठरविण्यासाठी दोघींना बराच ऊहापोह करावा लागणार होता, हे निश्चित. तिच्या मनात आलं, 'गुन्हेगारी जगत'सारख्या मासिकांमध्ये असल्या प्रश्नांवर चर्चा होत नाही, ही खरंच खेदाची गोष्ट आहे. अशा समस्या उद्भवल्या, तर गुप्तहेरांनी त्या कशा सोडवायच्या, ह्यासाठी त्यांनी एक पान जरूर ठेवायला पाहिजे, असं तिला वाटलं. मग ती स्वत:शीच उद्गारली, किंवा आपण असं करावं– मासिकाच्या संपादकाला सुचवावं की, त्यांनी वाचकांना सल्ला देण्यासाठी एखादी 'मावशीबाई' तरी नेमावी. त्यामुळे निदान त्यांचं मासिक अधिक वाचनीय तरी होईल!

त्यानंतर मध्ये बरेच दिवस असे गेले, जेव्हा एकही नवं अशील आपली

समस्या घेऊन त्यांच्याकडे आलं नाही. हा रिकामा वेळ दोघींनी रेंगाळलेली कामं निपटण्यासाठी वापरला. मॅडम माकुत्सीनं तिच्या टाइपरायटरची साफसफाई केली, प्रेश्यसचा आवडता बुश टी बनवण्यासाठी एका नव्या किटलीची खरेदी केली. प्रेश्यसनं आपल्या जुन्या मित्रमैत्रिणींना पत्रं पाठवली आणि जवळच आलेल्या वर्षअखेरीसाठी जमाखर्चाचा ताळेबंद मांडला. या वर्षी फार कमाई झाली नसली, तरी निदान तोटा तरी झाला नव्हता. मुख्य म्हणजे, तिला कामातून समाधान मिळालं होतं आणि भरपूर मनोरंजनही झालं होतं. जमाखर्चाच्या नेहमीच्या हिशोबात ह्या मुद्द्यासाठी स्तंभ नसतो; पण तो असता, तर तिच्या संस्थेचा ताळेबंद नक्कीच अधिक सुदृढ, मनाजोगता झाला असता, असं तिला वाटलं. 'खरंच, वार्षिक ताळेबंदात मानसिक समाधानाचा स्तंभ जमेच्या आणि खर्चाच्या जोडीला असायलाच हवा. माझ्या ताळेबंदात तरी हा आकडा खूप मोठा असेल,' ती समाधानाच्या भावनेनं स्वत:शीच म्हणाली.

तिचं समाधान काहीच नाही, इतकं समाधान मिसेस कर्टिनला त्यानंतर दोन-तीन दिवसांनी लाभलं. ती तीन दिवसांनी 'नं. वन लेडीज डिटेक्टिव्ह एजन्सी'च्या ऑफिसमध्ये आली आणि त्याच दिवशी दुपारी कार्ला आपल्या मुलाला, मायकेलला घेऊन तिथे आली. दहा वर्षांपूर्वी घडलेल्या घटनेविषयी त्या दोघींना निवांतपणे बोलता यावं, या हेतूनं प्रेश्यस तिच्या ऑफिसमधून बाहेर पडली. "चल, आपण फिरायला जाऊ–" असं म्हणून तिनं मायकेललाही बरोबर घेतलं. दूर अंतरावर असलेलं नदीवरचं धरण आणि कगाले हिल्स या नावानं ओळखल्या जाणाऱ्या ग्रॅनाइटच्या टेकड्या त्याला दाखवल्या. काहीसा गंभीर दिसणारा हा मुलगा वागण्या-बोलण्यात अतिशय सुसंस्कृत वाटत होता. त्याला दगडांबद्दल बरंच ज्ञान असावं आणि उत्सुकताही, असं त्याच्या वागण्यावरून प्रेश्यसला जाणवलं. दर पाच पावलांनतर तो खाली वाकत होता आणि एखादा दगड किंवा गोटा उचलून बारकाईनं निरखत होता.

एक पांढऱ्या रंगाचा दगड तिला दाखवत तो म्हणाला, "हा क्वार्ट्झ प्रकारचा दगड आहे. कधी कधी ह्याच्या आत सोनंही सापडतं."

प्रेश्यसनं तो दगड त्याच्या हातातून घेतला आणि त्याला विचारलं, "तुला दगडांमध्ये अन् खडकांत रस आहे का?"

"हो. मला भूगर्भशास्त्रज्ञ व्हायचंय!" तो गंभीरपणे म्हणाला. "आमच्या हॉटेलमध्ये एक भूगर्भशास्त्रज्ञ राहतो. तो मला दगडांविषयी पुष्कळ माहिती देत असतो."

त्याला प्रोत्साहन देण्याच्या दृष्टीनं ती हसली अन् म्हणाली, "हे काम नक्कीच खूप छान असणार– आमच्या गुप्तहेरगिरीसारखं. आम्ही पण काही ना काही शोधत असतो."

तिनं तो गारगोटीचा दगड त्याच्या हातात ठेवला, तेव्हा त्याचं लक्ष तिच्या बोटातल्या अंगठीकडे गेलं. त्यानं तिचा हात आपल्या हातात धरला आणि सोन्यामध्ये जडवलेल्या चमचमणाऱ्या खड्यावर आपली नजर स्थिरावून तो म्हणाला, ''ह्या प्रकारच्या मौल्यवान खड्याला क्युबिक झर्कोनियम (अमेरिकन डायमंड) असं म्हणतात. ते अगदी खऱ्या हिऱ्यांप्रमाणेच दिसतात, पण असतात कृत्रिमच.''

ते दोघं ऑफिसमध्ये परत आले, तेव्हा कार्ला आणि मिसेस कर्टिन शेजारी-शेजारी बसल्या होत्या. दोघींच्यातलं बोलणं संपलं होतं आणि एक प्रकारची शांतता पसरली होती. वृद्धशा दिसणाऱ्या मिसेस कर्टिनच्या चेहऱ्यावर प्रेश्यसला मानसिक समाधान, शांती; एवढंच नव्हे, तर आनंदही दिसला. दोघींची भेट घडवून आणण्यामागचा आपला हेतू साध्य झालाय, असं तिला वाटल्यावाचून राहिलं नाही.

शांत, नि:शब्द वातावरणात तिघींनी चहा घेतला. बोलण्यासारखं काही विशेष नव्हतंच. मायकेलनं आपल्या आजीसाठी एक छोटीशी भेट आणली होती– एका पांढऱ्या दगडामध्ये त्यानं काही तरी शिल्प कोरलं होतं. तिनं ते घेतलं आणि अगदी प्रेमभरानं त्याचा पापा घेतला– एका आजीनं आपल्या नातवाचा घ्यावा तसाच.

प्रेश्यसनंही एक छोटीशी भेट तिच्या अशिलाला– मिसेस कर्टिनला दिली. बुलावायोहून परत येताना रस्त्याकडेला बसलेल्या एका बाईकडून तिनं एक वेताची टोपली विकत घेतली होती. ती बिचारी अतिशय गरीब बाई होती अन् तिला पाहिल्यावर तिला पैशांची फार गरज असावी, असं प्रेश्यसला जाणवलं अन् फारसा विचार न करता तिनं ती टोपली विकत घेतली होती. एखाद्या पारंपरिक बोट्स्वाना टोपलीप्रमाणे दिसणाऱ्या त्या टोपलीतील वेतकामात तिनं काही तरी नक्षी निर्माण केली होती.

''हे छोटे-छोटे ठिपके दिसतायत ना या टोपलीत, ते जिराफाचे अश्रू आहेत, असं म्हणतात,'' प्रेश्यसनं माहिती दिली. ''जिराफ आपले अश्रू या बायकांना देतात म्हणे अन् त्या हे अश्रू या टोपल्यांमध्ये विणतात.''

त्या अमेरिकन स्त्रीनं प्रेश्यसनं दिलेल्या भेटीचा सौजन्यपूर्वक स्वीकार केला, तेव्हा तिनं दोन्ही हातांनी भेट हातात घेतली, हे प्रेश्यसच्या ध्यानात आलं. त्या वेळी तिच्या मनात विचार आला, किती योग्य वागणं आहे हिचं! नाही तर, काही लोक भेटवस्तू एका हातानंच घेतात– जणू काही ते भेटवस्तू देणाऱ्याच्या हातातून हिसकावून घेताहेत, असं वाटतं बघणाऱ्याला!

''फार चांगला स्वभाव आहे तुमचा मॅडम,'' ती म्हणाली, ''पण मला सांगा, जिराफ या बायकांना आपले अश्रू का देत असतील?''

कुणास ठाऊक, या अर्थी प्रेश्यसनं खांदे उडवले. या गोष्टीचा तिनं कधीच

विचार केला नव्हता. मग तिच्या डोक्यात एक कल्पना तरळली. कदाचित त्यातून असं सुचवायचं असेल की, आपल्या प्रत्येकाकडे दुसऱ्याला देण्यासाठी काही ना काही असतंच. बिचारा जिराफ देऊन-देऊन काय देणार? तो किंवा ती– मग आपले अश्रूच देतात, झालं. बोलून झाल्यावर प्रेश्यस अंतर्मुख झाली. खरंच, असाच अर्थ असेल का? मग क्षणभर तिच्या डोळ्यांसमोर एक चित्र उभं राहिलं– झाडाच्या हिरव्या पानांमधून आपली लांबलचक मान खाली झुकवून एक जिराफ खाली बघतोय. नुकत्याच खाल्लेल्या पानांमधील रसामुळे त्याचे गाल ओलसर दिसताहेत. त्याच्या पाणीदार डोळ्यांनी तो आपल्याकडे स्थिरपणे पाहतोय; त्या कल्पनेनंही तिचं मन सुखावलं. आफ्रिकेतलं निसर्गसौंदर्य, इथलं निखळनिर्मळ हसणं, एकमेकांविषयी लोकांना वाटणारं प्रेम– सगळं-सगळं तिच्या मनानं पुन्हा एकदा अनुभवलं...

मायकेलनंही त्या टोपलीकडे पाहिलं आणि बालसुलभ कुतूहलानं विचारलं, "तुम्ही सांगताय ते खरं आहे, मॅडम?"

प्रेश्यस हसली अन् तिनं उत्तर दिलं, "असावं, असं मला तरी वाटतं."

न्यूयॉर्कमधील भद्रलोक संस्कृतीचे चित्रण करणारी मेगन चान्स
यांची आगळी वेगळी कादंबरी.
या रहस्यप्रधान कादंबरीमधील तपासाला मदत होते एका मृतात्म्याची!

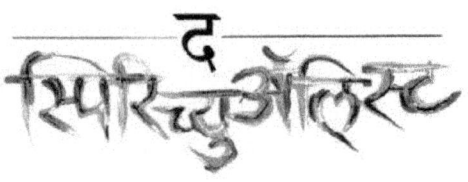

द स्पिरिच्युॲलिस्ट

मेगन चान्स

अनुवाद
मुकुंद कुर्लेकर

कधीकधी सत्य हा फार मोठा भ्रम असतो!

१८५६च्या बोचऱ्या थंडीच्या रात्री एव्हेलिन ॲथरटनचा पती एका खास बैठकीमधून परत येताना त्याचा खून होतो. त्याची पत्नी एव्हेलिनच खुनी असावी असा संशय घेतला जातो; पण खुन्याचा शोध घेतल्याशिवाय तिला मात्र या किटाळातून बाहेर पडता येणार नसते. या वेळी तिच्या पतीचा जिवलग मित्र तिच्या मदतीला येतो. त्याने तिचे वकील-पत्र घेतलेले असते; पण याचवेळी परलोक विद्येच्या गूढ विश्वात तिचा प्रवेश होतो.

ह्या ठिकाणी विलक्षण भारून टाकणाऱ्या मायकेल जॉर्डन या व्यक्तीशी तिची गाठ पडते. तिला खात्री असते की, हा इसम लबाड आहे; पण त्याची मदतच तिला निर्दोष ठरण्यासाठी उपयोगी पडणार असते.

जॉर्डनच्या सान्निध्यात तिचा प्रवेश एका विलक्षण चमत्कारिक विश्वात होतो. तिला मृतात्म्यांचे आवाज ऐकू येऊ लागतात. या भीतीदायक विश्वामध्ये ती एकाच वेळी खेळीयापण असते व खेळातील एक प्यादेपण! त्यामुळे कुणावर, अगदी स्वत:वरही कसा विश्वास ठेवावा हे तिला समजेनासे होते. तिची सासरची माणसे तर तिला खुनी ठरवून फासावर चढविण्यासाठी प्रयत्नशील असतात. वेळ भर्रकन निघून चाललेला असतो.

भूतकाळातील पिशाचांना सामोरे जाण्याशिवाय तिला गत्यंतर नसते.

Printed by BoD™in Norderstedt, Germany